முனைவர் இரா.பிரேமா

புலம்பெயர் தமிழர்களின் தமிழ்க் கொடை

காவ்யா

புலம்பெயர் தமிழர்களின் தமிழ்க் கொடை
நூலாசிரியர்
முனைவர் இரா. பிரேமா
முதல் பதிப்பு : 2016
வெளியீடு : காவ்யா
16, இரண்டாம் குறுக்குத்தெரு,
டிரஸ்ட்புரம், கோடம்பாக்கம்,
சென்னை - 600 024.
போன் : 044-23726882 / 9840480232
கணினி அச்சு : ranjirmathu@gmail.com
அச்சாக்கம் : மணி ஆப்செட், சென்னை - 5.
பக்கங்கள் : XXX+ 174= 204
விலை : ரூ.200/-

PULAMPEYAR THAMIZHARKALIN THAMIL KODAI

Dr. Prema

First Edition : 2016
Published by **KAAVYA**
16, 2nd Cross Street, Trustpuram,
Kodambakkam, Chennai - 600 024.
Phone: 044 - 23726882 / 9840480232
e-mail : kaavyabooks@gmail.com.
Website : www.kaavyaa.com.
Computer Layout : ranjirmathu@gmail.com
Printed at : Mani Offset, Chennai -5.
Pages: XXX+174= 204
Price : ₹ 200

Dr. K. V. Kupusamy M.A., D.Litt.
- Chairman

RVS GROUP
EDUCATIONAL INSTITUTIONS

Rathnavel Subramaniam
Educational Trust

Rathnavel Subramaniam College of Engineering & Technology
Rathnavel Subramaniam Polytechnic
Rathnavel Subramaniam Industrial Training Institute
Rathnavel Subramaniam Data Centre
Rathnavel Subramaniam Working Women's Hostel
Phones : (O) (04551) 227230, 227230, 227231, 227224
         (R) (04551) 2431371, 2430244, 2430836
Rathnavel Subramaniam Matriculation Higher Secondary School
Rathnavel Subramaniam College of Arts & Science
Rathnavel Subramaniam Dental College
Rathnavel Subramaniam Industrial Training Institute
Rathnavel Subramaniam Ayurveda College
Rathnavel Subramaniam Institute of Health Sciences
Rathnavel Subramaniam Institute of Management Studies & Research
Phones : (91422) 2687481, 2687480, 2687603
Fax   : (0422) 2687604
Rathnavel Subramaniam Homoeopathic Medical College
Rathnavel Subramaniam Teacher Training Institute
Rathnavel Subramaniam Hospital
K.V.K. Thottam, Trichy Road, Sulur, Coimbatore - 641 402
Website : www.rvsgroup.com

வாழ்த்துச் செய்தி

அன்னை   தமிழை   அழகாய்ப்   பேணிடும்
தமிழ்த்துறை   சார்பில்   கருத்தரங்கு   ஒன்றைப்,
"புலம்பெயர்ந்த தமிழர்   தமிழ்க்கொடை"   என்ற
தலைப்பில்   ஆய்ந்து   தெளிந்து   வடித்து
அளிவார்ந்த   நூலை   ஆக்கிடும்   நும்பணி
அன்னை   தமிழுக்கு   அணிகலன்   ஆகும்.
சென்று   அன்னை   இன்பம்   பெற்றிட
பயன்மிகு   பணிகள்   பாசமோடு   செய்திடும்
உயர்ந்த   உங்களின்   நோக்கம்   என்னுள்ளே,
"மனிதன்   கண்டதில்   மகத்தானது   புத்தகமே"என
உலக   உத்தமர்   அண்ணல்காந்தி   அடிகளார்
உரைத்த   வாசகம்   நினைவில்   வந்தது.
"ஆன்மாவின்   மருந்தாய்   அமைவது   புத்தகம்"ஆம்!
ஆன்மா   மலர்ந்து   மனவளம்   பெருகிட
நூலை   வெளியிடும்   நும்பணி   தொடரவும்
வளரவும்   வாழ்த்தி,   பாராட்டி   மகிழ்கிறேன்.
வாழ்க!   வளமுடன்,   வாழ்க!   நிவயகம்.

அன்புள்ள,

சூலூர்
16.02.2016.

Residence : RVS Illam, 242-B, Trichy Road, Sulur, Coimbatore - 641 402. Ph : 2687333, 2687389

Maragathamani. K
Vice Chairman

வாழ்த்துரை

தமிழன் என்றோர் இனமுண்டு
தனியே அவற்கொரு குணமுண்டு

என்ற நாமக்கல்லாரின் வரிகள் தமிழர்தம் சிறப்பை வெளிப்படுத்துகின்றன. சங்ககாலந் தொட்டு இன்று வரை தமிழர் பல்வேறு காரணங்களுக்காகச் சொந்த இடத்தைவிட்டுப் பெயர்ந்து வாழ்வது கண்கூடு. அவ்வகையில் உலகநாடுகள் பலவற்றிலும் தமிழர்கள் பரவி வசித்து வருகின்றனர். புலம் பெயரினும் தம் வேரினை மறவாது பண்பாட்டினையும் மொழியையும் போற்றி வருகின்றனர். தம் அகபுற உணர்வுகளை இலக்கியங்களாக வடித்து தமிழ்க்கலை, இலக்கிய உலகில் ஆய்வாளர்களாக, மொழி பெயர்ப்பாளர்களாக, படைப்பாளிகளாக , கவிஞர்களாக ஆற்றிய ஆற்றிவரும் பணிகள் அளப்பரியன. அவர்கள் மொழிக்கு ஆற்றிய அப்பங்களிப்பினைப் போற்றும் வகையில் "பக்தவத்சலம் நினைவு மகளிர் கல்லூரி தமிழ்த்துறை" "புலம் பெயர்ந்த தமிழர்களின் கொடை" எனும் ஆய்வுக்களம் கொண்டு கருத்தரங்கம் நிகழ்த்தி, வாசம் மிகுந்த மலர்களைத் தொகுத்து மாலையாக்கி தமிழன்னைக்கு அணிவித்து அழகுக்கு அழகு செய்வதில் நான் மிக்க மகிழ்ச்சிக் கொள்கிறேன். இவ் கருத்தரங்கம் செவ்வனே நிறைவேற வழிநடத்திய முனைவர். இரா. பிரேமா, முதல்வர், பக்தவத்சலம் நினைவு மகளிர் கல்லூரி அவர்களுக்கும், கருத்தரங்கச் செயலர் மற்றும் ஒருங்கிணைப்பாளர் குழுவிற்கும் என் மனமார்ந்த பாராட்டுகள். இலக்கிய உலகில் தங்கள் பணி மென்மேலும் வளர வாழ்த்துக்கள்.

(கு. மரகதமணி)
துணைத் தலைவர்

nurturing abilities

Bhaktavatsalam Memorial Trust
No. 14, 31st Street, Periyar Nagar, Korattur, Chennai - 600 080
Phone: +9144 2687 0899 / 2687 2651 Fax: +91 44 2687 2699

வாழ்த்துரை

உயர்தனிச் செம்மொழியான தமிழ்மொழி ஏற்றமும் எழிலும் பெறும் விதமாக உயர்கல்விக் கூடங்களில் கருத்தரங்கங்கள் நடைபெற்று வருகின்றன. அவ்வகையில் எங்கள் கல்லூரியில் 2013 ஆம் ஆண்டு 'தன் வரலாற்று நூல்கள்' என்ற தலைப்பில் தேசியக் கருத்தரங்கமும், 2014ஆம் ஆண்டு 'கடித இலக்கியங்கள்' என்ற பொருண்மையில் மாநில அளவிலான கருத்தரங்கமும் நடைபெற்றன.

பொருளாதாரம், அரசியல், சூழ்நிலை, போர் என ஏதேனும் ஒரு காரணத்திற்காகத் தாம் பிறந்த தமிழ்மண்ணை விடுத்துப் பிற நாடுகளுக்குப் புலம்பெயர்ந்து வசித்து வரும் தமிழர்கள், தம் தாய்மொழியான தமிழை மறவாமல், அதனை வளர்க்கும் விதமாகச் செயலாற்றுகின்றனர். கவிதை, சிறுகதை, நாவல், கட்டுரை போன்ற பல வகைமைகளில் தங்கள் ஆக்கங்களை நல்கி, தங்கள் இருப்பை வெளிப்படுத்துகின்றனர். அவர்களை ஊக்குவிக்கும் விதமாக அவர்களின் படைப்புகளை ஆய்வுசெய்து கருத்தரங்கம் நிகழ்த்துவது பாராட்டுக்குரியது. "**புலம் பெயர் தமிழர்களின் தமிழ்க் கொடை**" என்ற இத்தேசியக் கருத்தரங்கிற்கு ஏற்பாடு செய்து, அதனைச் சிறப்பாக வழி நடத்திவரும் கல்லூரி முதல்வர் முனைவர் இரா.பிரேமா அவர்களுக்கு எம் மனம் நிறைந்த பாராட்டுக்கள். தமிழ்த்துறைத் தலைவர் த.சிவசுந்தரேஸ்வரி அவர்களுக்கும், ஒருங்கிணைப்பாளர் குழுவில் உள்ள அனைத்துத் தமிழ்ப் பேராசிரியர்களுக்கும், ஆய்வுக்கட்டுரை அளித்துள்ள கட்டுரையாளர்களுக்கும் வாழ்த்துக்களைத் தெரிவித்துக் கொள்கின்றேன்.

அன்புடன்

19.02.2016 **ச.பா.இராஜகோபாலன்**

முனைவர் **இரா.பிரேமா**
பக்தவத்சலம் நினைவு மகளிர் கல்லூரி,
கொரட்டூர், சென்னை –80.

முன்னுரை

'புலம் பெயர்தல்' என்பது இன்றைய நாளில் மிக இயல்பாக/ பரவலாக நடைபெறும் நிகழ்வாகும். கல்வி, வேலை, திருமணம் என்ற காரணங்களால், இன்று தமிழர்கள் புலப்பெயர்வுக்கு ஆளாகின்றனர். ஈழத்தமிழர்கள் போரின் காரணமாகக் கட்டாயப் புலப்பெயர்வுக்கு ஆளாகின்றனர். இரண்டு புலப்பெயர்வுகளும் வேறுபட்ட சூழலில் நிகழ்வதோடு மட்டுமன்றி, ஒத்துப் பார்க்க இயலாத இரு துருவங்களாக விளங்குகின்றன. வெளிநாடுகளில் பலகாலம் வாழ்ந்தவர்களைக் குறிக்க 'DIASPORA' என்ற சொல் பயன்படுத்தப்படுகிறது. 'விரிந்து பரவிய புலம்பெயரினம்' என்ற பொருண்மை இச்சொல்லுக்குரியதாக அமைந்தது.

உலக வரலாற்றில் புலப்பெயர்வு

கி.மு. 607ஆம் ஆண்டில் இஸ்ரேலிலிருந்து நாடு கடத்தப்பட்ட யூதர்களைக் குறிப்பதற்குப் பாபிலோனியர்களால் 'DIASPORA' என்ற சொல் பயன்படுத்தப்பட்டது. பின் விவிலியத்தின் பழைய ஏற்பாட்டின் கிரேக்க மொழிபெயர்ப்பில் இச்சொல் காணப்படுகிறது. கி.பி. 70ஆம் ஆண்டில் ரோம சாம்ராஜ்யத்திலிருந்து நாடு கடத்தப்பட்ட யூதர்களைக் குறிப்பதற்கும் இச்சொல் பயன்படுத்தப்பட்டது. இதனால், தொடக்கத்தில் ஆங்கிலத்தில் இச்சொல் யூதப் புலப்பெயர் இனத்தைக் குறிப்பதற்காகவே பயன்பட்டது.

ஐரோப்பாவில் கிரேக்கப் பழங்குடியினர் மத்திய தரைக்கடல் மற்றும் கருங்கடல் தரைப்பகுதிகளில் பரவலாகக் குடியேறினர். கி.பி.500ஆம் ஆண்டு முதல் 900ஆம் ஆண்டு காலகட்டத்தில் ஸ்லேவியர்கள், துருக்கியர்கள் போன்றவர்கள் கிழக்கு ஐரோப்பிய பகுதியில் குடியேறினர். ஹங்கேரியமாக்கியர்கள் கிரின்லாந்து மற்றும் அயர்லாந்து பகுதிகளில் குடியேறினர். 1492ஆம் ஆண்டு

கொலம்பஸ் அமெரிக்காவைக் கண்டுபிடித்த பின் ஆயிரக்கணக்கான ஐரோப்பியர்கள் அமெரிக்காவில் குடியேறினர். 19ஆம் நூற்றாண்டில் மட்டும் 50 மில்லியன் மக்கள் ஐரோப்பாவிலிருந்து அமெரிக்காவிற்குக் குடிபெயர்ந்தனர். இதே நூற்றாண்டில் அயர்லாந்தில் பஞ்சத்தின் காரணமாக அந்நாட்டு மக்கள்தொகையில் 45% முதல் 85% வரை இங்கிலாந்து, அமெரிக்கா, கனடா, ஆஸ்திரேலியா மற்றும் நியூசிலாந்து ஆகிய நாடுகளுக்குப் புலம்பெயர்ந்தனர்.

ஆப்பிரிக்காவில் கி.பி.16ஆம் நூற்றாண்டில் 9.4 முதல் 12 மில்லியன் வரையிலான மக்கள் அடிமைகளாக அமெரிக்காவிற்குக் குடிபெயர்ந்தனர். ஆசியாக் கண்டத்தில் சீன மக்களின் புலப்பெயர்வு குறிப்பிடத்தக்கதாகும். 19ஆம் நூற்றாண்டு தொடங்கி 20ஆம் நூற்றாண்டு மையப்பகுதி வரையிலான காலகட்டத்தில் போர், பசி, அரசியல் காரணமாகச் சீனாவிலிருந்து வெளியேறிய பெருமளவிலான மக்கள் தென்கிழக்கு ஆசியா, மலேயா, ஆஸ்திரேலியா, தென்னாப்பிரிக்கா, அமெரிக்கா போன்ற நாடுகளுக்குப் புலம் பெயர்ந்தனர். தென்கிழக்கு ஆசியாவில் ஏராளமான வியட்நாம் மக்கள் போர் காரணமாகப் பிரான்சிற்குக் குடிபெயர்ந்தனர்.

1979இல் ஈரானியப் புரட்சியின் காரணமாக ஈரானியர்கள் புலம்பெயர்ந்தனர். அதுபோல் லத்தீன் அமெரிக்காவில் கியூபா புரட்சிக்காரணமாக அம்மக்கள் புலம்பெயர்ந்தனர். இவ்வாறு வரலாற்றுக்காலம் தொட்டு உலகெங்கும் புலப்பெயர்வுகள் நடந்துள்ளன.

இந்தியாவில் தமிழர்கள் இயற்கைச் சீற்றம், பொருளாதார நெருக்கடி, போர் இவற்றின் காரணமாகப் புலம் பெயர்ந்துள்ளனர். ஆங்கில ஆதிக்கத்தின் போது காலனிய நாடுகளில் கரும்புத் தோட்டங்களில் வேலைசெய்ய இந்தியர்கள் பலரைக் குறிப்பாகத் தமிழர்களை ஆங்கிலேயர்கள் கப்பலில் அழைத்துச் சென்று குடியேறினர். அந்நாடுகளில் குடியேறிய தமிழர்கள் தங்கள் மரபைக் காப்பாற்றிக் கொள்ளவும் மொழி மற்றும் இனஉணர்வு, சமயஉணர்வு, மரபுரீதியான குடும்ப உணர்வு இவற்றைப் பாதுகாத்துக் கொள்ளவும் வாழ்நாள் முழுமையும் போராடி வந்துள்ளனர்.

மலேசியாவில் 20 இலட்சம் தமிழர்கள் மிகக் குறைந்த கூலிக்கு இரப்பர்த் தோட்டத்தில் கடுமையாக உழைத்து அந்நாட்டை

முன்னேற்றினர். சிங்கப்பூரில் 11/2 இலட்சம் புலம் பெயர்ந்த தமிழர்கள் வசித்து வருகின்றனர். அந்நாட்டில் ஆட்சி மொழிகளில் தமிழும் ஒன்றாக உள்ளது. அதுபோன்று ஆஸ்திரேலியாவில் 50 ஆயிரம் தமிழர்களும், அரபுநாடுகளில் 1 இலட்சம் தமிழர்களும், ஜெர்மனியில் 50 ஆயிரம் தமிழர்களும், பிரான்சில் 5 இலட்சம் தமிழர்களும் வாழ்ந்து வருகின்றனர். மொத்தத்தில், எண்பதுக்கும் மேற்பட்ட நாடுகளில் தமிழர்கள் புலம்பெயர்ந்து வாழ்ந்து வருகின்றனர்.

தமிழர்கள் பல காலகட்டங்களில் பலகாரணங்களுக்காக இந்தியாவின் பல பகுதிகளிலிருந்து இலங்கைக்குக் குடியேறி உள்ளனர். 1948ஆம் ஆண்டு இலங்கை சுதந்திரம் பெற்றது. 1956இல், பண்டாரநாயக்கா அரசு 'சிங்களம் மட்டும்' சட்டத்தைக் கொண்டு வந்தது. இதனால் இலங்கையில் இன துவேசம் தொடங்கியது. 1977ஆம் ஆண்டு நடந்த இனக்கலவரத்தால் அங்கு வாழும் தமிழர்கள் பெருமளவு பாதிக்கப்பட்டனர். சிங்களவர்கள் வாழும் பகுதிகளிலும் கொழும்பிலும் வேலைசெய்து வந்த பல தமிழ்க் குடும்பங்கள் இதனால் பாதிக்கப்பட்டுப் புலம்பெயரத் தொடங்கினர். அடுத்து, 1983ஆம் ஆண்டு நடந்த இனக்கலவரத்தால் பெருவாரியான தமிழ்மக்கள் மேற்கத்திய நாடுகளுக்குப் புலம்பெயரத் தொடங்கினர். 1985–86ஆவது ஆண்டுகளில் தமிழர்களின் ஆயுதப் போராட்டத்திற்குப் பின்பு பல்லாயிரக் கணக்கானோர் புலம் பெயர்ந்தனர். ஈழத்தமிழர்கள் இந்தியாவில் குறிப்பாகத் தமிழகத்தில் தங்களுக்குப் போதுமான ஆதரவு கிடைக்கப் பெறாததால் இங்கிலாந்து, கனடா, ஆஸ்திரேலியா, ஜெர்மனி, பிரான்ஸ், நார்வே, டென்மார்க் போன்ற நாடுகளுக்குப் புலம்பெயர்ந்தனர்.

புலம்பெயர்ந்த தமிழர்கள் தாங்கள் இழந்துநின்ற வாழ்க்கையைக் குறித்தும், குடியேறிய நாடுகளில் ஏற்படும் பிரச்சினைகள் குறித்தும் எழுதத் தொடங்கினர். புகழிடத்தில் புதியசூழல் அவர்களுக்கு ஒருவிதமான மன அவசத்தைக் கொடுத்தது. ஈழத்தில் நடந்த இனஅழிப்பும், அதனால் ஏற்பட்ட சீரழிவும், மனிதஉரிமை மீறல்களும் அவர்களுடைய இயல்பு வாழ்க்கையைப் பாதித்து, உளவியல் ரீதியாக அவர்களைத் தனிமைப்படுத்தியது. இழந்த மண்ணையும் மக்களையும் உறவுகளையும் நினைத்தும், புகலிடத்தில் சுரண்டலுக்கு ஆளாகி எல்லையற்றப் பணிச்சூழலில் அகப்பட்டுக் கொண்டும் வாழும் தமிழர்களுக்கு இலக்கியங்கள் ஒரே வடிகாலாக அமைந்தன.

தமிழ் இலக்கிய வரலாற்றைப் பொறுத்தவரை, புலம்பெயர் இலக்கியம் ஒருதனிப் பரிமாணத்தைத் தந்துள்ளது. புலம்பெயர் படைப்புகளைத் தாயகம் சார்ந்த படைப்புகள், புலம்பெயர் சார்ந்த படைப்புகள் என இருவகைகளாகப் பிரிக்கலாம். 1980களிலிருந்து புலம்பெயர் இலக்கியங்களில் கவிதை, சிறுகதை, நாவல், கட்டுரை என்ற இலக்கிய வகைமைப்பாடுகள் குறிப்பிடத்தக்கனவாகப் பெருவளர்ச்சிக் கண்டுள்ளன. இவை மட்டுமன்றி சிற்றிதழ்கள், குறும்படங்கள், விமர்சன நூல்கள், இலக்கியச் சந்திப்புகள் என்பனவும் வளர்ச்சி பெற்றுள்ளன. புலம்பெயர் இலக்கியத்தை 'அயலக இலக்கியம்' என்ற பெயராலும் திறனாய்வாளர்கள் சுட்டுகின்றனர்.

ஈழம் மட்டுமன்றி தமிழகத்திலிருந்து மலேசியா, சிங்கப்பூர் போன்ற நாடுகளில் குடியேறியவர்களுடைய படைப்புகளும் புலம்பெயர் இலக்கியங்களாகவே வகைமைப்படுத்திக் காண இயலும்.

ஈழத்தமிழ்ப் படைப்புகளும் படைப்பாளிகளும்

ஈழத்திலிருந்து புலம்பெயர்ந்த எழுத்தாளர்கள் தமிழ்மொழிக்குக் குறிப்பிட்டுச் சொல்லும்படியான வளத்தினைச் சேர்த்துள்ளனர்.

ஆஸ்திரேலியாவில் எஸ்.பொ. (ச.பொன்னுசாமி), தெ.நித்தியகீர்த்தி, லெ.முருகபூபதி, ஆ.சி.கந்தராஜா, கே.எஸ்.சுதாகர், அம்பி (இ.அம்பிகைபாகர்), மெல்பேர்ன்மணி (கண்மணி அம்பலவாணர் பிள்ளை), ஆவூரான், ஆழியாள் (மதுபாஷினி) போன்றோர் குறிப்பிடத்தகுந்த எழுத்தாளர்களாக விளங்குகின்றனர். எஸ்.பொ.வின் மறைவிற்குப் பின்னும் அவருடைய மித்ர பதிப்பகம் தொடர்ந்து தன்னுடைய தமிழ்ப்பணியைச் செய்து வருகின்றது. ஜெர்மனியில் வயவை சுலம்போதரன், பொ.கருணாகரமூர்த்தி, பார்த்திபன், ரமேஷ்வவுனியன், சாந்திரமேஷ் வவுனியன், சந்திரவதனா செல்வகுமாரன், பாரதி (சக்திதேவிசத்தியாநதன்), கோசல்யா சொர்ணலிங்கம், மட்டுவில் ராஜகுமாரன், மு.க.சு.சிவகுமாரன், முகில்வாணன் போன்றோர் தங்கள் படைப்புகளைத் தமிழ் இலக்கிய உலகிற்கு நல்கியுள்ளனர். சந்திரவதனா செல்வகுமாரன் போன்றவர்கள் வலைப்பூக்களிலும் தங்கள் ஆக்கங்களை நல்கி வருகின்றனர்.

பிரான்சில் முகில்வண்ணன், ப.சிவஞானசுப்பிரமணியன், சோபாசக்தி, கி.பி.அரவிந்தன், கலாமோகன், வி.ரி.இளங்கோவன், வி.பாஸ்கரன், ஆ.அரியநாயகம், அருந்ததி, எஸ்.செல்லதுரை,

தா.பாலகணேசன், வாமகாங் (லிங்கநாதன்) போன்றவர்கள் குறிப்பிட்டுச் சொல்லத்தக்க படைப்பாளர்கள் ஆவார்கள். இங்கிலாந்திலும் புலம்பெயர்ந்த படைப்பாளிகள் அதிகம் வாழ்ந்து வருகின்றனர். என்.செல்வராஜா, முல்லை அமுதன், விமல் குழந்தைவேல், ந.சிவநாதன், மு.புஷ்பராஜன், வசுந்திராச்சி (பசுபதிசசிகரன்), தங்கவேலு சரீஷ், பாலரவி போன்றோர் தங்கள் படைப்புகளைத் தொடர்ந்து நல்கிவருகின்றனர். ராஜேஸ்வரி பாலசுப்பிரமணியன், சந்திரா ரவீந்திரான், நவ.ஜோதி ஜோக்கரட்னம், திருமதி தனபாக்கியம் குணவாலசிங்கம், திருமதி தமிழரயீசு சிவபாதசுந்தரம், மாதவிசிவலீலன், அங்கயற்கண்ணி, நிர்மலா ராஜசிங்கம், அடேல்பாலசிங்கம், திருமதி சீதாதேவி மகாதேவா, சி.மாதுமை, சாரங்கா, நிதர்சனஜகன்நாதன், உதயகுமாரி பரமலிங்க்ம், தஷந்திசங்கர் போன்ற பெண் படைப்பாளிகளும் குறிப்பிடத்தக்கவர்களாவார்கள்.

சுவிட்சர்லாந்திலிருந்து றஞ்சி, நளாயினிதாமரைச்செல்வன், கல்லடிறொபட், சுவிஸ் ரவி போன்றோரும், டென்மார்க்கிலிருந்து வேதா இலங்காதிலகம், வி.ஜீவகுமார் என்பவர்களும், நார்வேயிலிருந்து தி.தியாகலிங்கம், கவிதா என்பவர்களும், இத்தாலியிலிருந்து அல்லையூர் சி.விஜயனும் தங்கள் படைப்புகளைத் தந்து வருகின்றனர்.

ஐரோப்பிய நாடுகளைப் போன்று கனடாவிலும் புலம் பெயர்ந்தவர்கள் அதிகம் வாழ்ந்து வருகின்றனர். இங்கும் தமிழ் அமைப்புகளும் தமிழ் எழுத்தாளர்களும் தமிழ்வலைப்பூ படைப்பாளர்களும் அதிகம். குறமகள், ச.வே.பஞ்சாட்சரம், இளங்கோ, சேரன், அ.முத்துலிங்கம், வி.கந்தவனம், வ.ந.கிரிதரன், ப.பாலபாஸ்கரன், சுமதிரூபன், த.மைதிலி, கௌரி, மாதகலான் (சுபாஅருள்சுப்பிரமணியம்), குருஅரவிந்தன், திருமாவளவன் (கனகலிங்கம் கருணாகரன்), சக்கரவர்த்தி, இளைய அத்துல்லா, வ.ஐ.ச.ஜெயபாலன், செழியன், முல்லை அமுதன், வீணைமைந்தன், அனலைராசேந்திரம், எம்.ரி.செல்வராஜா, இராஜமனோகரன், த.அகிலன், சரஸ்வதி அரிகிருஷ்ணன், அகில், பொன்குலைந்திரன், கதிர்துரைசிங்கம் போன்ற படைப்பாளர்கள் குறிப்பிடத்தக்கவர்கள்.

புலம்பெயர்ந்த நாடுகளில் நாற்பதுக்கும் மேலான இலக்கியப் பத்திரிகைகள் இவ்வெழுத்தாளர்களுக்குக் களம் அமைத்துக் கொடுக்கின்றன. ஜெர்மனியில் எண்ணம், மண், கலைவிளக்கு,

சிந்தனை, அறுவை, நம்நாடு, வண்ணத்திப்பூச்சி, ஏலய்யா, புதுமை, தூண்டில் போன்ற இதழ்களும், பாரீஸில் அம்மா, தமிழ்முரசு, தேடல், பள்ளம், எக்ஸில், உயிர்நிழல்கள், கண் என்ற இதழ்களும், இலண்டனில் புதினம், நாளிகை, பனிமலர் போன்ற இதழ்களும், நார்வேயில் சுவடு, சக்தி, கலைமகள், உயிர்மை என்ற இதழ்களும், டென்மார்க்கில் சஞ்சீவி, இனி என்ற இதழ்களும், ஆஸ்திரேலியாவில் உதயம் என்ற இதழும் புலம் பெயர் எழுத்தாளர்களின் எழுத்துக்கு அச்சு வடிவம் தந்தன. 2005க்குப் பின்புலம் பெயர் மக்களில் ஒருசாரார் தங்களுக்கென்று இணையத்தில் தனி வலைப்பூக்களை உருவாக்கி அவற்றில் எழுதத் தொடங்கியதனால் நூற்றுக்கணக்கான புலம்பெயர் படைப்புக்கள் தமிழ்இலக்கிய உலகிற்குக்கிடைத்தன.

புலம்பெயர் எழுத்தாளர்களின் 'தீவிரஎழுத்துக்கள்' தமிழக வாசகர்களால் விரும்பி படிக்கப்பட்டன. அவர்கள் அவ்வகை இலக்கியங்களைத் தேடிப் படிக்கத் தொடங்கினர். குறிப்பாக, ஈழப் பெண் கவிஞர்களால் உருவாக்கப்பட்ட 'சொல்லாதசேதிகள்' என்ற சிறுநூல் தமிழகத்தில் பெரும் அதிர்வை ஏற்படுத்தியது. தொண்ணூறுகளில் இந்தியப் பத்திரிக்கைகள் புலம்பெயர் எழுத்தாளர்களுக்கு எழுத வாய்ப்பளித்தன. ஜெர்மனியின் கருணாகரமூர்த்தியும், கனடாவின் முத்துலிங்கமும், லண்டனின் ராஜேஸ்வரி பாலசுப்பிரமணியமும் தமிழகம் நன்கு அறிந்த எழுத்தாளர்கள் ஆனார்கள். இதனால் தமிழிலக்கிய வரலாற்றில் புலம்பெயர் இலக்கியம் தனி அடையாளத்தைப் பெறத் தொடங்கியது.

'சொல்லாதசேதிகள்' கவிதைத்தொகுப்பினைப் படித்த தமிழ்ப்பெண் வாசகர்கள் தாங்களும் எழுத வேண்டும் என்று உள்ளுணர்வைப் பெற்றனர். அதனால் தமிழகத்திற்குப் பல பெண் எழுத்தாளர்கள் கிடைத்தனர். இணையம் வழி ஈழப் பெண் கவிஞர்களுக்கும் தமிழ்ப்பெண் கவிஞர்களுக்கும் ஒரு நெருக்கம் உருவானது.

ஸ்விட்சர்லாந்தைச் சேர்ந்த றஞ்சி அவர்களின் முயற்சியினால் 'பெண்கள் இலக்கியச் சந்திப்புகள்' உருவாகத் தொடங்கின. 1991இல் அவ்விலக்கியச் சந்திப்பு, 'புது உலகம் எமைநோக்கி' என்ற புத்தகமலராக வெளிவந்தது. இன்று வரை பெண்கள் சந்திப்புகள் வெவ்வேறுநாடுகளில் நடத்தப்பட்டு வருகின்றன.

புலம்பெயர் தமிழர்களின் பாடுபொருள்

ஈழத்திலிருந்து புலம் பெயர்ந்தவர்கள் பெரும்பாலும் போர்ச் சூழலையும், அச்சூழலால் தாங்கள் பட்ட அவதிகளையும், ஆறா மனக்காயங்களையும் இலக்கியங்களாக வடித்துத் தந்துள்ளனர். மேற்கூறிய பாடுபொருள்களுடன் புலம்பெயர் நாட்டின் பண்பாட்டுத் தாக்கங்கள் குறித்தும், அதை எதிர்கொள்ளும் தங்கள் நிலை குறித்தும் எழுதியுள்ளனர்.

கவிஞர் ஒக்கூர் சியாம்சன், குடியேறிய நாடுகளில் அகதிகளாக நடத்தப்படும் நரக வாழ்க்கையை 'அழியாத அகதிகள்' என்ற கவிதையில் பதிவு செய்துள்ளார்.

"இந்த இந்திய தேசத்தில்
நாம் என்ன இரவல்மக்களா?
ஒரு பள்ளி செல்லாமல்
நமக்கென்ன அகதிப்பட்டமா?"

எனக்கொதிக்கும் கவிஞர்,

"ஒரு முற்றுப்புள்ளிக்குள்
முடிந்திடாத வார்த்தை போலவே
நம்முகவரி தொலைத்த
இந்த வாழ்க்கை தொடருமா?"

என்ற வினாவைத் தனக்குத்தானே கேட்டுக்கொள்கிறார். அவர்,

"நம் அடிமை வாழ்க்கையை உடைத்திட
புதுவிடியல் பிறக்குமா?
என்றும் அழியாமல் தொடரும்
நம் அகதிப்பட்டம் அழியுமா?"

என்று விடியலை நோக்கிய தம் ஏக்கத்தைக் கவிதையின் இறுதி அடிகளாக வைத்துள்ளார். 'அம்பி' என்ற கவிஞர்,

"புலம் பெயர்ந்து வந்ததனால் புதிய
பெயர் கொண்டோம்
சுதந்திரமாய் பறந்த வெம்மை
ஒரு கூட்டுக்கூள் தானடைத்தோம்"

என்று புலம்பெயர்ந்த நாட்டில் தம் நிலையை எண்ணி வருந்துகிறார். கவிஞரும் எழுத்தாளருமாகிய வ.ஐ.ச.ஜெயபாலன் தம் கவிதை ஒன்றில்,

"உலகெங்கும்

வாழ்வை இழந்து வசதி பொருக்குகின்ற
மனிதச் சருகுகளாய் புரள்கின்றோம்"

எனத் தம் இனத்தின் அவல வாழ்வினை எடுத்துரைக்கின்றார்.

அவரே, அங்கொன்றும் இங்கொன்றுமாய் வாழும் போராட்ட வாழ்வினை,

"யாழ்நகரில் என் பையன்
கொழும்பில் என் பெண்டாட்டி
வன்னியில் என் தந்தை
தள்ளாத வயதினிலே
தமிழ்நாட்டில் என் அம்மா
சுற்றம் பிராங்பேட்டில்
ஒரு சகோதரியோ பிரான்ஸ் நாட்டில் நானோ
வழிதவறி அலாஸ்கா வந்துவிட்ட ஒட்டகம்போல்
ஒஸ்லோவில்"

என்று மனம் கிழிந்த ஓலத்துடன் எடுத்துரைத்துள்ளார். இதே கருத்தை ஷோபா சக்தியின் 'தேவதை சொன்ன கதை'யும் சுட்டிக் காட்டியுள்ளது. "பாரிசில் தான் உண்டு, தன் வேலை உண்டு, தங்கையின் லண்டன் மாப்பிள்ளைக்குக் கொடுத்த சீதனத்துக்குட்பட்ட கடனுக்கு வட்டியுண்டு என்று எட்டடிக்குப் பத்தடி அறையில் வாழ்ந்து கொண்டிருந்தவனுக்கு லண்டன் தங்கைதான் முதல் வெடி வைத்தாள். பாரிஸ் அன்னைக்கும் முப்பது வயசாப் போச்சுது. நான் லண்டனில், பெரிய அன்னை ஜெர்மனியில், தம்பி சுவிஸில், பாரிஸ் அன்னை தனியாளா கிடந்து போறதுக்குக்கான 'சான்று' வெளிநாடுகளில் கூடுதலா இருக்கு. அதால பாரிஸ் அன்னைக்குக் கெதியா ஒரு கலியாணம் செய்து வைக்க வேணும் என்று தங்கை தொலைபேசியில் ஜெர்மனிக்கு வெடிக்க ஜெர்மனி ஊடாக கொழும்பு என்று இவனது திருமண பிரச்சினை சர்வதேச அளவில் வெடித்தது" புலம்பெயர்வு, மனிதனை எவ்வாறு நாலா திசைகளிலும் வீசி எறிந்துள்ளது என்பதையும், திருமணம் குறித்த தமிழர்களின் மனநிலையினையும், அவை மனிதனிடம் ஏற்படுத்துகின்ற சிக்கல்களையும் இயல்பாகவும் எள்ளலோடும் அவர் பதிவு செய்துள்ளார்.

சில கவிஞர்கள் புலம்பெயர் நாடுகளில் தம் தாய்மொழியை, அதன் வழிவந்த சிந்தனையையும், பண்பாட்டையும் தொலைத்த அவலத்தைப் பேசுகின்றனர்.

'நிருபா' என்ற பெண் கவிஞர்,

> "தமிழ்பேசி
> கவி பாடி
> கருத்துக்கள் ஆக்கிய
> உதடுகள்
> முரண்பாடுகொண்டு
> சிக்கித் தவிக்கின்றன
> சிந்தனையும் தான்"

என்று தாய்மொழி மறந்த அவலத்தை எடுத்துரைக்கின்றார். கவிஞர் செழியன்,

> "இழந்தோம்
> நாட்களை இழந்தோம்
> உறவுகளை இழந்தோம்
> பதிவுகளை இழந்தோம்
> தேசத்தையும் மண்ணையும்
> மொழியையும் மறந்து
> புதிய தலைமுறை வாழ்கிறது"

என்று புதிய பண்பாட்டுச் சூழலில் வாழும் அடுத்த தலைமுறையினரின் நிலைப்பாட்டை எடுத்துரைத்து வருந்துகிறார். தமிழச்சியின் பாரம்பரிய பண்பாடு, புலம்பெயர்ந்த நாடுகளில் மாறிவிட்ட நிலைப்பாட்டை,

> "குங்குமத்தின்மகிமைதனை
> குலமகளும் மறந்துவிட்டாள்
> கரியநெடுங்கூந்தல் கரைச்சலென்று
> கன்னியரும் அறுத்துவிட்டார்-சூழ்நிலையால்
> சீரானபட்டுச் சேலைபாரமென்று கிழவியரும்
> ஜீன்சுக்குள் புகுந்துவிட்டார்"

என்று கவிஞர் அம்பி வருந்தி உரைக்கின்றார். இப்படியான ஈழத்தமிழர்களுக்குரிய பண்பாட்டுப் பற்றும் மதிப்பும் தமிழகத்துத் தமிழர்களுக்கு என்றும் இருந்ததில்லை என்பதுதான் எதார்த்தம்.

புலம்பெயர் நாடுகளில் வாழும் இளம்தலைமுறைகள், தாங்கள் அகதிகளாக ஒடுக்கப்படும் அவலத்தைப் புரிந்து கொள்ளாது தவிக்கும் தவிப்பினையும், ஒடுக்கப்பட்டதற்கான புரிதலைத் தேடும் அவலத்தையும் வினாக்களாகத் தங்கள் பெற்றோர் முன் வைக்கின்றனர்.

"என்மகள்
வளர்ந்தவளானாள்
வினாக்களை வரிசையாக
அடுக்கினாள்
அம்மா
நாங்கள் ஏன் அகதிகளானோம்
என் தாய்நாடு எங்கே?
என் தாய்மொழி எது?"

என்று தன் மகள் கேட்பதாக ஒரு பெண் கவிஞர் படைத்துக் காட்டியுள்ளார். இவ்வாறு ஈழத்தமிழர்கள் முப்பது ஆண்டுகளில், மூன்று தலைமுறைகளாகத் தாங்கள் அனுபவிக்கும் துன்பியல் வாழ்க்கையினைக் கவிதைகளில் படம்பிடித்துக் காட்டுகின்றனர். அவற்றை ரணம் கொட்டிய ரத்த கவிதைகளாக உணர இயலும்.

இங்கிலாந்தில் புலம்பெயர்ந்து வாழும் நவஜோதி ஜோகரட்னம் தன் தாயக நினைவை,

"நான் பிறந்து அலைந்தமண்
மாடுவண்டி தள்ளியமண்
என் மக்களுக்கு
உணவு கொடுத்த மண்
கைகால் சிவந்து
கலப்பை உழுதமண்
பட்டை கட்டிதுலாமித்து
நீர் இறைத்தமண்
பசுக்களும் ஆடுகளும்
பாடி மேய்ந்த மண்
துப்பாக்கி இல்லாது
சூரியன் சுட்டுக்கொழித்தமண்
மரிக்காத மாலையில்
மறந்திடுமா
எண் மண்ணின் வாசம்"

(விடுதலைவேண்டினும், ப.205)

என்று 'நெருடும் நினைவுகள்' என்ற கவிதையில் பகிர்ந்து கொண்டுள்ளார்.

ஜெர்மனியில் வாழும் றஞ்சனி,

> "ஓடி விளையாடி
> இயற்கையைத் தின்று
> நேரங்கள் மறந்து
> குலாவித் திரிந்ததும்
> என் அன்னையின்
> உடல் சங்கமமானதும்
> வன்னி மண்ணில்" (மேலது; ப.359)

என்று தாம் இளமையில் வாழ்ந்து மகிழ்ந்ததாய் மண்ணை நினைவு கூர்வதுடன், அதன் இன்றைய நிலையை,

> "யாரும் நினைத்திரா
> பொழுதொன்றில்
> அந்நியர் புகுந்து
> கால் பதித்ததில்
> அமைதி அழிந்து
> குருதி ஓடுகிறது
> என் வன்னி மண்ணில்" (மேலது;)

என்று மனக் குமுறலுடன் வெடிக்கிறார். மேலும் அவர் தம் தாய் மண்ணின்

> "காற்றில் இப்போ
> நறுமணம் இல்லை
> கடல் இப்போ
> நீலமும் இல்லை
> வானத்தில் இப்போ
> வர்ணங்கள் இல்லை" (மேலது;)

என்று வருந்தி உரைக்கின்றார்.

சுமதி ரூபன், கதை ஒன்றில் தம் தாய்மண்ணின் ஏக்கத்தை,

> "செம்மண் நல்லது
> மா, பலா, வாழை நல்லது
> வீட்டுநாயும், பூனையும், கோழியும், ஆடும்
> மாடும் நல்லது. மழையும் நல்லது.
> மல்லிகை மணத்துடன் வந்து போகும்
> மெல்லிய காற்றும் நல்லது
> பனை நல்லது
> மலை நல்லது

வற்றாது ஓடும் நதியும் நல்லது
எமது நாடு நல்லது
எமது மாங்கொட்டைத் தீவு மிக மிக நல்லது"

(யாதுமாகி நின்றாள், பக்.76–77)

என்று பதிவு செய்துள்ளார். இளமையில் ஆடித்திரிந்த ஈழமண் இன்று புதைகுழியாய் மண்மேடாய் மாறிய அவலத்தை,

"வெங்காயப் பாத்திகளென
புடைத்த சிறு மண்மேடுகளுள்
சொல்லப்படாத கதைகள் புதைந்துள்ளன
பதுங்கு குழிகளே புதை குழிகளானதை
அடுத்த நூற்றாண்டு வரை
எவரும் அகழ்வாராயப் போவதில்லை
நந்திக் கடலருகில்
செத்துக் கிடந்தவர்களின் பெயர் சொல்ல
எந்த மீன்களும்
கரையேறி வரமாட்டா"

(இரவுகளில் பொழியும் துயரப்பனி, பக்.53–54)

என்று கவிஞர் தமிழ் நதி பதிவு செய்துள்ளார்.

புலம் பெயர்ந்த நாடுகளில் எதிர்கொள்ளும் சிக்கல்கள்

போர்ச் சூழலில் ஈழத்தைவிட்டு வெளியேறிய தமிழ்மக்கள், தாங்கள் முன்னோர்கள் சுவாசித்து வாழ்ந்த தமிழ் மண்ணிற்கு வந்தாலும் சரி, உலகின் எந்தப் ப்குதிகளுக்குச் சென்றாலும் சரி, அவர்கள் 'ஈழத் தமிழர்கள்' என்று அறியப்பட்டபின், வந்தேறிகள், அகதிகள், தங்களுக்கென்று இடமில்லாதவர்கள் என்ற விதத்தில் அவர்கள் கீழ்மைப்படுத்தப்படுகின்றனர்.

புலம் பெயர்ந்தவர்கள் தாங்கள் குடி இருக்க 'வீடு தேடுவது' என்பதுதான் முதலில் அவர்கள் எதிர்கொள்ளும் சிக்கலாகும். "வீடு தேடும் படலம் தொடங்கியது. விருப்பமுடன் தொடங்கும் உரையாடலின் போக்கு தாங்கள் இலங்கை என்றதும் திசை திரும்பிவிடும். பின்பு எங்களைத் தட்டிக்கழிப்பதற்கானக் காரணங்கள் முன்வைக்கப்படும்" (ப.19) இப்படி, தமிழ்நாட்டிலேயே தமிழர்களுக்கு இருக்க இடம் கிடைக்காத அவலச்சூழல்.

பெர்லினில் புகலிடம் தேடி அடைக்கலம் புகுந்த பெண், "இது பேர்லின், மேற்கு பேர்லின், ஆயிரக்கணக்கான இலங்கைத் தமிழர்

அகதிகளாக வந்த தேசம். இரவு, பகல் என்று வேலை பார்க்காவிட்டால் குடும்பம் நன்றாக நடக்காது! கௌரவத்தைப் பார்த்தால் வாயும் வயிறுமென்ன செய்யும்? (ப.47) என்று கூறுகிறாள். அவள், அதிகாலை ஒரு மணிக்கு எழும்பி, வீடு வீடாய்ச் செய்தித்தாள் போடும் வேலை செய்கிறாள். வெளிநாடு வந்த தமிழர்களில் படித்த பட்டதாரிகள், சிந்தனையாளர்கள், அறிஞர்கள், கவிஞர்கள் என்று எத்தனையோ பேர் இருக்கிறார்கள். அவர்கள் படிப்புக்கும் திறமைக்கும் வேலை இப்படி, தங்களை நாடோடிகளாக்கிய, சிங்கள இனவாதத்தை எழுத்தாளர் ராஜேஸ்வரி பாலசுப்பிரமணியம் தம் கதையில் அடையாளம் காட்டியுள்ளார்.

'றோஸா லஷ்சம் பேர்க் வீதி' என்ற அவரது கதையில், கதை நாயகி சுமதிக்கு, பேர்லினில் அதிகாலை ஒரு மணிக்கு எழுந்து செய்தித்தாள் போடும் வேலை கிடைத்தது. அதைச் செய்து வருகிறாள். பெரிய கனமான செய்தித்தாள் குவியலை எடுத்து, எல்லாவற்றையும் ஒவ்வொரு வீட்டிலும் போட்டு முடிய, அதிகாலை நாலுமணி ஆகிவிடும். ஊரே உறங்கிக்கொண்டிருக்கும் அந்த நடுஇரவில் வேலை பார்ப்பது பெரும் கொடுமை என்றால், அதைவிடப் பெரும் கொடுமை எதிர்படும் ஜெர்மானியர்கள் அவர்களைப் பார்க்கும் பார்வை. "தங்கள் நாட்டுக்கு வந்த அகதிகள் தொற்று நோய்களையும், களவு, கொலைகளையும் பரப்ப வந்திருக்கிறார்கள்" என்றும் பிரச்சாரம் செய்கின்றனர். (ப.200) இவ்வாறு, குடியேறிய நாடுகளில், ஈழத்தமிழர்கள் பல்வேறு பிரச்சினைகளுக்கு ஆளாக வேண்டிய சூழல்." (பெண்ணியம் அகலமும் ஆழமும் பக்.736–737).

ஆ.முத்துலிங்கம் 'கடன்' என்ற கதையில், தன் தந்தையின் வயோதிக காலத்தில் அவரை முறையாகப் பராமரிக்காமல், மரணமடைய விட்டுவிடும் ஒரு மகனின் நிலையை எடுத்துக் காட்டியுள்ளார். புலம் பெயர்ந்த நாட்டில் அன்றாட வாழ்க்கைக்காக மகனும் மருமகளும் பணிக்குச் செல்வதால் பெரியவரைச் சரிவர கவனித்துக்கொள்ள இயலவில்லை. அவருக்கு அன்றாடம் உணவுப் பரிமாற நேரமில்லாத காரணத்தால் தனித்தனிப் பாத்திரத்தில் உணவினை வைத்து அப்பாத்திரத்தின் மேல்பகுதியில் கிழமைகளின் பெயர்களை எழுதிக் குளிர்சாதனப் பெட்டியில் வைத்து விடுகின்றனர். அப்பெரியவர் கிழமைகளின் அடிப்படையில் உணவுப் பாத்திரத்தைத் தானே தனக்குப் பரிமாறிக்கொண்டு உண்கிறார்.

அப்பெரியவரின் மகன், கிழமையின் பெயர் குறித்து வைக்கப்பட்ட உணவுப் பாத்திரங்கள் இரண்டு பயன்படுத்தப்படாததைக் கண்டு குழப்பமடைகிறார். தனிமையிலேயே வசித்த தன் தந்தையைப் பார்க்க அவரது நிலவறைக்குச் செல்கிறார். இரண்டு நாட்களாக உடல் விறைத்த நிலையில் உள்ள தன் தந்தையின் சடலத்தை மகன் காண்கிறார். இக்கதையில் பெற்றோரைக் கூடப் பேணிக்காக்க இயலாத அளவுக்குப் புலம்பெயர்ந்த மக்களிடம் நேரமின்மையையும் பணிச்சுமையையும் காணப்படுகிறது என்று அ.முத்துலிங்கம் சுட்டிக்காட்டியுள்ளார்.

பெண்ணிய வெளிப்பாடுகள்

புலம்பெயர்ந்தோர் இலக்கியங்களில் பெண்களின் படைப்புகள், தனித்து இனம் காணத்தக்கன. பாமினி, றஞ்சனி, நிருபா, றஞ்சி, மல்லிகா, மைத்தேயி, ஆழியாள், பிரதிபா போன்றோர் கவிதைகளில் பெண்ணியத்தின் வெளிப்பாடுகளைக் காண இயலும். கதை இலக்கியங்களில் குறிப்பாக சிறுகதைகளின் வாயிலாகப் பெண்ணியம் பேசுபவர்களில் இராஜேஸ்வரி பாலசுப்பிரமணியம், கோகிலா மகேந்திரன், பத்மா சோமகாந்தன், பாலேஸ்வரி, கவிதா, சந்திராதி வாகராசா, அன்னலட்சுமி, ராசதுரை, ரூபராணி ஜோசேப், ராணிசீதரன், சுமதிரூபன் போன்றோர் குறிப்பிடத்தக்கவர்கள்.

புலம்பெயர்ந்த நாடுகளில் மேற்கல்வி பயின்று தன்னை இனம் கண்டுகொள்ளகூடிய பக்குவத்தையும், 'தான்' யாருக்கும் ஆனவள் அல்ல; தனக்கானவள் என்ற சுயஇருப்பை உணர்ந்து கொள்ளக்கூடிய பக்குவத்தையும், தான் பெண் என்பதாலே ஆண்களால் பலவிதத் தொல்லைக்கு ஆளாகும் அவலத்தையும், அதிலிருந்து மீண்டு தாங்கள் தனித்துச் செயல்படவேண்டும் என்ற மீட்சியையும் அவர்கள் படைப்புக்களின் வழி அறிய இயலுகிறது.

> "எனது இயக்கம்
> எனது ஆற்றல்
> எனது சிந்தனை
> எனது திறமை
> அனைத்தும் எனக்கே"

என்று கூறும் பெண் ஒருத்தி, தன் இருப்பைக் கணவன், குழந்தை, குடும்பம் என்ற சூழலில் காவு கொடுக்காமல், தன்னை உணர்ந்து கொண்ட பக்குவப்பட்ட மனநிலையை அறிய இயலுகிறது.

ஆணாதிக்கச் சமூகத்தினரால் உருவாக்கப்பட்ட சமூகக் கட்டுக்களையும், பண்பாட்டுப் போர்வைக்குள் முடக்கப்பட்டதன் இருப்பையும் மட்டுமே தம்வாழ்க்கை என்று நினைத்து வாழ்ந்து வந்த பெண்கள் இன்று விழிப்படைந்து,

"நீங்கள் உருவாக்கிய
பெண்மை
எனது அடையாளமல்ல
நான்பெண்
பிறக்கும் போதே"

என்று உரத்த குரலில் தம்மை தனித்து அடையாளம் கண்டுரைக்கின்றாள்.

கவிஞர் பாமினி மேற்கூறிய கருத்தையே,

"சமையல் தொடங்கி படுக்கைவரை
இலவச சேவை வழங்கியது போதும்
சுமைகளும் துளித்துளியான துன்பத்தின்
வெளிப்பாடுகளும் மட்டும் உனதல்ல
சூழ உள்ள சகலவற்றிலும்
உனக்கும் சமப்பங்கு உண்டு
வெளியே வா"

என்று தம் பாணியில் வெளிப்படுத்தியுள்ளார்.

'இல்லத்தரசிகள்' என்று வார்த்தைகளால் மட்டும் புகழப்படும் பெண்களுக்கு,

"படுக்கை விரிப்பைச் சரிசெய்வதையும்
புதிய சமையலைக் கண்டுபிடிப்பதையும்விட
இந்த உலகம் விரிவதே இல்லை"

(விடுதலை வேண்டினும் ப.256)

என்று வருந்தும் கவிஞர் பெண்ணியா, பெண்ணடிமைச் சரித்திரம்,

"எல்லா வீட்டின்
சமையறைச் சுவர்களிலும்
படுக்கையறைச் சுவர்களிலும்" (மேலது;)

எழுதப்படும் அவலத்தைத் தோலுரித்துக் காட்டியுள்ளார்.

ராஜேஸ்வரி பாலசுப்பிரமணியம், 'முதலுறவுக்கு அடுத்தநாள்' என்ற சிறுகதையில், மஞ்சுளா என்ற பெண் 'உனது கல்யாணம் சந்தோஷம்தானே' என்று கேட்ட தோழியிடம் 'என்னில்

விருப்பமில்லாதவருக்குச் செய்து வைக்கப்பட்டேன். முதலிரவே அசிங்கமாக இருந்தது... என் கற்பனைகள், இளமைக் கனவுகள் சிதறின. கதவு பூட்டப்பட்டதும் ஏதோ கடமை செய்வது மாதிரி ஏறி விழுந்தார். நாங்கள் சமுதாயத்தில் கௌரவமாக வாழ்கிறோம் என்பதற்காக இந்த அன்பில்லாத உறவுகளைத் தொடரத்தான் வேணும்... எனக்கு அடிப்பதோ, பேசுவதோ கிடையாது. ஏதோ குழந்தைகள் வளர்கிறார்கள். நாங்களும் வாழ்கிறோம்' (பெண்ணியக் கதைகள் பக்.239–240) என்று பதில் அளிப்பது, எல்லா பெண்களிடமும் 'ஊருக்காக வாழும்' தத்துவமே மேலோங்கி நிற்கிறது என்ற புரிதலைத் தருகிறது. பொதுவாகப் 'பெண்கள் வாழ்வதில்லை; வாழ்வதாக நடித்துக் கொண்டிருக்கிறார்கள்' என்பதுதான் எதார்த்தம்.

சுமதி ரூபனின் 'பெண்கள்; நான்கணிக்கின்றேன்' என்ற சிறுகதையில் ஒரு பெண் தன் தோழியிடம், 'ஏன்? கல்யாணம் செய்யாமல் வாழ்கிறாய்?' எனக் கேட்கிறாள். அதற்கு அப்பெண் பதிலாக இவ்வாறு திரும்பக் கேட்கிறாள், 'நீ, ஏன் கல்யாணம் கட்டின்னை? பிள்ளைகளைப் பெத்தனை எண்டு நான் உன்னட்ட எப்பவாவது கேட்டேனா?' என்று வினவுகிறாள். இக்கேள்வி அப்பெண், சமூகத்தை நோக்கிக் கேட்கும் கேள்வியாக அமைந்துள்ளது. திருமணமான பெண்கள் திரும்பத் திரும்ப குடும்பம் குழந்தைகள் என்ற கட்டுகளுக்குள் வாழ்வதுதான் வாழ்க்கையா? என்ற வினாவை அவள் இதன் மூலம் முன்வைக்கிறாள்.

பாலியல் வன்முறைகள்

யுத்த பூமியில் பெண்கள் இராணுவ வல்லூறுகளால் பாலியல் பலாத்காரத்திற்கு உட்படுத்தப்படுகின்றனர். மண்ணம்பேரி போன்ற விடுதலைப் போராட்ட வீராங்கனைகள், வல்லூறுகளின் காமப்பசிக்கு இறையாகி மரித்ததை வரலாறு பேசும். தாய்பூமியில் மட்டுமல்ல புலம் பெயர்ந்த நாடுகளிலும் ஆணாதிக்க வல்லூறுகளின் காமப்பசிக்குப் பெண்கள் பலிகடா ஆகும் அவலம் நாளும் நடந்தேறுகின்றன. பெண்களைப் பாலியல் பசிக்குப் பரிமாறிக் கொள்ளும் ஒரு பொருளாய்ப் பார்க்கும் பார்வை, இன்று, நேற்று அல்ல, ஆதிகாலம் தொட்டு இருந்து வரும் நிலைப்பாடாகும். ஆணாதிக்கத்தின் உச்ச செயல்பாடாக இதை அடையாளம் காண இயலும்.

ஒரு பெண் தனக்கு நேர்ந்த பாலியல் கொடுமையை, "ஓர் இரவில்... தனிமையில்... இருளில் என் உடல் குதறப்பட்டு உடைகள் அழிக்கப்பட்டு... நான் மூழியாக்கப்பட்டேன். பிணந்திண்ணும் பிசாசாய் என் முன்னால் கறுப்பு முகமூடிகளுடன் பேய் நகங்களுடனும் நீண்ட பற்களுடனும் நிர்வாணக் காட்டுமிராண்டிக் கூட்டமாய் என்னை மாறி மாறிக் கடித்துக் குதறிய அந்தக் கூட்டம் இன்னும் அதே இரத்தம் தோய்ந்த பற்களுடனும் பல் இடைவெளிகளில் சதைத்துண்டுகளுடனும் காமவெறி பிடித்த பெண்களுடனும்... தலைக்கு மேல் கழுகுக் கூட்டம் இரைச்சலுடன் வட்டமிட்டுக் கொண்டிருந்தது. கற்கள் வீசப்பட்டுக் கொண்டே இருந்தன." (ப.43) என்று எடுத்துரைக்கின்றாள். ருசிகண்ட வெறியர்கள், இயலாத பெண்ணை உருக்குலைக்கச் சுற்றிக் கொண்டே இருக்கின்றதை, "என் போதாத காலத்தைச் சாட்டாக வைத்துக் கொண்டு மறுநாள் ஜாபீர், வேறொரு நாள் ஜோன், இன்னொரு நாள் முசாம்பில், மீண்டும் சுந்தரம்... ஓயாமல் ஊலையிட்டன ஓநாய்கள்" (ப.42) என்று அப்பெண் அலையும் வெறியர்களைச் சாடுகிறாள். ஆண் வேட்டை நாய்களின் விரட்டல்களில் களைத்து, என்ன செய்வது என்று புரியாமல் சோர்ந்து நிற்கும் மற்றொரு பெண்ணின் நிலையை 'நியாயம்' என்ற கதையில், "பகலும் இரவும் கலக்கும் அந்தியொன்றில், வயலில் இருந்து திரும்பிக் கொண்டிருந்தாள். வியர்வையும், இனவெறியும் இணைந்த வேரறுக்கும் கூரிய நகங்களும், விறைத்து எழுந்த நான்கு ஆண்குறிகள் இடைமறித்து அவள் அடிவயிற்றைத் துளையிட்டன. சங்கரியைச் சங்கரித்தன... காயங்களிலிருந்து வடிந்த குருதித் துளிகள் கூட, அவளின் தாயல்லா மண்ணில், கொடியவர்களைச் சபிக்க நாதியற்று இயலாமையோடு மெல்ல மெல்லக் கசிந்து அந்தச் செம்மண்ணில்" (ப.51) என்று பதிவு செய்துள்ளார். இவ்வாறு புலம் பெயர்ந்த பெண்கள், மற்ற பெண்கள் எதிர்கொள்ளும் சிக்கல்களோடு புதிய பல சிக்கல்களையும் எதிர்கொண்டு அதிலிருந்து மீண்டும், மீள முடியாமலும் தவிக்கின்றனர்.

சிங்கப்பூர் வாழும் புலம்பெயர் தமிழர்கள்

தமிழகத்திலிருந்து சிங்கப்பூருக்குப் புலம்பெயர்ந்தவர்களுக்குச் சிங்கப்பூர் தமிழ் இதழான 'தமிழ்முரசு' நன்கு வாய்ப்பளித்தது. நா.பழனிவேலு, சே.வெ.சண்முகம், வி.இலக்குவனம், ஆ.பழனியாண்டி,

வைரவன் சுதர்மன், பாத்தூறல் முத்துமாணிக்கம், தமிழ்ச்செல்வன், ஜே.எம்.சாலி, மா.அன்பழகன், எம்.கே.குமார், சுப்பிரமணியம் ரமேஷ், பாலு மணிமாறன், இராம.கண்ணபிரான், எம்.ஏ.பஷீர் அகமது, பரணன், பர்வதிபூபாலன், பிச்சினிக்காடு இளங்கோ, வெங்கட், ஜெயந்தி சங்கர், மாதங்கி, ஒ.கே.மகேஸ்வரி, சங்கரி, ராமானுஜம், இன்பா வாசுதேவன், மலர்விழி இளங்கோவன், ரம்யா ராமேஸ்வரன், கல்பனா கலியபெருமாள், பீரம்மாள் பீர்முகமது, எம்.இலியாஸ், பொன்.மகாலிங்கம், அன்புச்செல்வன் போன்ற எழுத்தாளர்கள் தொடர்ந்து எழுதிக்கொண்டிருக்கிறார்கள். இவ்வெழுத்தாளர்களில் பெரும்பாலோர் தமிழகத்திலிருந்து சிங்கப்பூருக்குப் புலம் பெயர்ந்துள்ளனர். ஒரு சிலர் மலேசியாவிலிருந்து சிங்கப்பூருக்குப் புலம் பெயர்ந்துள்ளனர். ஈழத்திலிருந்து சிங்கப்பூருக்குப் புலம்பெயர்ந்த எழுத்தாளர்களுள் லதா குறிப்பிடத்தக்கவர். சிங்கப்பூர்த் தமிழ் எழுத்தாளர்கள் தங்களுக்கென்ற ஒரு அமைப்பினைத் தொடங்கி தொடர்ந்து தமிழ் வளர்ச்சிக்குப் பாடுபட்டு வருகின்றனர். தமிழகத்திலிருந்து புலம்பெயர்ந்த ஜெயந்தி சங்கர் நாவல், சிறுகதை, கட்டுரை எழுதுவதில் வல்லவர். அவர் எழுதிய படைப்புகளைக் கடந்த பத்து ஆண்டுகளாகத் தமிழக மண்ணில் வெளியிட்டு வருகிறார்.

மலேசியாவில் வாழும் புலம்பெயர் தமிழர்கள்

தமிழகத்திலிருந்து மலேசியாவிற்குச் சுமார் ஆயிரம் ஆண்டுகளுக்கு முன்னரே தமிழர்கள் புலம் பெயர்ந்துள்ளனர். பிற்காலச் சோழ மன்னனான இராஜேந்திரச் சோழன் கடல்கடந்து கீழை நாடுகளுக்குச் சென்று தம் எல்லையைப் பரப்பினான். அப்பொழுது மலேசியா மண்ணின் ஒரு பகுதியை அவன் கைப்பற்றித் தம் மக்களைக் குடியேற்றி உள்ளான். அதன் பின்பு, சென்ற நூற்றாண்டின் பிற்பகுதி வரை தமிழர்கள் குறிப்பாக நாட்டுக்கோட்டைச் செட்டியார் இனத்தவர்கள் மலேசியாவின் ஒரு பகுதியான பினாங்கு, பர்மா போன்ற இடங்களுக்குச் சென்று குடியேறியுள்ளனர். மேலும் இரப்பர்த் தோட்டங்களை உருவாக்க தமிழர்களை ஆங்கிலேயர்கள் மலேசியாவிற்கு அழைத்துச் சென்றனர். அன்று முதல் இன்று வரை பெரும்பான்மையான தமிழர்களுக்குச் சிக்கலான பொருளாதாரநிலைதான். இதனை,

"சஞ்சிக்குப்போனாக்காக் காலாட்டிப் பிழைக்கலாமுன்னு வந்தேன்
முப்பது காசு கொடுத்து என்முதுகெலும்பை முறிக்கிறானே"
என்கிறது மலேசிய நாட்டார் பாடல்கள். மேலும்,

"நட்டமரமெல்லாம் நிமிர்ந்துவிட்டன
இவன்
நடும்போது குனிந்தவன் தான் இன்னும்
நிமிரவே இல்லை"

என்கிறது ஒரு புதுக்கவிதை.

மலேசியா நாட்டில் மொத்தமக்கள் தொகையில் 7.6 விழுக்காடு இந்திய மக்கள் வாழ்கின்றனர். அதாவது அந்நாட்டில் 17 லட்சம் இந்தியர்கள் வாழ்கின்றனர். அவர்களில் பெரும்பான்மையோர் தமிழர்கள். மலேசியா மண்ணில் பக்திக்குக் குறைவே இல்லை. அங்கு வாழும் தமிழர்கள் பத்துமலை முருகனையும், கல்மலை முருகனையும், தண்ணீர்மலை முருகனையும், வழிப்பட்டு வருகின்றனர். மேலும் தைப்பூச விழாவினையும் கந்தசஷ்டி விழாவினையும் மிகச் சிறப்பாகக் கொண்டாடி மகிழ்கின்றனர். மலேசியத் தமிழர்கள் பண்பாட்டைக் கட்டிக்காப்பதில் ஈழத்தமிழர்களுக்குச் சற்றும் குறைந்தவர்கள் அல்லர். மலேசியத் தமிழர்கள் தங்கள் நூல்களைப் பெரும்பாலும் பண்பாட்டுச் சிந்தனையுடனே படைத்துள்ளனர். தமிழர் திருமண முறைகள், நீத்தார் கடன் நெறிமுறைகள், உலகத்தமிழ்ப் பண்பாட்டு இயக்க வரலாறு, உலகத்தமிழர், அழகுக்காவடி, தீ மிதி: அருளா? அறிவியலா? தமிழர்கள் சிந்திக்கின்றார்களா? தமிழில் பெயரிடுவோம் போன்ற தமிழ்ப் பண்பாடு சார்ந்த நூல்கள் அங்கு அதிகம் எழுதப்படுகின்றன. நலிவுறும் நற்றமிழ், உலகம் கண்ட தமிழ், உலகத்தமிழர், செந்தமிழ் என்று தமிழ்மொழி பற்றிய நூல்களைக் காணும்போது அவர்களுக்குரிய மொழிப்பற்றினையும் அறிய இயலுகிறது. மலேசியாவில் க.கலியபெருமாள், இர.ந.வீரப்பன், ஐ.உலகநாதன், இரா.முருகனார், வே.கோவிந்தன், இலக்குமி மீனாட்சிசுந்தரம், முகமது இக்பால், பி.ராமசாமி, ப.சந்திரகாந்தன், அ.மணிசேகரன், ரெ.கார்திகேசு, டி.என்.மாரியப்பன், மு.தங்கராசன், கே.எம்.முருகேசன், ந.சந்திரன், மா.அன்பழகன், ஜூனியர் பொன்னி, ரெவரெண்ட் தேவதாஜன் போன்றோர்கள் குறிப்பிடத்தக்க எழுத்தாளர்கள் ஆவர். ஈழத்தமிழர்களைப் போன்று இவர்களும்

புத்திலக்கியம் படைப்பதில் மிகுந்த ஆர்வம் காட்டுகின்றனர். மலேசிய மண்ணில் புதுக்கவிதைகளும், நாவல்களும், சிறுகதைகளும் நாடகங்களும் நூற்றுக்கணக்கில் எழுதப்படுகின்றன. தமிழ்முரசு, தமிழ்மலர், தமிழ் ஓசை, தமிழ்நேசன், உதயன், அநங்கம், காதல், செம்பருத்தி போன்ற இதழ்கள் படைப்பாளிகளின் திறனுக்குக் களனமைத்துக் கொடுத்தன. 'அகம்' என்ற பெயரிலான இலக்கிய அமைப்பு மலேசிய மண்ணில் புத்திலக்கிய ஆக்கங்களுக்குப் பெரும் வித்திட்டது. ரேணுகா, தோழி, பூங்குழலிவீரன், பாலுமணிவண்ணன், மா.சண்முகசிவா போன்ற தமிழ் எழுத்தாளர்கள் இதனால் உருவாக முடிந்தது. இவர்களின் படைப்புக்கள் மிகச்சிறந்தனவாக இருந்தாலும், தமிழ் மண்ணில், ஈழத்தமிழர்களின் படைப்புக்கு இணையாகப் புகழ் பெறவில்லை.

புலம்பெயர்ந்த தமிழர்களின் வரலாற்றையும், படைப்புகளையும் ஒரு சிறு கட்டுரையில் அடக்கிவிட இயலாது. பெருங்கடலென அகலத்துடனும் ஆழத்துடனும் விரிந்துகிடக்கும் புலம்பெயர் தமிழர்களின் படைப்புகளைத் தமிழ் கூறும் நல்லுலகிற்கு எடுத்தியம்புவதே இக்கருத்தரங்கின் மையநோக்கமாகும். ஆனால் இப்பொருள் தொடர்பாக ஆய்வு மாணவர்கள் ஆய்வுக்கட்டுரைகளை வழங்க முன்வரவில்லை. பேராசிரிய பெருமக்களே ஆய்வுக் கட்டுரைகளை வழங்கியுள்ளனர். ஆய்வு மாணாக்கர் என்ற நிலையில் காந்தி கிராமப் பல்கலைக்கழகத்தைச் சேர்ந்த – ஆய்வு மாணாக்கர்களே தம் ஆய்வுக்கட்டுரைகளை வழங்கியுள்ளனர். புலம் பெயர் இலக்கியம் என்பது தமிழ் இலக்கிய வரலாற்றில் இன்றியமையாத ஒரு கூறாகும். அதனால் இக்கருத்தரங்கிற்குப் (நூலைப் படித்த) பிறகாவது தமிழ் ஆய்வாளர்கள் புலம்பெயர்ந்தோர் படைப்புகளில் ஆய்வுகளை மேற்கொண்டு பல புதிய முடிவுகளை ஆய்வுலகிற்கு நல்க வேண்டும் என்பதே எம் அவா. இந்நூலிற்கு கருத்துவளம் சேர்த்த பேராசிரிய பெருமக்களுக்கு எம் மனமார்ந்த நன்றி.

அன்புடன்

18.02.2016 **இரா.பிரேமா**

பதிப்புரை

'புலம் பெயர் இலக்கியம்' பற்றிய திறனாய்வுக் கட்டுரைகள் அடங்கிய நூல் இது. புலம் பெயர்தல் என்பது அன்றும் இன்றும் ஒரு தொடர் நிகழ்தல்தான் 'விரிந்து பரவிய புலம்பெயரினம்' என்பது பொருள் மிக்கது.

'யாதும் ஊரே யாவரும் கேளிர்' என்பது தமிழன் உலகுக்குக் கொடுத்த கொடையா? உலகம் தமிழனுக்குக் கொடுத்த குடையா?

"பதியெழுவறியா பழங்குடி கெழீஇய
பொதுவறு சிறப்பின் புகாரே"

என்று பெருமை பேசியது சிலப்பதிகாரம். ஊர்விட்டு ஊர் போய் உயிர் வாழ்வது - நாடு விட்டு நாடுபோய் நாயாய் பிழைப்பு நடத்துவது - உள் நாட்டுக்குள் அல்லது வெளிநாட்டுக்குள் பெயர்வது - அது புயல் பூகம்பம் கடற்கோள் என இயற்கைக் காரணங்களாகவும் பஞ்சம், படையெடுப்பு, போர், வணிகம், கல்வி, பணி எனச் செயற்கைக் காரணங்களாகவும் இருக்கலாம் - அது தற்காலிகமாகவோ நிரந்தரமாகவோ கூட இருக்கலாம் - அகதி, ஒண்டவந்தபிடாரி, வந்தேறி, பரதேசி என வசைச் சொற்கள் வந்து குவிந்த போது 'யாதானும் நாடாமால் ஊராமால்' என்று புலவர்கள் புலம்பி அழுதிருக்க வேண்டும். 'திரைகடல் ஓடியும் திரவியம் தேடு' என்று பொதுமக்கள் புண்ணுக்குப் புணுகு தடவியிருக்க வேண்டும்.

புலம் பெயர்தல் கொடுமையிலும் கொடுமைதான். எனது 30 ஆண்டு வாழ்க்கை கன்னட மண்ணில்தான். நான் ஏற்றுக்கொண்ட எள்ளல் - ஏசல், இகழ்ச்சி - இறக்கம், வலி - வாதை, தமிழாலும் வெளிப்படுத்த முடியுமா?.

தமிழர்கள் சங்க காலத்தில் வணிகத்திற்காகவும், மூவேந்தர் காலத்தில் படையெடுப்புக்காகவும், பிரிட்டிஷ் காலத்தில் போர் மற்றும் பஞ்சம் பிழைப்புக்காகவும், இருபதாம் நூற்றாண்டில் ஈழப் போருக்காகவும், ஐ.டி. பணிக்காகவும் பெரும்பாலும்

புலம் பெயர்ந்தனர். கிரேக்கம், எகிப்து, சீனம் என்றும் ஈழம், கடாரம், ஜாவா, சுமத்ரா என்றும் சிங்கப்பூர், மலேசியா பிஜி என்றும் ஆஸ்திரேலியா, ஜெர்மனி, பிரான்ஸ், சுவிட்சார்லாந்து, கனடா என்றும் அமெரிக்கா, லண்டன் என்றும் காலந்தோறும் புலம்பெயர் தேசங்கள் காரணங்களாலும் மாறிய வண்ணம் இருந்தன. இங்குள்ள தமிழர்கள் எப்படி இருந்தாலும் புலம்பெயர் தமிழர்கள் தங்கள் மொழி, இலக்கியம், கலை, பண்பாடு ஆகியவற்றைப் பாதுகாக்கவும் பலப்படுத்தவும் முயன்ற வண்ணம் இருந்தனர். அவர்களது 'சொல்லாத சேதிகள்' முதல் 'விடுதலை வேண்டினும்' வரை அழியாத இலக்கியங்களாய் அமரத்வம் பெறும்.

இந்நூல் ஈழம், மலேயா, சிங்கப்பூர் சார்ந்த புலம்பெயர் படைப்பாளிகளின் படைப்புகளைப் பற்றிய திறனாய்வாக அமைந்துள்ளது. இவர்களின் துன்பம், துயரம், தொல்லை, துடிப்பு அத்தனையும் வெளிப்பட்டு வெறும் புலம்பல் இலக்கியம் என்று மட்டும் ஆகிவிடாமல் நம்பிக்கை, நல்வழி, புத்துணர்ச்சி, புதுவளர்ச்சி என்பவற்றைக் காட்டும் புடமிட்ட இலக்கியமாகவும் விளங்குகிறது.

பேரா.பிரேமா அவர்கள் பெண்ணுலகம் மற்றும் உலகப் பெண்ணியம் பற்றி நன்கு ஆய்ந்து அறிந்தவர். இவரது 'விடுதலை வேண்டினும்' என்பது இதற்கான ஒரு முயற்சிதான். இந்நூல் இதன் அடுத்த முயற்சி. பக்தவத்சலம் நினைவுக் கல்லூரி முதல்வராக இருப்பதுடன் பெண்ணிய ஆய்விலும் முதல்வராக இருப்பது பாராட்டுக்குரியது. 'எத்திசை செல்லினும் அத்திசைச் சோறே' என்பது அவ்வைக்கு ஆறுதலாக இருக்கலாம். 'சென்றிடுவீர் எட்டுத்திக்கும்' எனும் பாரதியின் ஆசையும் 'கலைச் செல்வங்கள் காணும்' ஆர்வமும் 'ஆழ்ந்திருக்கும் படைப்புளம் காணும்' ஆனந்தமும் இவருக்குக் கொஞ்சம் நஞ்சமல்ல, கொண்டாடுவோம்.

அன்புடன்
காவ்யா சண்முகசுந்தரம்

புலம்பெயர் தமிழர்களின் தமிழ்க் கொடை

உள்ளடக்கம்

		பக்கம்
1.	செ.கணேசலிங்கன் சிறுகதைகள் கெ.பக்தவச்சலம்	1
2.	புலம்பெயர்ந்தோர் கவிதைகள் முனைவர் ப.தாமரைக்கண்ணன்	8
3.	எம்.ஏ.நுஃமான் பார்வையில் வேற்றுமைக் கோட்பாடுகள் - முனைவர் க.சேக்மீரான்	15
4.	புலம் பெயர்ந்தோரின் (மகளிர்) தமிழ்ப்பணி வீ.நிர்மலாராணி	26
5.	பன்முக நோக்கில் கவிஞர் காசி ஆனந்தன் கவிதைகள் க.முருகேசன்	32
6.	சந்திரா இரவீந்திரன் - 'நிலவுக்குத் தெரியும்' சிறுகதைகளில் - ஈழத்தமிழர்களின் இனஉணர்வும் மனப்போராட்டமும் - த.சிவசுந்தரேஸ்வரி	39
7.	வைகறையை நோக்கிய ஒரு விடியல் பயணம் முனைவர் இரா.சுதேசி	45
8.	தமிழ்நதியின் கவிதைகள் காட்டும் ஈழமக்களின் துயரம் - ச.வசந்தி	51
9.	அனாரின் எனக்கு கவிதை முகம் முனைவர் நி.நதியா	56
10.	'நோய்வப் பூக்கள்' நாவலில் பேச்சு வழக்குச் சொற்கள் ச.முத்துமாரி	62
11.	'ஒரு பெண்ணின் கதையில்' சமுதாயப் பார்வை இர.சர்மதா	67
12.	சுமதி ரூபன் சிறுகதைகளில் பெண்களின் சிக்கல்கள் - முனைவர் சு.சசிகலா	72

13. ஈழத்தமிழர்களின் இழிநிலை: ஈழவாணி கவிதைகளை முன்வைத்து - முனைவர் மூ.சத்தியா — 79

14. இன வேதனையும் ஈழத்துக் கவிதைகளும் (ஸ்ர்மிளா செய்யித் - சிறகு முளைத்த பெண், ஓவ்வா கவிதைத் தொகுதிகள் ஊடாக) முனைவர் ஜா.கிரிஜா — 85

15. ஈழவாணியின் ஈழத்து நாட்டார் பாடல்களில் தாலாட்டும் ஒப்பாரியும் - முனைவர் ஆ.பாக்கியலட்சுமி — 92

16. கவிஞர் மாதுமையின் உள இயங்கியல் முனைவர் சு.அம்பிகாவதி — 101

17. ஊர்வசி கவிதைகளின் வெளிப்பாட்டுத்திறன் த.சத்தியபிரியா — 110

18. விடுதலைப் போராட்டமும் ஈழச் சிறுகதைகளும் (கணிகாசலம்) - அர.ராஜா — 114

19. கவிஞர் மு.தங்கராசன் கவிதை உத்திகள் முனைவர் பெ.ஜெகதாம்பாள் — 120

20. பொ.கருணாகரமூர்த்தி படைப்புகளில் ஈழத்தமிழர் முனைவர் தே.ரேவதி — 129

21. ஈழத்துத் தமிழ்க்கவிதை: யாப்பும் போரும் முனைவர் கோ.வெற்றிச்செல்வி — 134

22. புலம்பெயர்ந்த தமிழ் இயக்குநர் பாலுமகேந்திரா ஸ்ரீ சசிகலா — 139

23. இங்கிலாந்தில் புலம்பெயர்வுத் தமிழர்களின் தமிழ்ப்பணி - சு.சத்யா — 145

24. அயல்நாடுகளில் தமிழர் புலம்பெயர்வு - சீனா அ.கலையரசி — 151

25. சிங்கை கவிஞர் மு.தங்கராசனின் வாழ்வும் படைப்பும் - முனைவர் வ.ஸ்ரீதர் — 157

26. ஃபஹரிமா ஜஹான் கவிதைகளில் மனித உறவுகள் முனைவர் தே.மேகலா — 164

கெ.பக்தவத்சலம்
செயலாளர், ஒய்.எம்.சி.ஏ.பட்டிமன்றம்,
சென்னை

1. செ.கணேசலிங்கன் சிறுகதைகள்

அறிமுகம்

புதினம், சிறுகதை, கட்டுரை முதலான துறைகளில் முத்திரை பதித்துள்ள எழுத்தாளர் செ.கணேசலிங்கன், யாழ்ப்பாணம் உரும்பிராய் கிராமத்தில் 9-3-1928இல் பிறந்தார். வேளாண்மைக் குடும்பத்தில் தோன்றிய திரு.க.செல்லையா, திருமதி இராசம்மா இணையரின் இரண்டாவது மகனாகப் பிறந்த இவர், யாழ் பரமேசுவரக் கல்லூரியில் (பின்னர் யாழ்ப்பாணம் பல்கலைக்கழகம் ஆகியது) பயின்று, இலண்டன் இண்டர் சயன்ஸ் இடைநிலைப் பட்டப் படிப்பில் தேர்ச்சி பெற்றார்.

கல்லூரிப் பருவத்திலேயே சுதந்திரன், ஈழகேசரி, வீரகேசரி, தினகரன் முதலிய இதழ்களில் கட்டுரைகள், சிறுகதைகள் எழுதத் தொடங்கினார். இலங்கை வானொலி நிகழ்ச்சிகளிலும் பங்கு பெற்றார்.

எச்.எஸ்.சி. தேர்வில் வெற்றி பெற்றதும், அரசு பணியில் சேர்ந்தார். 1950 முதல் 1981 வரை, இலங்கைத் தலைநகர் கொழும்பிலும், திருகோணமலை நகரிலும் பணியாற்றியவாறே இலக்கியப் பணிகளைத் தொடர்ந்து மேற்கொண்டார். பணியிலிருந்தபடி தொழில்நுட்பக் கல்லூரியில் கணக்கியலும் கற்றார்.

இளமையில் காந்தியடிகளிடம் ஈடுபாடு கொண்டிருந்த இவர், 'மகாத்மா காங்கிரஸ்' எனும் சங்கத்தை, 1948இல் நிறுவி, அதன் செயலாளராகவும் தொண்டாற்றினார். அச்சங்கத்தின் வாயிலாகத் தீண்டாமை ஒழிப்புக்காகவும், கோயில்களில் உயிர்ப்பலியைத் தடுப்பதற்காகவும் அகிம்சை நெறியில் பற்பல போராட்ட முயற்சிகளை மேற்கொண்டு வெற்றி பெற்றார்.

தந்தை பெரியார், அறிஞர் அண்ணா ஆகியோரின் எழுத்துகளால் கவரப்பெவற்ற கணேசலிங்கன், அதன்மூலம் பகுத்தறிவுக் கொள்கைகளிலும் ஆர்வம் கொண்டார். (செ.கணேசலிங்கன்,

திரும்பிப் பார்க்கிறேன் - தன்வரலாறு (1988), குமரன் பதிப்பகம், சென்னை).

பணியாற்றும் காலத்தில், பொதுவுடைக் கட்சியினரின் நட்பால், மார்க்சியப் பொருள் முதல்வாதச் சிந்தனையால் பெரிதும் ஈர்க்கப்பட்டார். அதனால் இவர் தம் படைப்புகளில் பொதுவுடைமைக் கோட்பாடுகளும் சித்தாந்தங்களும் ஆளுமை செலுத்தத் தொடங்கின.

அறிஞர் அண்ணா மட்டுமன்றி, பேராசிரியர் மு.வ., மராட்டிய எழுத்தாளர் வி.ச.காண்டேகர், தி.ஜானகிராமன் முதலியோரின் எழுத்துகளாலும் செ.கணேசலிங்கன் பெரிதும் கவரப்பட்டிருந்தார். மேலைநாட்டு எழுத்தாளருள் சிமோன் டி பவாயர் (Simon de Beauvoir), அலெக்சாந்தர் கொலந்தை (Alexander Kollantai) போன்றோரின் எழுத்துகளை இவர் விரும்பிப் படித்தார். பெண்ணியம் சார்ந்த தம் படைப்புகளுக்கு அவையே உந்து சக்தியாய் அமைந்தன என்று ஒரு நேர்காணலில், செ.கணேசலிங்கன் குறிப்பிடுவது கருதத்தக்கது.

1956 முதல் 2015 வரை கடந்த ஐம்பதாண்டுகளில், செ.கணேசலிங்கன், ஆறு சிறுகதைத் தொகுதிகள். 18 கட்டுரை நூல்கள் (இவற்றில் திருக்குறள் பற்றிய ஒப்பாய்வு நூல்கள் ஏழும் அடங்கும்), ஒன்பது சிறுவர் நூல்கள், இவை யாவற்றுக்கும் மேலாக 61 புதினங்களை எழுதிக் குவித்துள்ளார். இந்த நூல்கள் யாவும், அவர்தம் சொந்தப் பதிப்பகமான 'குமரன் பப்பிளிஷர்ஸ்' வாயிலாகச் சென்னையிலிருந்து வெளியிடப் பெறுவது மாபெரு சாதனையாகும். (செ.கணேசலிங்கன் படைப்பும் படைப்பாளியும், 85ஆம் அகவை நிறைவு மலரில், இலங்கைப் பேராதனைப் பல்கலைக்கழகத்தில் செ.க.வின் படைப்புகளை ஆய்வு செய்த மாணவிகள் லறீனா ஏ.ஹக், விஜிதா சிவபாலன் கட்டுரையிலிருந்து..., குமரன் புத்தக இல்லம், கொழும்பு, சென்னை, 2013)

நல்லவன்

1956ஆம் ஆண்டு அக்டோபர் மாதத்தில், இலங்கை எழுத்தாளர் செ.கணேசலிங்கன் அவர்களின் முதல் சிறுகதைத் தொகுதி 'நல்லவன்' என்ற தலைப்புடன் சென்னைப் பாரி நிலையத்தினரால் பதிப்பிக்கப் பெற்றது.

இந்த நூலின் முன்னுரையாகச் செ.க. எழுதியுள்ள 'சில வார்த்தைகளின்' முதல் பத்தி இவ்வாறு தொடங்குகிறது.

"சிறுகதைக்கு வரைவு இலக்கணம் வகுத்துக் கொண்டு எழுதப்பட்டவையல்ல இக்கதைகள். ஆங்காங்கே கண்ட விசித்திரக் காட்சிகள், மக்களின் விபரீதச் செயல்கள் சில உள்ளத்தில் கருவுற்று உருப்பெற்றுத் தாமே வளர்ந்தன. பூரணத்துவம் பெற்றதும் உள்ளத்தை உறுத்தின-பிரசவ வேதனையோடு எழுத்தில் வடித்தேன். இவை ஒரு கண நேரமாயினும் உங்கள் உள்ளத்தில் ஒருவிதப் புத்துணர்ச்சியை அல்லது அதிர்ச்சியை ஏற்படுத்தல் வேண்டும். தவறின் அது என் தோல்வியே!"

'நல்லவன்' உள்ளிட்ட 12 சிறுகதைகள் இத்தொகுதியில் இடம்பெற்றுள்ளன. ஆறேழு பக்கங்களிலிருந்து 12 பக்கங்கள் வரை நீளும் சிறுகதைகள், சராசரியாக ஒன்பது பக்கங்களில் சிறுகதைகள் ஒவ்வொன்றும் கச்சிதமாக அமைந்துள்ளன. உலகத்துச் சிறந்த சிறுகதை ஆசிரியர்களுள் பிரெஞ்சு எழுத்தாளர் மாபசான் கதைகளோடு, செ.கணேசலிங்கன் சிறுகதைகளை ஒருவகையில் ஒப்பிடலாம். மாபசான் சிறுகதைகளில், ஊகிக்க முடியாத எதிர்பாராத முடிவுகள் இன்ப அதிர்ச்சியைத் தரும். அந்த வகையில் ஆவலைத் தூண்டும் சிறுகதைகளை எழுதுவதில் செ.கணேசலிங்கன் அவர்களும் பெரும்வெற்றி பெற்றுள்ளார் என்று கூறலாம்.

' "மாகிரெட்டின் கிறிஸ்மஸ்" தவிர, இக்கதைகள் யாவும் இலங்கை மக்களின் வாழ்க்கையைப் பின்னணியாகக் கொண்டு எழுதப்பட்டவையே. தமிழ்நாட்டில் உள்ளவர்கட்கு இக்கதைகளில் வரும் சில சொற்கள், உரையாடல்கள் புதுமையாகத் தோன்றலாம். அவை யான் பிறந்த நாட்டிற்குரியவை' என்று இந்நூலைப் பற்றி மேலும் விளக்கம் கூறுவார் கணேசலிங்கன்.

செ.கணேசலிங்கத்தின் படைப்பாற்றலை நன்குணர்ந்த டாக்டர் மு.வரதராசனார் மூன்று பக்க அளவில் இந்நூலுக்குக் கருத்துரை வரைந்துள்ளார். மு.வ.வின் பாராட்டுரை இளம் எழுத்தாளர் செ.கணேசலிங்கன் அவர்களைத் தமிழுலகுக்கு அறிமுகப்படுத்தும் வகையில் அமைந்தது.

"இன்று காலை (1-10-1956) திரு. கணேசலிங்கன் எழுதிய இந்தச் சிறுகதைத் தொகுப்பை மூன்றுமணி நேரத்தில் படித்து முடித்தேன். படித்து முடித்ததும் இந்த நூலின்பால் காதல் கொண்டேன். ஒருவகையில் இவருடைய கதையில் (மரக்கட்டை) சிங்களப் பெண்ணைக் காதலிக்கும் தமிழன் போலவே யான் ஆனேன். அந்தப் பெண்ணின்

நடையுடை பழக்கவழக்கங்களைக் கடந்து தமிழன் காதல் வளர்ந்தது போவே, என் உள்ளமும் இந்த நூலாசிரியரின் யாழ்ப்பாணப் பேச்சுத்தமிழ் நடையைக் கடந்து கதைகளில் ஈடுபட்டது."

50 யார் (yard – பக்கம் 1), இருப்பாய்தானே (ப.2), கொப்பு (ப.9), நயிந்தை (ப.12), ஓம் (ஆம்–ப.12), மேனை (ப.29), யன்னல் (ப.73–சன்னல்), ரேசன் (ஸ்டேஷன் – ப.74), கோப்பி (ப.74) முதலான சொற்கள் கதைகளின் கவர்ச்சிக்கு ஒரு சிறிதும் இடையூறு ஆகவில்லை. அவ்வளவு சிறப்பாகக் கதைகள் அமந்துள்ளன.

தம் சுற்றுப்புறத்தில் கண்டு உருகியும், கொதித்தும் உணர்ந்தவற்றை உலகிற்கு உணர்த்த வேண்டும் என்ற தூண்டுதல் மிக்க உள்ளத்திலிருந்து எழுந்த கதைகள் ஆகையால், கலைத்திறன் இயல்பாக அமைந்துள்ளது.

"இந்நூலாசிரியர் திரு.கணேசலிங்கன் யான் பல ஆண்டுகளாக நன்றாக அறிந்த நண்பர். ஆயினும் இந்தக் கதைகளின் வாயிலாக அவரை மிக நன்றாக அறிந்தேன்." என்று திரு. செ.கணேசலிங்கன் சிறுகதைகளுக்கு மு.வ. அவர்கள் நற்சான்றிதழ் வழங்குவது குறிப்பிடத்தக்கதாகும்.

செ.கணேசலிங்கனின் யாழ்ப்பணத் தமிழ்நடையினை இந்நூலின் முதல் கதையாக விளங்கும் 'நல்லவன்' என்ற முதல் தரமான கதையிலேயே படித்து மகிழலாம்.

"கொம்பனித்தெருச் சந்தி வட்டத்திலிருந்து கோல்பேஸ் வழியே திரும்பும் நடைபாதையில் இடதுபுறமாக 50 யார் நடவுங்கள். அதிலே ஒரு நிழல்மரம்; மரத்திலே வண்டிகளின் இரைச்சலுக்கு அஞ்சாத பறவைகள்; நிலமெங்கும் அவைகளின் எச்சங்கள்; அவற்றின் நடுவே மரத்தடியில்தான் முனிசாமி இருப்பான்."

"அவனருகே பழைய கறள் பிடித்த ஒரு இரும்புப் பெட்டி; அதற்குள்ளேதான் பத்துரூபாவும் பெறாத அவன் சொத்துகள் அனைத்தும் இருக்கும். மற்றோர்புறத்தில் ஒரு கிழிந்த சாக்கு; அதற்குள்ளே மிருகத்தோல் துண்டுகள், பழைய செருப்புகள், சப்பாத்துகள் மட்டும் காணலாம். அவன் தொழிலிற்குரிய முதலீடு அவ்வளவுதான். அதிகாலை ஏழுமணி தொடக்கம் மாலை ஏழு மணி வரையும் முனிசாமியை அவ்விடத்தில் காணலாம். வெயிலோ, மழையோ அவனை அசைத்துவிட மாட்டா."

"ஒல்லியான நடுத்தர உயரம்; பொது நிறம்; ஒடுக்கமான முகம். எண்ணெய் காணாது செம்படை நிறத்துடன் வாராத தலைமயிர்; வெற்றிலைக் காவி படிந்த பல்வரிசை; அழுக்கடைந்த பெனியன்; பார்த்ததும் சிங்களவன் என மதிக்கத் தக்கதாக அரையிலே ஒரு சாரம்; ஒரே உடையோடு மூன்று மாதங்களுக்காவது அவனைக் காணலாம். அவன் முகத்தில் மட்டும் எவ்விதமான வேதனைக் குறியையும் எப்போதும் காண முடியாது. சரளமாக எவரோடும் பேசுவான். அப்படித்தான் முதல் நாளே என்னோடு பேச ஆரம்பித்தான்."

செ.கணேசலிங்கத்தின் ஆற்றொழுக்கான யாழ்ப்பாணத் தமிழ்நடை, கொழும்புத் தலைநகரில் ஒரு மரத்தடியில் நடைபாதைக் கடை வைத்திருக்கும் செருப்புத் தைக்கும் தொழிலாளியை நம் கண்முன் கொண்டு வந்து நிறுத்திச் சொற்சித்திரமாகத் தீட்டிக் காட்டுகிறது. கணேசலிங்கத்தின் கதைகளில் போலியான வலிந்த கற்பனைகள் இல்லை; நாம் அன்றாடம் காணும் ஏழை, எளிய மக்களின் வாழ்க்கையில் நடைபெறும் நிகழ்ச்சிகளே நம் சிந்தனையைத் தூண்டும் வகையில் எடுத்துக் காட்டப் பெற்றுள்ளன. வழக்கமான பத்திரிகைச் சிறுகதைகளைப் படித்துப் பழகிப் போன, தமிழ் வாசகர்களுக்குச் செ.கணேசலிங்கனின் சிறுகதைகள் 'அனுபவப் புதுமையாக' விளங்குவதை இன்றும் படித்து மகிழலாம்.

ஒரே இனம்

செ.கணேசலிங்கத்தின் இரண்டாவது சிறுகதைத் தொகுதியாகிய **'ஒரே இனம்'**, மார்ச்சு 1960இல் வெளிவந்தது. திறனாய்வாளர் சிதம்பர ரகுநாதன், இந்த நூலுக்கு ஏழு பக்கம் நீண்டதொரு முன்னுரை எழுதியுள்ளார். 'பிரசவம்' முதல் 'ஒரே இனம்' வரை பதினோரு சிறுகதைகள் இத்தொகுதியில் இடம்பெற்றுள்ளன.

"நண்பர் கணேசலிங்கன் இலங்கைத் தமிழர். இலங்கை நமது அண்டைநாடு. நம்மோடு பல்லாண்டுக் காலமாகக் கலாச்சாரத் தொடர்பும் மொழி வழி சம்பந்தமும் கொண்ட நாடு. தமிழ் வசன இலக்கியத்யதின் பிதாமகர்களில் ஒருவரான ஆறுமுக நாவலர் போன்ற பெருமக்களைத் தந்த நாடு. இலங்கை மக்களுக்கும் நமக்கும் பல்லாண்டுக் காலமாக இருந்து வரும் உறவை நூற்றாண்டுக் காலத்தில் இலங்கையின் செல்வ வளத்துக்கே

காரணமாக விளங்கும் தேயிலை, ரப்பர் தோட்டங்களை உருவாக்கிய லட்சக்கணக்கான தமிழ் மக்கள் மேலும் வளப்படுத்தியிருக்கிறார்கள்."

"இவ்வாறு நம் இரு நாடுகளுக்கும் இருந்து வரும் உறவினால், இருநாட்டுத் தமிழ் இலக்கியங்களும் உறவும் ஒற்றுமையும் கொண்டு பலவழிகளில் உருவாகி வந்துள்ளதை நாம் காண முடியும். மேலும் தமிழ்நாட்டில் எழுந்த இலக்கிய நோக்கங்கள், மரபுகள் முதலியன இலங்கைத் தமிழ் இலக்கிய உலகில் பிரதிபலித்து வந்திருப்பதையும் காண முடியும். ஒரே சூழ்நிலையுள்ள நாடுகளில் இத்தகைய உறவுகள் தோன்றுவது சகஜந்தான்."

"இலங்கையில் எழுந்த புதுமை இலக்கிய இயக்கமும் இத்தகையது என்று சொல்லலாம். அந்த இயக்கத்திலிருந்து தோன்றிய சில நல்ல எழுத்தாளர்கள் உண்டு. விரல்விட்டு எண்ணிவிடக்கூடிய அந்த எழுத்தாளர்களில் ஒருவர் திரு.செ.கணேசலிங்கன்" என்று திரு.சிதம்பர ரகுநாதன் அவர்கள் 'ஒரே இனம்' சிறுகதைத் தொகுதியில் செ.க.வை மதிப்பீடு செய்துள்ளார்.

'ஒரே இனம்' என்ற சிறுகதைத் தொகுதியின் தலைப்புக்குத் திறனாய்வாளர் ரகுநாதன் முன்னுரையில் மேலும் விளக்கம் தருவது மனங்கொள்ளத் தக்கது.

"கணேசலிங்கன் நமக்கு இனம் காட்ட முனைந்திருக்கும் கதாநாயக நாயகியர் யார்? ஆபத்துச் சமயத்தில் தனிப்பட்ட குரோத விரோதங்களையெல்லாம் மறந்து உதவிக்கு வரும் உத்தமர்கள், உழைப்பவர்கள் எல்லோரும் 'ஒரே இனம்தான்' என்பதை உணர்ந்து செயல்படும் கொழும்புத் தொழிலாளர்கள். இறந்த பின்னரும் கூடத் தன்னுடைய மானம் காப்பாற்றப்பட வேண்டும் என்று எண்ணிச் சாகும் அபலைப் பெண், மூட்டை தூக்கிப் பிழைப்பவர்களுக்கும் மானமும் ரோஷமும் உண்டு என்று காட்டும் புறக்கோட்டைப் பஸ் நிலையத்துப் பொடியன்கள், தேயிலைக் கஷாயத்தின் செந்நிறத்திலே தமது இரத்தத்தை இனம் கண்டு கொள்ளும் தங்கப்பன் முதலியவர்களையெல்லாம் நீங்கள் சந்திக்கும்போது மனிதாபிமான உணர்ச்சியைத்தான் காண்பீர்கள். அப்படிக் காணும்போது, இந்த மக்களெல்லாம் எந்த ஒரு பாசத்தாலும் பண்பாலும் "ஒரே இன"மாகத் திகழ்கிறார்கள் என்பதையும் நீங்கள் இனம் கண்டு கொள்ள முடியும்."

'ஒரே இனம்' சிறுகதைத் தொகுதியில் இடம் பெற்றுள்ள 'சாயம்' என்ற சிறுகதை, ரஷ்ய மொழியில் மொழிபெயர்க்கப்பட்டுள்ளது.

மாஸ்கோ அயல் மொழிப் பதிப்பகம் வெளியிட்டுள்ள இலங்கைச் சிறுகதைகள் – ரஷ்ய மொழி பெயர்ப்பு நூலுக்குச் செ.கணேசலிங்கத்தின் 'சாயம்' என்ற கதைத் தலைப்பே மகுடமாகச் சூட்டப்பெற்றுள்ளது குறிப்பிடத்தக்கதாகும்.

சிறந்த சிறுகதை ஆசிரியர்

நல்லவன் (1956), ஒரே இனம் (1960), சங்கமம் (1961), கொடுமைகள் தாமே அழிவதில்லை (1978), செ.க.சிறுகதைகள் (1996), ஊமைகள் (2005), காதல் உறவல்ல பகமை உறவு (2006) ஆகிய சிறுகதைத் தொகுதிகள் ஆறனைத் தமிழுக்குக் கொடையாக வழங்கியுள்ள, புலம்பெயர்ந்த தமிழ் எழுத்தாளர் செ.கணேசலிங்கன், 1965ஆம் ஆண்டு முதல் கடந்த ஐம்பதாண்டுகளில் தரம்வாய்ந்த 61 தமிழ்ப் புதினங்களை எழுதிச் சாதனை படைத்துச் சிறந்த தமிழ்ப் புதின ஆசிரியராகப் புகழ் பெற்றுள்ளார்.

இந்திய அரசின் சாகித்திய அக்காதெமி, 1972இல் வெளியிட்ட மு.வரதராசன் அவர்களின் 'தமிழ் இலக்கிய வரலாறு' வெளிநாடுகள் தந்த இலக்கியம் என்னும் தலைப்பில், செ.கணேசலிங்கனின் உரைநடை இலக்கியங்களைச் சிறப்பாகப் பதிவு செய்துள்ளது.

"கவர்ச்சியும் புதுமையும் விறுவிறுப்பும் உள்ள பல சிறுகதைகளை எழுதி அவற்றைப் பல தொகுப்பாக்கித் தந்தவர் செ.கணேசலிங்கன். அவர் எழுதியுள்ள நாவல்கள், புரட்சியான கருத்துகள் கொண்டவை; பொதுவுடமைச் சமுதாயத்தைப் போற்றி, இக்காலத்து முதலாளி தொழிலாளிப் போராட்டத்தை எடுத்துரைத்து, இன்றைய வாழ்வில் உள்ள இழிநிலைகளை அம்பலப்படுத்துகின்றவை. அவருடைய எழுத்துகளில் இந்த அரசியல் நோக்கு மிகுதியாக இருக்கக் காணலாம்." (தமிழ் இலக்கிய வரலாறு, மு.வ. ப.256)

திரு.செ.கணேசலிங்கத்தின் சிறுகதைகளை, நாமக்கல் சுகுமாரன் என்பவர், தஞ்சைத் தமிழ்ப் பல்கலைக்கழகத்தில் ஆய்வு செய்து முனைவர் பட்டம் பெற்றுள்ளார். செ.க.வின் புதினங்கள் பலவற்றை ஆய்வு செய்து, தமிழக, இலங்கைப் பல்கலைக் கழகங்களில் 18 பேர் ஆய்வியல் நிறைஞர் (எம்.ஃபில்) பட்டம் பெற்றுள்ளனர் என்பது இவரின் படைப்பாற்றலுக்குச் சான்று பகர்வதாகும்!

முனைவர் **ப.தாமரைக்கண்ணன்**
தமிழ் இணைப் பேராசிரியர்
மாநிலக் கல்லூரி
சென்னை-600005.

2. புலம்பெயர்ந்தோர் கவிதைகள்

உலகினில் உள்ள நாடுகள் பலவற்றிலும் தமிழர் பரவி இருக்கின்றனர். இந்தியத் திருநாட்டின் தென்பகுதியில் மட்டுமன்றி மும்பை, தில்லி, கொல்கத்தா முதலிய இந்தியப் பெருநகங்களிலும் அந்தமான், ஆசுதிரேலியா, இந்தோனேசியா, இலங்கை, கரீபிய நாடு, சிங்கப்பூர், மலேசியா, சீசெல்சு, தாய்லாந்து, தென்னாப்பிரிக்கா, பீஜி, மியான்மார், மொரீசியசு, அமெரிக்க ஐக்கிய நாடுகள், இத்தாலி, ஈராக், எமிரேட்சு, ஓமன், கயானா, குவைத்து முதலிய வெளிநாடுகளிலும் கடல்கடந்தும் வாழ்ந்து வருகின்றனர்.

பல்வேறு காரணங்களுக்காகத் தம்முடைய சொந்த இடத்தைவிட்டுப் பிற இடங்களுக்குப் புலம்பெயர்வது என்பது உயிரியற்கை. பறவைகள், விலங்குகள், மனிதர்கள் என அனைத்து உயிரினமும் இதற்கு விதிவிலக்கல்ல. கல்வி கற்பதற்காகவும், அரசியல் காரணமாகத் தூதுவர்களாகவும், பிறநாட்டுடன் முரண்கொண்டு போரிடுதல் போன்ற காரணங்களுக்காகவும், பொருள் ஈட்டுவதற்காகவும் – குறிப்பாக வாணிகக் காரணங்களுக்காகவும் பண்டைக் காலம் முதல் அண்மைக்காலம் வரையும் மனிதர்கள் புலம் பெயர்கின்றனர் என்பது கண்கூடு. ஆனால் அரசியல் ஆதிக்கம் காரணமாக வன்கொடுமைகளுக்கு ஆளாக்கப்பட்டு, ஒரு கூட்டம் இன்னொரு மனித இனத்தாரைத் துரத்துவதும் அதன்காரணமாகக் கட்டாயமாகத் தம் சொந்த வீடிழந்தும் நாடிழந்தும் மக்கள் அலைந்து உழல்வதும் நடந்து கொண்டுதான் இருக்கிறது. இலங்கைத் தமிழரின் இன்னல்களே இதற்குச் சான்று.

செருமனி, கனடா, பிரான்சு, இங்கிலாந்து, சுவிஸ், நார்வே, டென்மார்க்கு, ஆசுதிரேலியா, நெதர்லாந்து ஆகிய ஒன்பது நாடுகளிலிருந்து வெளியாகும் 63 இதழ்களிலிருந்து 58 கவிஞர் பெருமக்களின் 89 கவிதைகளைத் தேர்ந்தெடுத்துத் தொகுத்துப் 'புலம்பெயர்ந்தோர் கவிதைகள்' என்னும் தலைப்பினில்

ப.திருநாவுக்கரசு அவர்கள் வெளியிட்டுள்ளார். (திசம்பர் 2001, புலம் பெயர்தல் ஏன்?)

வலியா? வாழ்வா?

"யுத்தம், நம்மவரில் பல்லாயிரக்கணக்கானோரைப் புலம்பெயர வைத்தது. தேசத்துக்குள் மட்டுமல்ல; தேசங்கள்தோறும் சிதறி வாழ வைத்தது. இந்தப் புலம்பெயர்தல், புலம்பெயர்ந்தோருக்கு வாழ்வைத் தந்ததா?...? அல்லது வலியைத் தந்ததா என்ற கேள்விக்கான பதில், வாழ்வைத் தந்தது போலத் தோற்றமளித்தாலும் உண்மையிலேயே வலியைத்தான் தந்து கொண்டிருக்கிறது" என்னும் தி.உமாகாந்தனின் கூற்று (புலம்பெயர்ந்தோர் கவிதைகள், ப.9. முன்னுரை) உண்மை நிலையினை உணர்த்துவதாக உள்ளது.

தொடர்ச்சியான தொடர்பு

ஈழத்தைப் பொறுத்தவரை, அது தனக்கெனத் தனியான ஓர் இலக்கிய மரபினைக் கொண்டும் தமிழகத்தோடு சங்ககாலம் தொட்டே, தொடர்பு கொண்டும் விளங்குவதை நாம் கவனிக்கலாம். 'ஈழ உணவு'களைப் பற்றிச் சங்க இலக்கியம் பேசும். ஈழத்துப் பூதன்தேவன் இயற்றிய செய்யுளும் நம்மிடம் உண்டு. கப்பலில் வந்து பலரும் நம் நாட்டாருடன் வாணிகம் செய்த செய்தியைச் சிலப்பதிகாரமும் சங்க இலக்கியங்களும் பரக்கப் பேசும். ஆனால், இன்றோ நிலைமை எவ்வாறு உள்ளது?

கவிஞர் கா.வேழவேந்தன் அவர்கள் உரைப்பதைக் கேட்போம். "உலகின் நாடுகளெல்லாம் அமைதி தவழ வாழும்போது, ஈழத்தமிழ் மக்கள் மட்டும் மொழி இன வாழ்வுரிமை கேட்ட ஒரே குற்றத்திற்காக ஒடுக்கப்பட்டு, சிதைக்கப்பட்டு, நசுக்கப்பட்டதால் உலகக் கோளத்தின் பல்வேறு நாடுகளுக்குத் திசைமாறிய பறவைகளாய்ச் சென்று வாழ்கின்றனர். இப்படி ஈழ நாட்டில் வாழ்ந்த தமிழ் இனத்தவரில் மூன்றில் ஒருவர் இன்று உலகின் ஏதோ ஒரு பகுதியில் ஏதிலியராய்ச் சென்று அடைக்கலம் பெற்றுள்ளனர்." (தித்திக்கும் தீந்தமிழ், ப.57)

இங்ஙனம், 'புலம்பெயர்ந்தோரின் புகழ்ப் பணிகள்' எனும் கட்டுரையில் கா.வேழவேந்தன் அவர்கள், ஈழத்தமிழர் இன்னல்களுக்கு இடையிலும் கனடா முதலிய நாடுகளில் தமிழ்க் கலை இலக்கியத் தொண்டுகளைத் தொடர்வதனைப் பாராட்டிப் புகழ்கிறார்.

சத்திமுற்றப் புலவர் பாடியதாக அமைந்த ஒரு தனிப்பாடல் தமிழ் இலக்கியத்துள் புகழ்வாய்ந்தது. நாரை ஒன்றிடம் தம்

புலம்பெயர் தமிழர்களின் தமிழ்க் கொடை

நிலையைக் கூறித் தன் மனைவியிடம் தூதுவிடுக்கும் அப்பாடல் நாம் நன்கறிந்ததாகும்.

"நாராய்! நாராய்! செங்கால் நாராய்!
பழம்படு பனையின் கிழங்கு பிளந்தன்ன
பவளக் கூர்வாய்ச் செங்கால் நாராய்!
நீயுநின் மனைவியுந் தென்றிசைக் குமரியாடி
வடதிசைக்(கு) ஏகுவீ ராயின்
எம்மூர்ச் சத்திமுத்த வாரியுள் தங்கி
நனைசுவர்க் கூரைக் கனைகுரற் பல்லி
பாடுபார்த் திருக்கும்எம் மனைவியைக் கண்டு
எங்கோன் மாறன் வழுதி கூடலில்
ஆடையின்றி வாடையின் மெலிந்து
கையது கொண்டு மெய்யது பொத்திக்
காலது கொண்டு மேலது தழீஇப்
பேழையுள் இருக்கும் பாம்பென உயிர்க்கும்
ஏழை யாளனைக் கண்டனம் எனுமே."

இந்தப் பாடலை மனத்தில் கொண்டு சி.சிவசேகரன் எனும் இலங்கைக் கவிஞர், இதே பாடலின் சாயலில் பின்வருமாறு பாடுகிறார். இதுவே, புலம் பெயர்ந்தோர் கவிதைகளின் முதற்பாடலாய் அமைகிறது.

"நாராய்! நாராய்! செங்கால் நாராய்!
பழம்படு பனையின் கிழங்கு பிளந்து
பயன்மிகு அறிந்த பனைசெறி நாட்டார்
வழிபல சென்றே பலதிசைப் பரந்தார்
பருகுவ தெந்நாள் அறிவையோ நாராய்!
திரைகடல் ஓடித் தம்முயிர் பேணத்
திரிந்தவர் தமக்கோ எங்கணும் அவலம்
கரியவர் அயலார் எனவசை கேட்டோர்
கவலைகள் நீயும் உணர்வையோ நாராய்!
அகதியின் வாழ்வின் இழிநிலை தாங்கி
அந்நிய மண்ணில் அண்டிக் கிடந்து
மிகநலி மாந்தர் தம்நகர் மீளும்
வகையென ஒன்றேன் மொழிவையோ நாராய்!"

பெருங்குளிர் வருமுன் கடல்பல தாண்டிப்
புலம்பெயர் புள்நீ கிளையுடன் மீண்டும்
வருகுவை நின்மண் தவறுதல் இன்றிப்
பவளக் கூர்வாய்ச் செங்கால் நாராய்!
நாராய் நினக்கோ **யாதும் ஊரே**

நாராய் நின்இனம் யாவரும் கேளிர்
பாராய் எங்களின் மனிதரின் நிலையை
நாராய் நமக்கோர் நல்வழி கூறாய்!

என்று தம் நல்வாழ்வுக்கு நல்வழியை நாரையிடம் கேட்கிறார் கவிஞர். நம் நாட்டினில் வாழ்ந்து, நம்முடைய இலக்கிய மரபினை நுகர்ந்தவர் பாடிய பாடலைக் கேட்ட நாம், அந்நிய நாட்டில் வாழும் சூழலில் பாடும் பாடல்களைப் பார்க்கும்போது, அந்த நாட்டில் தட்ப வெப்ப நிலை, உயிரினங்களைத் தம்பாடல்களில் பயன்படுத்திக் கவிதை புனைவதையும் காண முடிகிறது.

"மக்பாய்! மக்பாய்!
எல்லாப் பறவைகளும்
என்னுடைய தாய்நாட்டின் திசைகளிலே
சூரியனைத் தேடிப் புலம்பெயரும்
குளிர்நாளில்
நீ மட்டுமிந்தத் துருவத்தில் தரித்ததென்ன?"

என்று மக்பை எனும் குளிர்காலத்திலும் இடம்பெயராத, ஒருவகைக் காக்கையினப் பறவையைப் பார்த்து வினவுவது வ.ஐ.ச.ஜெயபாலனின் இலையுதிர்கால நினைவுகள் – (1989) ஒரு கவிதையில் கேட்கிறது. மேலும்

"இது, இயற்கையே விரக்தியுறும்
இலையுதிர் காலம்.
இனி நீர்கூடக் கல்லாகும்
நீண்ட குளிர்காலம்.
இன்னும் எத்தனை நாள்?..."

என்று ஏக்கப் பெருமூச்சுடன் அந்நியநாட்டின் தட்பத்தையும் ஏக்கத்தின் வெப்பத்தையும் பதிவு செய்கிறது அந்தக் கவிதை. (ப.38).

இருப்பும் வாழ்வும்:

"தமிழர்கள் உலகெங்கும் இருக்கிறார்கள் என்கிறோம். அவர்கள் எப்படி இருக்கிறார்கள்? கூலித் தொழிலாளிகளாய், கொத்தடிமைகளாய், அகதிகளாய் உலகமெங்கும் இருக்கிறார்கள், அவர்கள் வாழ்கிறார்கள் என்று கூறமுடியுமா?" என்று க.ப.அறவாணன் அவர்கள் வினவும் ஆழமான வினாவுக்கு இன்னும் நம்மால் விடைகாண முடியவில்லை. ஆனால்,

'சொந்த மண்ணிலேயே
அகதியாய் வாழ்வதற்கும்

அந்நிய மண்ணில்
அகதியாய் வாழ்வதற்கும்
என்ன வித்தியாசம்?
என்று நீ கேட்கலாம்.
ஆனால்.
'இருப்பு'க்கும் 'வாழ்வு'க்கும்
என்ன வித்தியாசமென்று
நான் சொல்லத் தேவையில்லை'

என்னும் மைத்ரேயியின் கவிதை, நம்மைச் சிந்திக்கத் தூண்டுகிறது. (ப.48)

கடிதங்களே ஆறுதல்கள்:

சொந்தபந்தங்களை இழந்து, கண்காணாத தூரத்திலே கலைந்தோடும் கவலை மனிதர்களுக்குள் கடிதங்களே கலங்கரை விளக்கங்கள். தன்நிலையை வெளிக்காட்டாமல் வெளிக்காட்டும் தொடர்புச் சாதனங்கள். மைத்ரேயியின் 'ஊரிலிருந்து ஒரு கடிதம்' கவிதை இப்படித் தொடங்குகிறது:

"அன்பு நண்பா!
கோடை விடுமுறையில்
வீடு வந்தபோது
ஊர் பாலைவனமாக
என்னைப் பொறுத்தவரையில்!"

என்பது தம் மனக்குமுறலைப் படம் பிடித்துக் காட்டும் கடிதங்களில் வாழும் மனிதர்கள் கவிதை (ப.63). செல்வத்தின் செழுமையானது. 'வெளியிலே போனவர்கள்' என்னும் செல்வத்தின் கவிதையில்,

"நாங்கள் நல்ல சுகம்
உங்கள் சுகம் எப்படி?
பொய் எழுதிப் பொய் எழுதி
பேனாவே நகைக்கிறது"

எனும் பாடலடிகளில் பேனாவின் நகைப்புக்கு ஊடே உள்ள துயரம் நம்மைத் தாக்குகிறது.

தமிழரின் நிலை:

'வியாகூலப் பிரசங்கம்' எனும் செல்வம் அருளானந்தத்தின் கவிதை, தமிழரின் அடையாளம் என்ன என்பதை நமக்குத் தோலுரித்துக் காட்டும்.

"தலித்தாய்ப் பிறந்து,

தமிழனாய் வாழ்ந்து,
கறுப்பனாய் எனை உணர்ந்தேன்" (ப.66)

எனும் குறுகிய அடிகளில் பெரிய செய்திகளைத் தந்து விடுகிறார் கவிஞர். **சாதியால், மொழியால், நிறத்தால்** என்று எந்தெந்த வகையில் துன்புறுத்தப்படுகிறார்கள் புலம்பெயர் மக்கள் என்பதனை நன்கு உணரலாம்.

இளவிடலை விஜயேந்திரனின் 'புதிய அர்த்தங்கள்' கூறும் அடிகளில் நிறவெறுப்பினைத் தாங்கிக் கொள்ள முடியாத வலி நிரம்பவே தெரியும்.

"எந்தத் தூதரகத்திலும்
எனது நிறத்தை
நம்பத் தயாரில்லை;
'அகதி' என்ற தமிழ்ச்சொல்லின்
அர்த்தம் தேவை" (பு.பெ. ப.45)

என்பார். அகதி என்பது தமிழ்ச்சொல்லே இல்லை எனலாம். கதி–நிலை; அகதி – நிலையின்மை எனும் வடசொல்வடிவம். அதேபோல, அகதி என்ற நிலையும் இல்லாமல் போகாதா?

பல்வேறு சிக்கல்கள்:

அகதி முகாமில் வாழ்வோருக்கு அடுக்கடுக்காய்ச் சிக்கல்கள்; ஆண்களுக்கு வேலைவாய்ப்பின்மை; நம்பமறுத்தல், வேலைக்கேற்ற ஊதியமின்மை போன்றவை. பெண்களுக்கோ திருமண உறவுகளில் சிக்கல் – ஏன் திருமணமே ஆக முடியாத சிக்கல் – சேர்ந்து வாழும் சிக்கல் – பண்பாட்டுப் பரிமாற்றச் சிக்கல் எனப் பல. குழந்தைகளையும் முதியவர்களையும் பற்றிச் சொல்லவே தேவையில்லை. 'நாமும் மனிதராய்' எனும் மைத்ரேயியின் கவிதையும் 'பெண்ணான ஒரு அகதி' எனும் பிரியதர்சினியின் கவிதையும் பெண்களுக்கான சிக்கல்களைப் பேசுவன.

நம்பிக்கை ஒளி

அருந்ததி எனும் கவிஞர் 'முகங்களும் திரைகளும்' கவிதையில் 'நம்பிக்கை மீதே நம்பிக்கையிழந்து போக' உள்ளநிலையைப் பதிவு செய்தாலும் 'நம்பிக்கையான மௌனம்' எனும் கவிதையில்

"நம்பிக்கை–
எங்கள் வாழ்தற் கிளைகளில்
கோடுகள் கீறும் கிரணங்கள்

அந்தக்கோடுகளினூடு புலப்படும்
துளிர்ப்பு
அதற்காகவே எங்கள்
மௌனமான காத்திருப்பு"

என்று நம்பிக்கைகாக மௌனமாகக் காத்திருக்கும் நிலையையும் காண முடிகிறது. அவரே,

"திரும்பவும் திரும்பவும்
ஒன்றையேதான் நான் சொல்லிக் கொண்டிருப்பேன்
நம்பிக்கை மீதான நம்பிக்கை"

என்றும் முத்தாய்ப்பாக ஒரு கவிதையில் (ப.52) கூறியுள்ளார். நாமும் புலம் பெயர்ந்தோர் வாழ்க்கை விடியும் நாளை நம்பிக்கையுடன் எதிர்பார்த்துக் காத்திருப்போம்.

துணை நூல்: புலம்பெயர்ந்தோர் கவிதைகள் – (தொ.ஆ.) ப.திருநாவுக்கரசு (2001)

●

முனைவர் **க.சேக்மீரான்**
தமிழ் இணைப் பேராசிரியர்
மாநிலக்கல்லூரி
சென்னை-600005

3. எம்.ஏ.நுஃமான் பார்வையில் வேற்றுமைக் கோட்பாடுகள்

எம்.ஏ.நுஃமான் அவர்கள் அண்ணாமலைப் பல்கலைக் கழகத்தில் பயின்று இலங்கை யாழ்ப்பாணப் பல்கலைக்கழகத்திலும் இலங்கை பேராதனைப் பல்கலைக்கழகத்திலும் பணியாற்றி ஓய்வு பெற்ற தமிழ்ப்பேராசிரியர் ஆவார். தமிழிலும் ஆங்கிலத்திலும் முப்பத்தைந்து நூல்களை எழுதிய பெருமைக்குரியவர்.

இவர் கவிஞர், படைப்பாளர், ஆய்வாளர், மொழிபெயர்ப்பாளர் என்ற வகையில் பலராலும் அறியப்பட்டவர். முதுகலையில் மொழியியலைப் பயின்றதோடு முனைவர்பட்டத்தையும் அத்துறையிலேயே பெற்றவர் என்பதால் மரபிலக்கணத்தை மொழியியல் நோக்கில் பார்க்கும் இவர், தமிழ் இலக்கணம் மொழியியல் அடிப்படையிலேயே அமைந்துள்ளது என்பது இவர்தம் கொள்கையாகும்.

எம்.ஏ.நுஃமான் அவர்கள் எழுதிய 'அடிப்படைத் தமிழ் இலக்கணம்' என்ற நூலில், வேற்றுமை குறித்த சிந்தனைகளைப் பதிவு செய்துள்ளார். அச்சிந்தனைகள் வேற்றுமைக் கோட்பாடுகளைப் புரிந்து கொள்வதற்கும் தற்கால தமிழில் வேற்றுமைகள் பயின்றுவரும் தன்மையை அறிந்துகொள்வதற்கும் பயன்படும் என்கின்ற காரணத்தால் எம்.ஏ.நுஃமான் பார்வையில் வேற்றுமை குறித்த சிந்தனைகள் அமைந்துள்ள தன்மை ஆய்விற்கு உட்படுத்தப்படுகின்றது.

வேற்றுமையின் இலக்கணம்

வேற்றுமை என்பதற்கான விளக்கத்தை எம்.ஏ.நுஃமான், "வாக்கியத்தில் பெயர்ச்சொற்களின் இலக்கணத் தொழிற்பாடு வேறுபடுவது வேற்றுமை எனப்படும். இலக்கணத் தொழிற்பாடு என்பது ஒரு வாக்கியத்தில் ஒரு பெயர்ச்சொல்லுக்கும்

வினைச்சொல்லுக்கும் இடையிலுள்ள வாக்கிய ரீதியான உறவைக் குறிக்கும். எடுத்துக்காட்டாக, **இராமன் கண்ணனைப் பார்த்தான்** என்னும் வாக்கியத்தில் இராமன், கண்ணன் என்னும் இரண்டு பெயர்ச்சொற்கள் உள்ளன. இவ்விரு பெயர்ச்சொற்களும் பார் என்னும் வினைவுடன் வாக்கிய ரீதியாக எழுவாய், செயப்படுபொருள் என்னும் வகையில் உறவு கொண்டுள்ளன. அதாவது, **இராமன்** எழுவாயாகவும் **கண்ணன்** செயப்படுபொருளாகவும் தொழிற்படுகின்றன. **பார்த்தல்** என்னும் செயலைப் புரிபவன் **இராமன்;** அந்தச் செயலுக்கு உட்படுபவன் **கண்ணன். பார்** என்னும் வினைச்சொல்லோடு இவ்விரு பெயர்ச்சொற்களும் கொண்டுள்ள இந்த உறவின் அடிப்படையிலேயே இந்த வாக்கியத்தின் பொருளை நாம் புரிந்துகொள்கின்றோம்.

கண்ணன் இராமனைப் பார்த்தான் என வாக்கியம் அமையும்போது பார்த்தவனும் பார்க்கப்பட்டவனும் வேறுபடுகிறார்கள். அதாவது இவ்வாக்கியத்தில் **கண்ணன்** எழுவாய், **இராமன்** செயப்படுபொருள் என மாறுகின்றன. இவ்வாறு, வாக்கியத்தில் உள்ள வினைக்கும் பெயர்ச்சொற்களுக்கும் இடையிலுள்ள இலக்கண உறவு வேறுபடும்போது வாக்கியத்தின் பொருள் வேறுபடுகின்றன. இந்த வேறுபாடே வேற்றுமை எனப்படுகின்றது"[1] என்கிறார். இவ்விளக்கம் வேற்றுமை குறித்த பல ஐயப்பாடுகளுக்கு விளக்கம் தருவதாய் அமைந்துள்ளது. வேற்றுமைகளை எண்ணால் பெயரிடுவதைக் காட்டிலும் பொருளடிப்படையில் பாகுபாடு செய்வதே சிறந்தது என்று அவர் கூறுவதும் ஏற்புடையதாய் அமைகிறது.

எழுவாய் வேற்றுமை

பெயர் கருத்தாவாகச் செயல்படுகிறபோது அஃது எழுவாய் வேற்றுமையாக மாறும். இவ்வேற்றுமைக்கு உருபு இல்லை என்பது இலக்கணிகளின் பொதுவான கருத்தாம். ஆறுமுகநாவலர், "எழுவாய் வேற்றுமைக்கு உருபு இல்லையாயினும் ஆனவன், ஆகின்றவன், ஆவான், என்பவன் முதலிய ஐம்பாற்சொற்களும் சொல்லுருபாக வரும் என்று கூறி இதற்குக் காட்டாகச் சாத்தனானவன் வந்தான் என்பதைக் காட்டுவார்". இதனை ஏற்றுக்கொண்ட பிற்கால இலக்கண நூல்களான வீரசோழியம், பிரயோகவிவேகம், இலக்கணக்கொத்து, சுவாமிநாதம் ஆகிய இலக்கணநூல்கள் முதலாம் வேற்றுமைக்கு உருபு உண்டு என்று கூறின.

இக்கருத்தை மறுத்து எம்.ஏ.நுஃமான் அவர்கள் "என்பவன் என்பவள், என்பவர், என்பது, என்பவை, ஆனவன், ஆனவள், ஆனவர் முதலியவை எழுவாயின் சொல்லுருபுகள் என இவர்கள் கூறுவர். இது தவறான கருத்தாகும். உண்மையில் இவை எழுவாயின் சொல்லுருபுகள் அல்ல; இவையும் பெயர்ச்சொற்களே. வாக்கியத்தில் ஒரு தலைமைப் பெயரை அடுத்து வந்து அதனை அறிமுகம் செய்யும் பணியை இவை செய்கின்றன. எடுத்துக்காட்டாக,

கண்ணன் உங்களைத் தேடி வந்தார்
கண்ணன் என்பவர் உங்களைத் தேடி வந்தார்

ஆகிய இரண்டு வாக்கியங்களையும் நோக்குக. இவை இரண்டும் ஒருவரால் ஒரே சந்தர்ப்பத்தில் பயன்படுத்தக்கூடிய வாக்கியங்கள் அல்ல. அதாவது, ஒன்றுக்குப் பதிலாக மற்றதை நாம் பயன்படுத்த முடியாது. கண்ணனை நன்கு தெரிந்த ஒருவர்தான் முதலாவது வாக்கியத்தைப் பயன்படுத்துவார். பேசுவோருக்கும் கேட்போருக்கும் அல்லது இருவரில் ஒருவருக்காவது கண்ணன் முன்பின் அறிமுகம் அற்றவராக இருந்தால்தான் இரண்டாவது வாக்கியம் பயன்படும். இங்கு என்பவர் என்பது அதற்குமுன் உள்ள பெயருடன் இணைந்து அப்பெயரை அறிமுகப்படுத்தும் பணியைச் செய்கின்றது. இதனை அறிமுகச் சொல் எனலாம். இது எழுவாயாக மட்டுமின்றி, விளி தவிர்ந்த பிற எல்லா வேற்றுமை உருபுகளையும் ஏற்றுவரும். பின்வரும் எடுத்துக்காட்டுகளை நோக்கு:

கண்ணன் என்பவரைக் கண்டேன்
கண்ணன் என்பவருடன் பேசினேன்
கண்ணன் என்பவரிடம் கொடுத்தேன்
கண்ணன் என்பவருடைய வீடு

ஒரு வேற்றுமை உருபு அல்லது சொல்லுருபு பிற வேற்றுமை உருபுகளுடன் இணைந்து வருவதில்லை. அவ்வகையில் என்பவன், என்பவர் முதலிய சொற்கள் சொல்லுருபுகள் அல்ல; பெயர்ச்சொற்களே என்பது தெளிவு. கண்ணன் என்பவருக்குப் பதிலாகக் கண்ணன் என்னும் ஒருவர், கண்ணன் என்னும் பெயருடைய ஒருவர் போன்ற தொடர்களையும் நாம் பயன்படுத்த முடியும்"[2] என்று காட்டுக்களைத் தந்து விளக்கிக் கூறுவது எழுவாய்க்கு உருபு உண்டா? இல்லையா? என்ற ஐயப்பாட்டிற்கு முடிவு கூறுவதாய் அமைந்துள்ளது.

செயப்படுபொருள் வேற்றுமை

இரண்டாம் வேற்றுமைப்பொருளாக நன்னூல் கூறும், "ஆக்கல், அழித்தல், அடைதல், நீத்தல், ஒத்தல், உடைமை முதலியவற்றை ஏற்றுக்கொண்டால் சொறிதல் (தலையைச் சொறிந்தான்), கிள்ளுதல் (கன்னத்தைக் கிள்ளினான்) என்றெல்லாம் விவரிக்க வேண்டி இருக்கும். எனவே இரண்டாம் வேற்றுமையின் பொருளை இவ்வாறு நீட்டிச்சொல்வதைவிட, ஒரு பெயர்ச்சொல் வாக்கியத்தில் செயப்படுபொருளாகத் தொழிற்படுவதே இரண்டாம் வேற்றுமை எனச் சுருக்கமாகக் கூறலாம். இரண்டாம் வேற்றுமை உருபுகள் எங்குத் தொக்கி வரும் எங்குத் தொகாமல் வரும் என்பதைக் குறித்து, எம்.ஏ.நுஃமான், "சில வகையான பெயர்ச்சொற்களுடன் ஐ உருபு எப்போதும் இணைந்தே வரும். எடுத்துக்காட்டு: அப்பாவைப் பார்த்தேன், கண்ணனைக் கண்டேன். இவற்றை –ஐ உருபு இல்லாமல் *அப்பா பார்த்தேன், *கண்ணன் கண்டேன் என எழுத முடியாது. சில பெயர்ச்சொற்களுடன் இரண்டம் வேற்றுமை உருபு இணைந்தும் வரும் இணையாமலும் வரும். எடுத்துக்காட்டு: மரத்தை வெட்டினேன், மரம் வெட்டினேன். இவ்வாறு வரும்போது ஐ உருபு ஏற்ற பெயர் ஒரு குறிப்பான பொருளைத் தருகின்றது. அதாவது, வெட்டப்பட்ட மரம் பேசுவோனுக்கும் கேட்போனுக்கும் அடையாளம் தெரிந்த ஒரு குறிப்பிட்ட மரத்தை அன்றிப் பொதுவான ஏதோ ஒரு மரத்தைக் குறிக்கின்றது."[3] என்கிறார். மேலும் அவர் குறிப்புடைப்பெயர் (Definitenoun), குறிப்பிலாப்பெயர் (Indefinitenoun) எனப் பாகுப்படுத்தி இவற்றுள் உயர்திணைப்பெயர்களில் 'ஐ' உருபு விரிந்தே வருமென்று கூறுவதோடு குறிப்பிலா அஃறிணைப் பெயர்களுடன் 'ஐ' உருபு சேர்ந்து விரிந்து வாராது என்பதை,

கண்ணன் படம் பார்க்கப் போனான்
நான் தோசை சாப்பிட்டேன்

என்ற காட்டுகளைக் கொண்டு விளக்குகிறார்.

கருவி, கருத்தா வேற்றுமை, உடனிகழ்ச்சி வேற்றுமை

மூன்றாம் வேற்றுமை; கருவி, கருத்தா, உடனிகழ்ச்சி மட்டுமின்றி இன்னும் பல பொருளிலும் வருமென்று எம்.ஏ.நுஃமான் விளக்குகிறார். 'ஆல்' உருபு; கருவி, கருத்தாப் பொருள்களில் மட்டுமின்றிக் காரணப்பொருள், மூலப்பொருள்களிலும் வருமென்றும் கூறுகிறார்.

காரணப்பொருள்

மலீஹா மகிழ்ச்சியால் துள்ளிக் குதித்தாள்
மாலன் நோயால் மெலிந்துவிட்டான்
நிசார் உழைப்பால் உயர்ந்தவன்

மேல் உள்ள வாக்கியங்களில் துள்ளிக்குதித்ததற்கு மகிழ்ச்சி காரணம், மெலிந்ததற்கு நோய் காரணம், உயர்ச்சிக்கு உழைப்பு காரணம்.

மூலப்பொருள்

தங்கத்தால் செய்த காப்பு
மரத்தால் செய்த மேசை
கோதுமை மாவால் செய்த இடியாப்பம்

மேல் உள்ள தொடர்களில் தங்கம் காப்புச் செய்வதற்குரிய மூலப்பொருள், மரம் மேசை செய்வதற்குரிய மூலப்பொருள், கோதுமைமாவு இடியாப்பம் செய்வதற்குரிய மூலப்பொருள்.[4]

'ஒடு' உருபு உடனிகழ்ச்சிப்பொருளில் மட்டுமின்றி வாக்கியத்தில் வேறு பொருள்களிலும் தற்காலத்தமிழில் பயின்று வருமென்று எம்.ஏ.நுஃமான் கூறுகிறார்.

அடைமொழிப்பொருள்

அவர் அன்போடு பார்த்தார். –இவ்வாக்கியத்தில் 'ஒடு' உருபு ஏற்ற பெயர்கள் வினைக்கு அடைமொழியாகச் செயற்படுவதால் இதனை அடைமொழிப்பொருள் எனலாம்.

கலப்புறுப்பொருள்

பாலோடு தண்ணீர் கலந்து விற்கிறார்கள் – இவ்வாக்கியத்தில் 'ஒடு' உருபு ஏற்ற பெயர்கள் பிறிதொன்றுடன் கலப்புறுவது உணர்த்தப்படுவதால் இவற்றைக் கலப்புறுப் பொருள் எனலாம்.

கூட்டல் அல்லது சேர்த்தற்பொருள்

ஏழோடு மூன்றைக் கூட்டினால் பத்து- இத்தொடரில் பிரிதொன்றைக் கூட்டுதல் சேர்த்தல் அல்லது இணைத்தல் என்னும் பொருளில் ஒடு உருபு பயன்படுகிறது.

ஓர் இடத்தில் தொடர்ந்திருத்தல்

ஓய்வு பெற்றபின் அப்பா வீட்டோடு இருக்கிறார்- இவ்வாக்கியத்தில் 'ஒடு' உருபு ஏற்ற வீடு ஒருவர் அந்த இடத்திலேயே தரித்திருத்தல் என்னும் பொருளைத் தருகின்றது.

வரையறைப்பொருள்

அடுத்த மாதத்துடன் நான் வேலையிலிருந்து ஓய்வு பெறுகிறேன்- இவ்வாக்கியத்தில் ஓடு, உடன் உருபு ஏற்ற பெயர்கள் வரையறைப் பொருளைத் தருகின்றது.

வினையடை ஆக்கி

இரவோடு இரவாக - போன்ற வாக்கியங்களில் ஒரே பெயர் இரட்டித்து வருகின்றது. அவ்வாறு வரும்போது முதற்பெயருடன் ஓடு உருபு இணைந்து வந்து வெவ்வேறு வினையடைப் பொருளைத் தருகின்றது. இங்கு ஓடு உருபு வினையடை ஆக்கியாகத் தொழிற்படுகின்றது[5] மேற்சொன்னவாறு எம்.ஏ.நுஃமான் காட்டுகள் தந்து மூன்றாம் வேற்றுமை உருபுகள் தமிழில் பயன்படும் பாங்கை விளக்குகிறார்.

கொடை வேற்றுமை

'கு' என்னும் உருபினால் நான்காம் வேற்றுமை உணர்த்தப்படும். இவ்வேற்றுமை குறித்து எம்.ஏ.நுஃமான் கூறும் கருத்துக்களைத் தொகுத்து நோக்குவோம்.

இவ்வுருபுக்கு; க்கு, அக்கு, உக்கு ஆகிய மாற்று வடிவங்கள் உள்ளன.

- 'கு' உருபு இன் அல்லது அன் சாரியை பெற்று வரும் பெயர்ச்சொற்களை அடுத்து வரும்.

  காட்டு: நாடு+இன்+கு- நாட்டிற்கு

  அது+அன்+கு- அதற்கு

- அக்கு உருபு என், எம், நம், உன், உம், தன், தம் ஆகிய மூவிடப் பெயர்களின் வேற்றுமை ஏற்கும் வடிவங்களுடன் வரும்.

  காட்டு: எம்+அக்கு - எமக்கு

- 'க்கு' உருபு இ, ஈ, ஐ, ய் ஈற்றுப் பெயர்களை அடுத்தும் குற்றியலுகர ஈற்றுப்பெயர்களை அடுத்தும் வரும்.

  காட்டு: எலி+க்கு - எலிக்கு

  ஈ+க்கு - ஈக்கு

  தலை+க்கு - தலைக்கு

  நாய்+க்கு - நாய்க்கு

  மூக்கு+க்கு - மூக்குக்கு

- உக்கு உருபு ஏனைய எல்லாப் பெயர்ச்சொற்களையும் அடுத்து வரும்.

    காட்டு: **அப்பா+உக்கு - அப்பாவுக்கு**
- மகர ஈற்றுப் பெயர்கள் அத்துச் சாரியை பெற்று உக்கு உருபு ஏற்கும்.

    காட்டு: **பணம்+அத்து+கு - பணத்துக்கு**

இவ்வேற்றுமை கொடை, பகை, நேர்ச்சி (நட்பு), தகவு (தகுதி), அதுவாதல், பொருட்டு (நோக்கம், காரணம்), முறை ஆகிய பொருள்களில் வரும் என நன்னூல் கூறுகின்றது. எம்.ஏ.நுஃமான் ஓர் இடம் நோக்கிநகர்தல், அனுபவப்பேறு, காலக்குறிப்பு, வீதம், விகிதாச்சாரம், வினையடையாக்குதல் போன்ற முறையிலும் இவ்வேற்றுமை வரும் என்பதைக் காட்டுடன் விளக்குகிறார்.

ஓர் இடம் நோக்கி நகர்தல்

வா, போ, ஓடு, நட முதலிய வினைகளைப் பயனிலையாகக் கொள்ளும் வாக்கியங்களில், இடப்பெயர்களுடன் சேர்ந்து வரும் –கு உருபு அவ்விடத்தை நோக்கிச் செல்வதை உணர்த்தப் பயன்படுகின்றது. எடுத்துக்காட்டு: **கண்ணன் இன்று பாடசாலைக்கு வரவில்லை.**

அனுபவப் பேறு

உண்டு, இல்லை, வேண்டும், தெரியும், பிடிக்கும், பசிக்கிறது போன்ற வினைகளுடன் –கு உருபு ஏற்ற பெயர்கள் வரும்போது அப்பெயர்கள் மூலம் உடல், உளநிலை அனுபவம் என்பன உணர்த்தப்படுகின்றன.

எடுத்துக்காட்டு: **அவருக்கு மருத்துவத்தில் அனுபவம் உண்டு.**

காலக்குறிப்பு

காலம் உணர்த்தும் பெயர்களுடன் –கு உருபு வந்து கால வரையறையை உணர்த்துகின்றது.

எடுத்துக்காட்டு: **ஆசிரியர் மூன்று மணிக்கு வரச்சொன்னார்.**

வீதம், விகிதாச்சாரம்

எண்ணுப் பெயர்களுடன் –கு உருபு சேர்ந்து நூற்று வீதம், விகிதாசாரம் ஆகியவற்றை உணர்த்தப் பயன்படுகின்றது.

எடுத்துக்காட்டு: **நூற்றுக்கு எண்பது**
பத்துப் பேருக்கு மூன்று பேர்தான் வந்துள்ளனர்

வினையடை ஆக்கும்

'வீட்டுக்கு வீடு' போன்ற அடுக்கு வினையடைகளை ஆக்குவதிலும் –கு உருபு பயன்படுகின்றது.[6]

நீங்கல் வேற்றுமை

நீங்கல் வேற்றுமையினை ஐந்தாம் வேற்றுமை என இலக்கணநூல்கள் கூறுகின்றன. இல், இன் என்பனவற்றை இவ்வேற்றுமையின் உருபாக நன்னூல் கூறும். நீங்கல்பொருள் தவிர ஒப்புப்பொருள், எல்லைப்பொருள், ஏதுப்பொருள் ஆகியவற்றையும் இவ்வேற்றுமை உருபுகள் என நன்னூல் சுட்டும். பழந்தமிழில் 'இன்' உருபு இருந்தது. தற்காலத்தமிழில் 'இல்' உருபே பயன்பாட்டில் உள்ளது. 'இருந்து' என்கிற சொல்லுருபும் தற்காலத்தமிழில் இப்பொருளைத் தருகிறது.

நீங்கல் பொருள்

பருப்பொருள் சார்ந்த இடம், பருப்பொருள் சாரா இடம் ஆகிய இரண்டு இடங்களிலும் நீங்கல் பொருளை உணர்த்துவதற்கு 'இருந்து' என்கிற சொல்லுருபே தற்காலத்தமிழில் பயன்படுகிறது என்கிறார் எம்.ஏ.நுஃமான்.

காட்டு: பருப்பொருள் சார்ந்த இடம் – **மாமா ஊரிலிருந்து வந்தார்**
பருப்பொருள் சாரா இடம் – **தூக்கத்திலிருந்து வழித்தேன்**

உயர்திணைகளில் 'இருந்து' என்னும் உருபுக்குப் பதிலாக, 'இடமிருந்து' என்னும் உருபு இணைந்துவரும் என்பதை எம்.ஏ.நுஃமான், **'அப்பாவிடமிருந்து கடிதம் வந்தது'** என்ற காட்டைக்காட்டி விளக்குகிறார்.

ஒப்புப் பொருள்

பழந்தமிழில் 'இல்' உருபு ஒப்புப்பொருள் உணர்த்தியது. தற்காலத்தமிழில் இஃது 'ஐ' உருபு ஏற்ற பெயரை அடுத்து விட, காட்டிலும், பார்க்கிலும் போன்ற இடைச்சொற்களுடன் இணைந்தே ஒப்புப்பொருள் தருகின்றது என்பதை எம்.ஏ.நுஃமான்,

காட்டு: **என்னைவிட அவன் கெட்டிக்காரன்**
மாலாவைப் பார்க்கிலும் மாலதி அழகானவள்

கவிதையைக் காட்டிலும் நாவலையே பலரும் விரும்புகின்றனர்

எனக் காட்டுகளுடன் விளக்குகிறார்.

எல்லைப்பொருள்

எம்.ஏ.நுஃமான், தற்காலத்தமிழில் எல்லைப்பொருள் உணர்த்த பயன்படும் பொருள்குறித்து, "வடக்கு, கிழக்கு முதலிய திசைப் பெயர்கள், முன், பின், மேல், கீழ், உள்ளே, வெளியே முதலிய சொற்கள் – இன் உருபு ஏற்ற பெயரை அடுத்து வந்து எல்லைப்பொருள் அல்லது இடக்குறிப்பை உணர்த்துகின்றன.

இலங்கையின் வடக்கில் இந்தியா இருக்கிறது
வீட்டின் முன்னால் கோயில் இருக்கிறது

இப்பொருளை உணர்த்த – இன் உருபுக்குப் பதிலாக –கு உருபும் பயன்படுகிறது"[7] என்கிறார்.

உடைமை வேற்றுமை

உடைமை வேற்றுமை உருபு 'அது' என இலக்கணநூல்கள் கூறும். 'உடைய' என்பது இதன் சொல்லுருபு. ஏனைய வேற்றுமைகள் பெயருக்கும் வினைக்கும் இடையிலுள்ள உறவைச் சுட்டி நிற்க ஆறாம் வேற்றுமையோ இரண்டு பெயர்ச்சொற்களுக்கும் இடையேயுள்ள உறவைச் சுட்டி நிற்கிறது. எம்.ஏ.நுஃமான் வேற்றுமை உருபை ஏற்கும்போது திரிபடையும் பெயர்ச்சொற்களின் திரிந்த வடிவம், அது, உடைய ஆகிய உருபுகளை ஏற்காமலேயே உடைமைப்பொருளை உணர்த்தும் என்பதை,

என் புத்தகம், எங்கள் வீடு எனக் காட்டுடன் விளக்குகிறார். மேலும் மூவிடப்பெயர்கள் தவிர்ந்த ஏனைய திரிபடையும் பெயர்கள் அது, உடைய ஆகிய உருபு ஏற்கும்போது இன் சாரியை பெறும் என்பதை,

வீட்டினது கூரை, காற்றினது வேகம்[8] என விளக்குகிறார்.

இடவேற்றுமை

இடவேற்றுமையை ஏழாம் வேற்றுமை என்பர். இது குறித்து எம்.ஏ.நுஃமான், "இட வேற்றுமையின் 28 உருபுகளை நன்னூல் கூறுகின்றது. தற்காலத்தில் இல், இடம் ஆகிய இரண்டுமே இட வேற்றுமை உருபுகளாகப் பெரிதும் பயன்படுகின்றன. இடப்பொருள் என்பது ஒரு பொருள் ஓர் இடத்தில் இருப்பதைச் சுட்டுவதாகும்."

காட்டு : **அப்பா வீட்டில் இருக்கிறார்**

இடம் என்பது பருப்பொருள் சார்ந்த இடத்தை மட்டுமின்றிப் பருப்பொருள் சாராதவற்றையும் உள்ளடக்கும். உணர்வு, நினைவு எல்லாம் இதனுள் அடங்கும்.

நீ கூறியவற்றை என் நினைவில் வைத்திருக்கிறேன் என் வாழ்வில் பல மறக்க முடியாத சம்பவங்கள்

இல் உருபு கால வரையறையையும் உணர்த்தப் பயன்படுகின்றது.

இந்த வேலையை ஒரு வாரத்தில் முடித்துவிடலாம்.

ஒரு குழுவினுள் அமையும் பிறிதொரு குழுவைச் சுட்டவும் – இல் உருபு பயன்படுகிறது. ஜானகிராமனின் நாவல்களில் மோகமுள்தான் சிறந்தது.

இங்கு–இல் உருபுக்குப் பதிலாக–உள் என்னும் உருபும் வரும். **நாவல்களுள், தொழிலாளர்களுள், மாணக்கருள்**

இடம் என்னும் சொல்லுருபு உயர்திணைப் பெயர்களுடன் வருகின்றது. **அப்பாவிடம் பணம் இருக்கிறது.**

கற்பனைக்கதைகளில் அஃறிணைப் பெயர்களுடனும் இடம் உருபு வருகின்றது. **முயல் சிங்கத்திடம் சென்றது.**

இடம் உருபும், –கு உருபும் ஒரே சூழலில் வந்து பொருள் வேறுபடுத்தும் சந்தர்ப்பங்களும் உண்டு. காட்டாக,

நான் கண்ணனிடம் பணம் கொடுத்தேன்.
நான் கண்ணனுக்குப் பணம் கொடுத்தேன்.

முதல் வாக்கியத்தில் வரும் இடம் உருபு கொடுக்கப்பட்ட பணம் கண்ணனின் சொந்தப் பயன்பாட்டுக்கு உரியதல்ல என்பதை உணர்த்துகின்றது. இரண்டாம் வாக்கியத்தில் வரும் – கு உருபு, கொடுக்கப்பட்ட பணம் கண்ணனின் சொந்தப் பயன்பாட்டுக்கு உரியது என்பதை உணர்த்துகின்றது."[9] என விளக்கிக் கூறுகிறார்.

விளி வேற்றுமை

விளி வேற்றுமைக்கும் ஏனைய வேற்றுமைக்கும் ஒரு முக்கியமான வேறுபாடு உண்டு. இது குறித்து எம்.ஏ.நுஃமான் ஏனைய வேற்றுமை ஏற்ற பெயர்கள் வாக்கியத்துள் எழுவாய், செயற்படுபொருள்போல் வாக்கிய உறுப்புகளாகத் தொழிற்படுகின்றன. ஆனால், விளி வேற்றுமைப் பெயர் வாக்கியத்துக்கு வெளியே நிற்கின்றது. அது வாக்கியத்தின் உறுப்பு அல்ல. எடுத்துக்காட்டாக, கண்ணா நீ எங்கே போகிறாய் என்னும் தொடரில் 'நீ எங்கே

போகிறாய்' என்பதே வாக்கியம். நீ எழுவாய், எங்கே போகிறாய் என்பது பயனிலைத் தொடர். கண்ணா என்னும் விளி வாக்கியத்துக்கு வெளியே நிற்கின்றது"[10] எனக் காட்டுடன் விளக்குகிறார்.

எம்.ஏ. நுஃமான் அவர்களின் வேற்றுமைக் கோட்பாடுகளை விரிவஞ்சித் தொகுத்து நோக்கினோம். இதனை ஆய்வுப் பொருளாக்கி மாணாக்கர் ஆய்வு செய்தால் அது பல்லாற்றானும் தமிழ் உலகிற்குப் பயன்படும் என்பது திண்ணம்.

●

அடிக்குறிப்புகள்

[1] நுஃமான் எம்.ஏ., அடிப்படைத் தமிழ் இலக்கணம், ப.88
[2] நுஃமான் எம்.ஏ., அடிப்படைத் தமிழ் இலக்கணம், ப.90-91
[3] நுஃமான் எம்.ஏ., அடிப்படைத் தமிழ் இலக்கணம், ப.92
[4] நுஃமான் எம்.ஏ., அடிப்படைத் தமிழ் இலக்கணம், ப.94
[5] நுஃமான் எம்.ஏ., அடிப்படைத் தமிழ் இலக்கணம், ப.96-97
[6] நுஃமான் எம்.ஏ., அடிப்படைத் தமிழ் இலக்கணம், ப.100-102
[7] நுஃமான் எம்.ஏ., அடிப்படைத் தமிழ் இலக்கணம், ப.103
[8] நுஃமான் எம்.ஏ., அடிப்படைத் தமிழ் இலக்கணம், ப.105
[9] நுஃமான் எம்.ஏ., அடிப்படைத் தமிழ் இலக்கணம், ப.106-108
[10] நுஃமான் எம்.ஏ., அடிப்படைத் தமிழ் இலக்கணம், ப.108

வீ.நிர்மலாராணி
பேராசிரியர், தமிழ்த்துறை
கிராமியப் பல்கலைக்கழகம்
காந்திகிராமம்.

4. புலம் பெயர்ந்தோரின் (மகளிர்) தமிழ்ப்பணி

முன்னுரை

தாயகத்திலிருந்து அயல்நாடுகளுக்கும் உள்நாட்டு இடங்களுக்கும் புலம்பெயர்ந்து வாழும் தமிழ்ப்பெண்களின் இலக்கியப் பங்களிப்பினை எடுத்துரைப்பது இக்கட்டுரையின் நோக்கம். புலம்பெயர்வு பெண் படைப்பாளிகளின் சிறு அறிமுகப்பகுதியும், அவர்களது இலக்கியங்களில் புதுக்கவிதை பெறும் இடம் பற்றியும், அவற்றில் பதிவாக்கப்பட்டிருக்கும் பொருண்மைகளைப் பற்றியும் இக்கட்டுரை எடுத்தோதுகிறது.

புலம்பெயர்வு (Diaspora) **விளக்கம்**

'Diaspora' என்ற வார்த்தை Dispersion, பரவுதல், தாயகத்திலிருந்து புலம் பெயர்ந்து பரவியிருத்தல் என்றும் 'இங்கிருந்து' 'அங்கு' என்று பயணம் மூலமாகப் பிறிதொரு புலத்தில் உடல் ரீதியான நிலை கொள்ளுதல் என்றும் விளக்குகிறார், அமெரிக்கப் பேராசிரியரும் பெண்ணியச் சிந்தனையாளருமான பெருந்தேவி.

புலம்பெயர் இலக்கியம்

கா.சிவத்தம்பி, தமது உரையில், "புலம்பெயர் இலக்கியம் எனக் குறிப்பிடப்பெறும் தமிழ் இலக்கியத் தொகுதி, இலங்கையின் இனக்குழுமப் பிரச்சினை காரணமாக ஐரோப்பியா, அமெரிக்கா (கனடா), ஆஸ்திரேலியா ஆகிய கண்டங்களிலுள்ள நாடுகளில் சென்று ஏறத்தாழ அகதிகளாக வாழும் ஈழத்துத் தமிழரின் இலக்கிய வெளிப்பாடேயாகும்" என்கின்றார். (அயலகத் தமிழ்க்கலை இலக்கியம் – சமகாலச் செல்நெறிகள் 2001)

புலம் பெயர் இலக்கியம் உருவாக்கத்தின் பின்புலம்

இலங்கையின் 'சமூக – பண்பாட்டுப் பின்புலம்' என்னும் தலைப்பிலான கட்டுரையில், இவ்வகை இலக்கியம் உருவாக்கத்திற்கான காரணங்களைப் பின்வருமாறு விவரிக்கின்றார் கா.சிவத்தம்பி.

"1983 முதல் இலங்கையின் இனக்குழுமப்பிரச்சினை தென்னாசியா முழுவதையும் உள்ளடக்கும் ஓர் அரசியல் நெருக்கடியாகிற்று. 1970-களின் பிற்காலத்திலிருந்தே தமிழ் மக்களிடையே தீவிரவாத இளைஞர் இயக்கங்கள் தோன்றின. அரச படைகளுக்கும் இளைஞர் இயக்கங்களுக்குமான மோதல்கள் அதிகரிக்கத் தொடங்கின. படிப்படியாகப் போர்ச்சூழல் ஒன்று உருவாகிற்று. இப்போர்ச்சூழல் ஏற்படுத்தியுள்ள விளைவுகள், 1980, 1990களின் ஈழத்து இலக்கியத்தை விளங்கிக் கொள்வதற்கு அத்தியாவசியமானவை. அவற்றுள் இரண்டு மிக முக்கியமானவை."

1. உள்ளூரில் அகதிநிலைப்பெயர்வுகள் பிற கிராமங்களுக்களுக்கும், பிரதேசங்களுக்குமான பெயர்வுகள்.
2. அந்நிய நாடுகளுக்குப் புலம் பெயர்ந்து சென்று அங்கு வாழ்வது.

-ஐரோப்பா, அமெரிக்கா, ஆஸ்திரேலியா ஆகிய கண்டங்களுக்கான பெயர்வுகளும் சங்குப் "புலம் பெயர் வாழ்க்கையை" மேற்கொள்ளலும் (சயலகத் தமிழ் – சமகாலச் செல்நெறிகள், 2001) என் பதிவிருந்து புலம் பெயர் இலக்கியப் படைப்பிற்கான பின்னணியை நாம் புரிந்துகொள்ளலாம். இவ்விரு நிலைகளும் ஈழத்துத் தமிழிலக்கியத்தில் பெருத்த மாற்றங்களை ஏற்படுத்தியதோடு 'உலக இலக்கியம்' 'தேசீய இலக்கியம்' என உயருவதற்கு அடிப்படையாய் அமைந்தது எனக் கருதவும் முடியும்.

புலம்பெயர் பெண் கவிஞர்களும் பாடும் பொருளும்

தமிழினப் போராட்டத்திற்கு வலுச்சேர்க்கும் வகையில் அமைந்த கவிதைகளில் ஈழத்து மகளிரின் எண்ணப் பதிவுகள் குறிப்பிடத்தக்கவையாகும்; அசாதரணமான தன்மையதுமாகும். அவை, போரின் தாக்கத்தினால் ஏற்பட்ட பாதிப்புகளைத் தத்தமக்குரிய சூழல்களில் நின்று வெளிப்படுத்துவதாகவும் அமைந்துள்ளன. கலைமகள் ஹிதாயா (1966) இலங்கையில் வாழ்பவர். இவர் 'பெண் பூவை வாழ விடு' என்னும் கவிதையில்,

"சிந்திய குருதிகளைச்
சேகரித்து
கவிதை யெழுதும்
எம்முயிருக்கும்

என்ன உத்தரவாதம்
உணர்வுகள் வறண்டு
நிம்மதியின்றி வாழும்
எமக்கு
என்ன நாமம்
தெரியுமா?
நாம்
'அகதி' என்று...!
அல்லது
பிணமென்று...!"

(விடுதலை வேண்டினும், 2014)

இங்குக் கலைமகள், தனது தேசத்தில் நிகழ்ந்த வன்போரினால் உயிரிழக்கும் பெண்களின் அவல நிலையையும் அகதி வாழ்வின் கொடுமையையும் பதிவாக்குகிறார். இவரைத் தொடர்ந்து, ஜெர்மனிக்குப் புலம்பெயர்ந்த நஞ்சினி என்னும் பெண் கவிஞரும்,

"இன்று என்னிடம்
எஞ்சியிருப்பது
ஈழத்து அகதிகளின்
வலிகள் மட்டும்"

(விடுதலை வேண்டினும், 2014)

அகதி வாழ்க்கை வலிகள் மட்டுமே நிறைந்தது என்பதை வேதனையோடு சுட்டுகின்றார்.

கனடா, சென்னை எனப் பல இடங்களுக்குப் பயணிக்கும் கலைவாணி 'மார்ச் 8 – ஓர் ஊர்வலம்' என்னும் கவிதையில்,

"எங்கள் வானத்தில்
குண்டு வீச்சு விமானங்களுக்குப் பதிலாக,
குருவிகள் சிறகசைத்துப் பறக்கும் வரை
மகளிர் தினமும்
எங்களளவில் துக்கதினந்தான்"

(விடுதலை வேண்டினும், 2014)

என்கிறார். அகதியாய் வாழும் அடிமைவாழ்வினால் இவருக்கு மகளிர் தினம் துக்கதினமாகக் கருதபடுவது வியப்பில்லை. மார்ச் 8 உலக மகளிர் உரிமைத்தினமாக ஏற்றுக்கொள்ளப்பட்டாலும் ஈழத்துப் பெண்களின் வாழ்வியல் உரிமை சிதைக்கப்படுகிறதே என்ற கழிவிரக்கத்தின் உச்சநிலையே இக்கவிதையின் வெளிப்பாடு. ஈழத்தில் பிறந்து, இலண்டனில் புலம் பெயர்ந்து வாழும் சந்திரா இரவீந்திரன்

என்ற பெண் கவிஞர், 'பெருநிலம்' என்னும் கவிதையில்,

"பெருநிலத்தின் பேரும் புகழும்
புதைகுழியுள் உரமாகும்..
வலு நிறைந்த வாழ்வுகள் அங்கு விதைகளாகும்
வலிகளினாலான கயிறுகள் வடங்கள் ஆகும்
நீச்சலடிப்புகளை நிறுத்தும் நங்கூரங்களுமாகும்
பெருநிலம் மீண்டும் துளிர் விடும்"

(விடுதலை வேண்டினும், 2014)

என்று பதிவுசெய்துள்ளார்.

வேதனையே சாதனையாக, இறப்பே மீண்டும் வாழ்வாய், அழுகையே மீண்டும் ஆனந்தமாய், தாயகமாம் பெருநிலம் சுதந்திரக் காற்றை உயிர்ப்பிக்கும் என்ற தனது மாற்றுச் சிந்தனையில் ஆழமான நம்பிக்கையைப் பதிவாக்குகிறார். இன்னொரு வகை வாழ்க்கைச் சிக்கலால் புலம்பெயர வேண்டிய அவலத்தையும் குடியேறிய அயலகத்திலும் பல்வேறு சிக்கல்களுக்குள்ளாகும் மன அழுத்தத்தையும் பெண் கவிஞர்கள் பதிவாக்கியுள்ளனர். கண்டியில் வசிக்கும் எம்.எச்.எஸ்.மஸீதாவின் கவிதை பின்வருமாறு அவற்றை விவரிக்கின்றது.

"வரதட்சணையின்
தாக்கம் சகிக்க முடியாமல்
வெளிநாடுகளில்
தஞ்சமடைந்து
கல்யாணத்திற்காக...
பொருள் தேடியவர்கள்!
எங்களின்
மன ஓலங்களெல்லாம்
சவூதியில் - குவைத்தில்
தஞ்சமடைந்து விட்டன!"

(விடுதலை வேண்டினும், 2014)

இவர் இளம் பெண்களின் புலம் பெயர்விற்குக் காரணமாக அமைவன திருமணமும், வரதட்சணையுமாகும் என்பதைச் சுட்டிச் செல்கிறார் பெண் கவிஞர் மைத்திரேயி,

"எலும்புக் குருத்தை ஊடறுக்கும் குளிரில்
வசந்தத்தை எதிர்பார்த்து
வெளி நாட்டு வாழ்வில் அள்ளுண்டு
சீட்டாட்டம்
ஏமாற்று

போதைப் பொருட்கடத்தல்
பல்வேறாய்ப் பிளவுண்ட
குழுமோதல்கள்
குடி
மேற்குலக யாத்திரிகத்தின்
விஸ்பரூபம்"

(தாயகம் கடந்த தமிழ், 2014)

எனப்புகலிடம் தேடிச் சென்ற அவ்விடமும் ஏமாற்றத்தையும் ஒழுக்கக்கேடான செயல்களையும் கொண்டுள்ளதைக் கண்டு மனம் பதைக்கும் நிலையைத் தமது கவிதையில் பதிவாக்கியுள்ளார்.

நிறைவுரை

- தாயகத்திலிருந்து பிற நாடுகளுக்குப் புலம் பெயர்ந்து பரவுதல் (Diaspora) புலம் பெயர்தல் என்பதாகும்.

- இலங்கையின் இனக்குழுப்பிரச்சினை, உள்நாட்டுக் கலவரம், போர்ச்சூழல் காரணமாக அயல் (ஐரோப்பியா, கனடா, ஆஸ்திரேலியா) நாடுகளுக்குச் சென்று, அகதிகளாக வாழும் ஈழத்தமிழரின் இலக்கியப் பதிவுகளே புலம் பெயர் இலக்கியங்கள்.

- போர்கள், இயக்க மோதல்கள் காரணமாக உள்ளூரில் அகதி நிலைப் பெயர்வுகளும் அந்நிய நாடுகளுக்குப் புலம் பெயர்ந்து வாழ்வதும், புலம் பெயர் இலக்கியங்கள் தோன்றுவதற்கு அடிப்படைக்களங்கள்.

- புலம்பெயர்வு பெண்களின் இலக்கியப் பங்களிப்பில் புதுக்கவிதை அதிகம் இடம் பெற்றிருப்பது – கவிதை மொழியின் சிக்கனமும் வேகமும், சுருங்கச் சொல்லி விளங்க செய்தலும் ஆகிய திறன்களேயாகும்.

- ஈழத்துத் தமிழ்ப் பெண் கவிதைகள், தனது தேசத்தில் நிகழ்ந்த போர்களின் தாக்கம், பாலியல் வன்முறைகள், அகதி வாழ்வின் கொடூரங்கள் போன்ற சிக்கல்களை வேதனைகளை, மன அழுத்தங்களை, மரண ஓலங்களைப் பதிவு செய்துள்ளனர்.

- சில பெண் கவிஞர்கள் தங்கள் புலம் பெயர்விற்கான காரணங்களாகத் திருமணமும், வரதட்சணையும் அமைந்தன என்பதைச் சுட்டிக்காட்டியுள்ளனர்.

- புலம் பெயர்ந்த பெண் கவிஞர்கள் கொடூர அவலங்களை வெளிப்படுத்தியதோடு, அவற்றினின்று மீண்டு, சுதந்திரமிக்க தாயகம் கிடைக்கப்பெற வேண்டும் என்ற ஆதங்கத்தையும் போரில்லாத, வன்முறையற்ற, சுதந்திரப் பூமியை அடைவோம் என்ற ஆழ்ந்த நம்பிக்கையையும் வேரூன்ற செய்துள்ளனர்.
- தாயகம் கடந்த தமிழ்க் கவிஞர்கள், தமிழை, தமிழ்க் கலாசாரத்தை, இலக்கியத்தை, மண் சார்ந்த நேசத்தை, தங்கள் கவிதைகளில் செய்து பதிவு உலகெங்கும் பரவிடச் செய்துள்ளனர். தமிழ்ப்புதுக்கவிதை, உலக இலக்கியமாக, தேசீய இலக்கியமாக உயர்வடைய களம் அமைத்துள்ளனர். பெரும்பான்மையான கவிதைகள் வேதனையைச் சுமந்து செல்பவையாக விளங்கினாலும் தமிழ் இலக்கிய உலகிற்கு அரிய கொடையாக அவைத் திகழ்கின்றன அத்துடன் அவை, மனிதநேயத்தை வலியுறுத்தும் பதிவுகளாக விளங்குகின்றன என்பதை இக்கட்டுரைவழி உணரலாம்.

துணைநூற்பட்டியல்

1. சா.கந்தசாமி (தொ.ஆ) – அயலகத்தமிழ் இலக்கியம் சாகித்திய அக்காதெமி புதுதில்லி, 2004.
2. ந.கடிகாசலம், ச.சிவகாமி (பதி.ஆ) – அயலகத் தமிழ்க்கலை, இலக்கியம் – சமகாலச் செல்நெறிகள் உலகத் தமிழாராய்ச்சி நிறுவனம், சென்னை – 2001
3. இரா.பிரேமா, (தொ.ஆ) – விடுதலை வேண்டினும் (உலகத் தமிழ்ப் பெண் கவிஞர்கள்) காவ்யா பதிப்பகம், சென்னை–2014
4. நல்லபழனிசாமி (பதி.ஆ) – தாயகம் கடந்த தமிழ், தமிழ்ப் பண்பாட்டு மையம், கோயம்புத்தூர் – 2014

●

க.முருகேசன்
முனைவர் பட்ட ஆய்வாளர்
தமிழ்த்துறை - மாநிலக்கல்லூரி
சென்னை-5

5. பன்முக நோக்கில் கவிஞர் காசி ஆனந்தன் கவிதைகள்

தமிழுக்கு ஆக்கமும் ஊக்கமும் தந்து வளர்க்கின்ற தாய் தமிழகத்தில் வாழ்கின்ற தமிழர்களைப் போலவே பிழைப்பிற்காகத் தமிழ் மண்ணைப் பிரிந்து அயல் மண்ணில் வாழுகின்ற சூழல் ஏற்பட்டபோதும் தாய்த்தமிழை மறவாமல் தமிழுக்குத் துறைதோறும் தொண்டாற்றுகிற தமிழர்களின் படைப்புகளைப் புலம்பெயர்ந்த தமிழர்களின் படைப்புகள் என்று இலக்கிய வரலாறு பேசுகின்றது.

புலம்பெயர்ந்த தமிழர்களில் குறிப்பிடத் தகுந்த பேறு பெற்றவரும் வானம்பாடியாகத் திகழ்பவரும் உணர்ச்சிக் கவிஞர் என்ற அடையோடும் மக்களால் அறியப்பட்டுவரும், 'ஈழம் நமக்குத் தந்த வேழம்' என்று கலைஞர் அவர்களால் பாராட்டுப் பெற்றவரும், நாம் தமிழர் இயக்கத்தந்தை சி.பா.ஆதித்தனார் அவர்களால் உணர்ச்சிக்கவிஞர் என்று போற்றப்பட்டவரும்மாகத் திகழ்பவர் "கவிஞர் காசி.ஆனந்தன்."

தமிழ் ஈழத்தில் தேனாடு என்று அழைக்கப்படும் மட்டக்களப்பில், நாவற்குடா என்னும் சிற்றூரில் 04-04-1938இல் காத்தமுத்து-அழகம்மா ஆகியோருக்கு மகனாகப் பிறந்தார். அவர் முதற் கவிதை பாடியபோது வயது 12. கவிஞர் காசி ஆனந்தனின் கவிதைகள் பல்வகையான கருத்துப் புதையலாய்ப் படிப்பார்க்கு இன்பம் பயப்பதாய் அமைந்துள்ளது. அவர் கவிதையில் அமைந்துள்ள கருத்துக்களைத் பன்முக நோக்கில் கவிஞர் காசிஆனந்தன் கவிதைகள் என்ற தலைப்பில் தொகுத்தும் வகுத்தும் பகுத்தும் நோக்கலாம்.

தமிழ் உணர்வு:

கவிஞர் தமிழகத்தில் உள்ள பச்சையப்பன் கல்லூரியில் பயில்கின்ற காலத்திலேயே தமிழ் உணர்வு மிக்கவராய் இருந்துள்ளார். அவர், உள்ளத்தில் ஊனில் தமிழுணர்வு இருந்துள்ளது என்பதனை,

பட்டினி கிடந்து பசியால் மெலிந்து
பாழ்பட நேர்ந்தாலும் - என்றன்
கட்டுடல் வளைந்து கைகால் தளர்ந்து
கவலை மிகுந்தாலும் - வாழ்வு
கெட்டு நடுத்தெருவோடு கிடந்து
கீழ்நிலை யுற்றாலும் - மன்னர்
தொட்டு வளர்த்த தமிழ்மக்களின்துயர்
துடைக்க மறப்பேனா?

நோயில் இருந்து மயங்கி வளைந்து
நுடங்கி விழுந்தாலும் - ஓலைப்
பாயில் நெளிந்து மரணமடைந்து
பாடையில் ஊர்ந்தாலும் - காட்டுத்
தீயில் அவிந்து புனலில் அழிந்து
சிதைந்து முடிந்தாலும் - என்றன்
தாயினும் இனிய தமிழ்மொழியின் துயர்
தாங்க மறப்பேனா?

பட்டமளித்துப் பதவி கொடுத்தொரு
பக்கம் இருந்தாலும் - ஆள்வோர்
கட்டி அனைத்தொரு முத்தமளித்துக்
கால்கை பிடித்தாலும் - என்னைத்
தொட்டு விழுந்து வணங்கி இருந்தவர்
தோழமை கொண்டாலும் - அந்த
வெட்டி மனிதர் உடல்களை மண்மிசை
வீழ்த்த மறப்பேனா?

பொங்குவெறியர் சிறைமதிலுள் எனைப்
பூட்டி வதைத்தாலும் - என்றன்
அங்கம் பிளந்து விழுந்து துடிக்க
அடிகள் கொடுத்தாலும் - உயிர்
தொங்கி அசைந்து மடிந்து தசையுடல்
தூள்பட நேர்ந்தாலும் - ஒரு
செங்களம் ஆடிவரும் புகழோடு
சிரிக்க மறப்பேனா?

என்ற பாடல் வரிகள் அவர் தமிழ் உணர்வினைக் காட்டி நிற்கின்றன.

ஈழத்திலும், தமிழகத்திலும் தமிழன் மீது முறையே சிங்களமும் இந்தியும் ஆதிக்கம் செலுத்த நினைத்தபோது, அதனை எதிர்த்துக் குரல் கொடுத்ததோடு களம்கண்டு சிறை புகுந்தார்.

ஆதிக்க வெறியை வேரோடு அறுப்பதற்கு அவர் பாடல்கள் வழிகாட்டுகின்றன. இதற்குக் காட்டாக,

ஈழத்தில் சிங்களம் என்றார்! - தமிழர்
இல்லத்தில் இந்திதான் என்று குறைத்தார் - தமிழ்
வேழத்தைவென்றவர் நாட்டில் - இந்த
வீணர்கள் ஏன் வந்து மோதினார் தோழி?
கூழுக்கு வழியற்றுப் போனோம் - என்றால்
சுயவீரம் கூடவா இல்லாமல் போனோம்?
பாழுக்கு வந்தார்கள் தோழி! - வந்த
பகைவரை வணங்காத தமிழ்நாடு வாழி!

என்பதைக் காட்டலாம்.

தமிழைக் காக்க சாதி, மதம், கடந்து அனைவரும் தமிழால் ஒன்றுபட வேண்டும் என்பதை,

சாதி மத மெனும் பேதங்கள் சாயவே
தமிழா ஒன்றுபடு!
ஆதி மகளெனும் தமிழை அரசியாய்
ஆக்கி வாழவிடு!
கந்தன் பறையனென்றுரைக்கும் கயவனை
கண்ணீர் வர வதைப்பாய்!
இந்துவும் இஸ்லாமியனும் பொருதினால்
இருவரையும் உதைப்பாய்!
ஊருக்கூர் சண்டை தெருத்தெரு சண்டை
உருப்படு வோமோடா?
பாருக்குள் அடிமைத் தமிழர் நமக்குள்ளே
பத்துப் பிரிவோடா?
தேசம் பலவினும் வாழும் காக்கைக்குலம்
சிதைந்து பிரிவதில்லை!
பேசும் மொழியால் அவை ஒன்றுகூடும்
பெருமை நமக்கில்லை!
ஒன்றுபடடா தமிழா! உறுதுயர்
ஓடபடை நடத்து!
வென்று புகழ்கொண்டு வாடா! விடுதலை
வேண்டும் தமிழனுக்கு!

இன உணர்வு:

தமிழனுக்கு இன உணர்வு வேண்டும் என்பதைப் பறைசாற்றும் விதமாக அவர் கவிதைகள் அமைந்துள்ளன. குறிப்பாக ஈழ

மக்களுக்கு விடுதலையைப் பெற்றுத் தருகின்ற விடுதலைக்கவியாக அவர் விளங்குகிறார்.

தமிழர்கள் கட்டுக்களை உடைத்துக் களம் காண வேண்டும் என்பதை,

கோட்டுப் புலிக்குலம் வாழக் குகையுண்டு!
குருவிக்குக் கூடு மரத்திலுண்டு!
காட்டு வயற்புற நண்டுக்குப் பொந்துண்டு!
கஞ்சல் எலிக்கோர் குழியுமுண்டு!
கோட்டை அமைத்துக்கொடியோடு வாழ்ந்தவர்
குலத்துக்கொரு புகழ் இங்கில்லையோ?
நாட்டை அமைப்பாய் தமிழ்மகனே! புவி
நடுங்கப் புயல் போல் நடை கொளடா!
பாண்டிய மன்னன் சோழன் பனிவரை
பாய்ந்து கலக்கிய சேரமகன்
ஈண்டு முளைத்த குலத்தில் எழுந்தனை!
ஏடா தமிழா! எடடா படை!
கூண்டுக் கிளி நிலை எத்தனை நாள்வரை?
கூப்பிடு கூப்பிடு வீரர்களை!
ஆண்ட பரம்பரை மீண்டும் ஒருமுறை
ஆளநினைப்பதில் என்ன குறை?

என்பதோடு தமிழ் நிலையைப்பற்றி,

முத்தி முளைந்த கலங்கரை
தமிழ்ப் பரம்பரை - நடுச்
சந்தியில் வீழ்ந்து துடிப்பதேன்
தாழ்ந்து கிடப்பதேன்

அள்ளிக் கொடுந்தகை கேட்குதே!
ஓடு தூக்குதே! - இலை
கிள்ளிப் பொறுக்கித்திரியுதே!
உள்ளம் எரியுதே!

மாற்றார் தலைதனில் ஏற்றினாய்
கல்லை! வாட்டினாய்! - இன்று
மூட்டை சுமந்து நடக்கிறாய்!
தாழ்ந்து கிடக்கிறாய்!
ஆதியில் மாடம் அமைத்தவர்
வாழ்வு சமைத்தவர் - அட

வீதியில் காலம் கழிப்பதோ?
நால்வர் பழிப்பதோ?

முல்லைக் குத்தேரை வழங்கினோம்
என்று முழங்கினோம் – இங்கே
பிள்ளைக்குப் பாலில்லை பாரடா!
தருவார் யாரடா?

என்று படம்பிடித்துக் காட்டுகிறார்.

இனமீட்புப் போரில் ஆண்கள் மட்டுமல்ல பெண்களும் களம் காண வேண்டும் என்பதை

காதலர் வரவில்லைத் தோழி – அவர்
களத்திலே இருக்கட்டும்! இங்கென்ன வேலை?
மோதட்டும் பகைவர்கள் முன்னால் – தோழி
முத்தமும் சத்தமும் வெற்றிக்குப் பின்னால்!
மாதர்கள் வீரமேபெரிதாம்! – அவர்
மாண்டாலும் போரிலே மாளட்டும் என்பேன்
ஆதலால் இசைபாடு தோழி – தமிழ்
அன்னையின் புகழ்பாடு! – வாழட்டும் நாடு

என்ற பாடல்வழி உணர்த்துகிறார்.

தமிழையும், தமிழ்இனத்தையும் காட்டிக் கொடுப்பவனைக் தீயிட்டுக் கொளுத்தவேண்டும் என்று கவிஞர் கலகக்குரல் எழுப்புகிறார்.

காட்டிப் கொடுப்பவன் எங்கே? – அந்தக்
கயவனைக் கொண்டு வா! தூணோடு கட்டு
சாட்டை எடுத்துவா இங்கே! – தம்பி
சாகும்வரை அடிபின் கொளுத்து

அன்னைத் தமிழை மறந்தான்! – பாவி
அடுத்தவன் கால்களை நக்கிங் கிடந்தான்
என்ன கொடுமை இழைத்தான்! – தீயன்
எட்டப்பனார் வேலை செய்து பிழைத்தான்

மாற்றார்க் கழைப்பு விடுத்தான்! வீட்டில்
மதுவும் கொடுத்தான்! மகளும் கொடுத்தான்
சோற்றுப்பதவிகள் ஏற்றான்! – மானம்
தூள்தூளாய் ஆக்கி நெருப்பிலே போட்டான்!

பல்லாயிரம் நாட்பயிரை – வீரம்
பாயும் தமிழ்க்குல மாந்தர் உயிரை
எல்லாம் நிறைந்த தமிழை – தழலில்

இட்டவன் உடல்மேல் இடடா தழலை!
தீயன்உடல் தீயத்தீவை! - எங்கள்
தெய்வத் தமிழ் வாழ இவன் சாவுதேவை?
பாயும்புலியே! தமிழா! - தம்பி!
பச்சைத் துரோகி வீழப்பாய்ந்து வாடா!

கவிஞர்களுக்குக் காசி ஆனந்தன் சமுதாயப் பொறுப்புணர்ச்சி வேண்டும் என்பதைக் கீழ்க் கண்டவாறு கூறுகிறார்.

என்ன கவி எழுதுகிறீர்
பாவலரே! - போலிகளாய்
இருக்கீன்றீர்கள்
கன்னி அருந்தமிழணங்கு
கையிரண்டில் விலங்குடையாள்
கண்ணீர் கண்டும்
செந்நெருப்பு விழிகொண்டு
சீறியெழ மாட்டீரோ?
ச்சசீ! வானில்
புண்ணிருந்தாற்போலிருக்கும்
நிலாவினையும் காதலையும்
புனைகின்றீரே!
பொங்கு வெறித் தமிழ்கொண்டு
போர் களத்தே ஔவையெனும்
பூவை அந்நாள்
செங் குருதி குளிந்திருந்த
தமிழ்மன்னர் சிறப்பெல்லாம்
கவிதை ஆக்கிச்
சங்கமணித் தமிழ்தந்தாள்
அடநீங்கள் தாய்த்தமிழை
மறந்து நாட்டில்
தெங்கிளநீர் முலையாடித்
திரிகின்றீர்.... கவிஞர்களா?
செத்துப்போங்கள்!
ஊர் பற்றி மொழி பற்றி
ஒருபொழுதேனும் நீவீர்
உணர்கின்றீரா?
தீ பற்றி எரிகின்ற
வீட்டினிலே இசைபாடிச்
சிரிக்கின்றீர்கள்!

வாய் பற்றி எரியாதா?
தமிழன்னை மனம்நொந்து
வயிறெரிந்தால்
நீர்பற்றும் எழுத்தாணி
நொறுங்காதா? விளையாடல்
நிறுத்துமீன்கள்

என்று பாடுகிறார்.

கவிஞர் காசி ஆனந்தனின் கவிதைகளை உணர்வதும் மற்றவர்களுக்கு உணர்த்துவதும், தமிழர்க்குப் பெருமையைத் தேடித்தரும் செயலாகும். எனவே உணர்ச்சிக் கவிஞர் உணர்வுகளை மதிப்போம். அவர் கவிதையின் கருத்துக்களைத் தமிழகம் முழுமையும் அறிய உழைப்போம்.

த.சிவசுந்தரேஸ்வரி
தமிழ்த்துறைத் தலைவர்
பக்தவத்சலம் நினைவு மகளிர் கல்லூரி,
கொரட்டூர், சென்னை-80

6. சந்திரா இரவீந்திரன் – 'நிலவுக்குத் தெரியும்' சிறுகதைகளில் – ஈழத்தமிழர்களின் இனஉணர்வும் மனப்போராட்டமும்

முன்னுரை:

புலம்பெயர்ந்த தமிழர்களில் தலைசிறந்த எழுத்தாளர் சந்திராஇரவீந்திரன். அவரின் பூர்வீகம் ஈழத்தின் வடபகுதி; மூடுண்ட பிரதேசமான ஈழத்தின் அரசியல் நிகழ்வுகளை இலக்கியத்தில் இடம்பெறச் செய்தவர்; அரசியலில் காணப்படும் வர்க்க முரண்பாடுகளை இலக்கியப் படைப்பாக்கியவர்; ஈழத்து இலக்கியச் சூழலில் பொய்மைகளையும், பாசாங்குகளையும் வெளிப்படுத்துகின்ற காலகட்டத்தில் உயிர்த்துடிப்புடன், அனுபவத்தை எழுதிய ஈழத்து எழுத்தாளர்கள் மிகக்குறைவு. இத்தகைய சூழலில் சந்திரா இரவீந்திரன் அவர்கள் தன்னுடைய அனுபவத்தோடு, யதார்த்தமான உலகமொன்றுக்குள் வாசகர்களையும் சேர்ந்து பயணிக்கச் செய்யும் பண்பு உடையவர். 83ல் இனப்போராட்டத்தின் எழுச்சிகள், வீழ்ச்சிகள், பெருமிதமான தருணங்கள், துன்பநிகழ்வுகள் என எல்லாவற்றையும் பார்த்து வளர்ந்தவர். தன்னுடைய வாழ்க்கைப் பயணத்தின் நிகழ்வுகளை, நிஜங்களைக் கதைகளாக வடித்துக் காட்சிகளைக் கண்முன் கொணரச் செய்த பெருமையுடையவர். அவருடைய சிறுகதைகளில் ஈழத்தமிழர்களின் இனப்போராட்டங்களையும், குடும்பத்தில் எழும் மன உணர்வுகளையும், சமூகச் சிக்கல்களையும் படம்பிடித்துக் காட்டுவதைக் காணமுடிகின்றது.

ஈழத்தமிழரான சந்திரா இரவீந்திரன் அவர்கள் மூன்று வகையான நிலப்பகுதியுடன் தொடர்பு உடையவர்.

1. பிறந்து வளர்ந்த யாழ்ப்பாண மண்
2. புகலிடம் அடைந்த நைஜர்
3. தற்போது தங்கி வாழும் லண்டன்

புலம்பெயர்ந்த தமிழரான அவர், "துயரத்தின் வடிவம் ஒப்பாரியாகத்தான் இருக்க வேண்டுமென்றுமில்லை. மனதில் உறைந்து போன கண்ணீரின் பாறைகளாகவும் இருக்கக்கூடும்" (ப.15) என்ற கருத்தினை அடிப்படையாகக் கொண்டு கதைகளைப் படைத்துள்ளார்.

ஈழத்தமிழர்களின் இனஉணர்வுகளையும், போராட்டத்தின் அவலங்களையும் கண்முன் கண்ட அவர், தன் துயரத்தோடு தன்னைச் சுற்றியுள்ளவர்களின் துன்பத்தையும் சிறுகதைகளின் வாயிலாக வெளிப்படுத்துகிறார்.

புலம் பெயர் காலம்:

'நெய்தல் திணைகள்' எனும் கதையில் தன் அனுபவத்தைக் கதையாகப் படம்பிடித்துக் காட்டுகிறார். ஈழத்தமிழர்களை அடக்க இராணுவ வேலிகள் அமைக்கப்பட்டன. அவைகளை மறித்துப் பீரங்கிக் கப்பல்கள் ஆட்சி நடத்தின. கடலுக்குள்ளிருந்தும் நெருப்புத் துண்டுகள் மக்கள்மீது வீசப்பட்டன. போரின் ஓசைகள், கடலின் ஓசைகளைவிட கொடூரமாகக் காணப்பட்டன. நீலக்கடல் அலைகள் செங்கடலாய் மாறத்தொடங்கின. கடற்காற்றுத் துப்பாக்கித் துளைகளுடனான உடல்களைச் சுமக்கத் தொடங்கின என்று கண்முன் நடந்த நிகழ்வுகளை எடுத்துக்காட்டுகிறார் ஆசிரியர். இத்தகைய சூழலில் ஈழத்தமிழர்களின்

"வேர்கள் அறுபட்டன.... உறவுகள் சிதைப்பட்டன. மனிதம் வெற்றுப்புழுதியில், வேதனை மிகுதியில் கால்களில் மிதிபட்டது! தூரங்களைக் கடக்க முயன்றும் முடியாதவர்கள்..... புலம் பெயர்ந்து ஒரு காலத்தை உருவாக்கினர்! அது புலம் பெயர் காலமாகவே ஆயிற்று" (ப.76) என்று குறிப்பிடுகிறார் சந்திரா இரவீந்திரன்.

ஈழத்தமிழர்களின் உரிமையின்மையும் உயிரிழப்பும்:

'அவர்கள் இல்லாத தேசம்' எனும் கதையில் பூர்வீகத்தில் 'நாகதீபம்' என்றும் இராவணேஸ்வரன் ஆட்சிக்காலத்தில் 'இலங்காபுரி' என்றும் அழைக்கப்படும் வடஇலங்கையில் 'வல்லிபுரம்', 'பருத்தித்துறை' எனும் சரித்திரப் புகழ்பெற்ற இடங்களில் நடந்த நிகழ்வுகளைக் குறிப்பிடும்போது,

" 'துஷ்ட கைமுனு' எனும் கெட்ட குணங்களையுடைய சிங்கள மண்ணின் போர் விதிகளிற்குப் புறம்பாகக் கொல்லப்பட்ட 'எல்லாளன்' எனும் தமிழ்மன்னனின் மரணத்திலிருந்து ஈழத்தமிழர்

இனங்களின் மனங்களிலும் கசப்பு நிலைகள் வேறொரு வடிவத்துடன் தலைவிரித்து ஆடியது.

மனித உரிமைகள் பறிக்கப்பட்டு ஈழத்தமிழர்கள் இரண்டாம்தரப் பிரஜைகளாகவும் அந்நியர்களாகவும் கருதப்பட்டனர். அமைதியும் ஆசாரமும் ஆபூர்வச் சந்தோசங்களும் நிறைந்திருந்த மண்ணில் ஆற்றாமையெனும் நெருப்பின் அகோரம் பரவத் தொடங்கிற்று" (ப.40) எனத் தமிழர்களின் நிலையைத் தெளிவுபட உரைக்கின்றார்.

போர்க்காலங்களில் பாடசாலைகள் அனைத்தும் மூடப்பட்டன. மக்கள் மனதில் அச்சமும், குழப்பமும் பெருகின. நிம்மதியற்ற வாழ்வைத் தமிழர்கள் வாழ்ந்து கொண்டிருந்தனர் என்பதை அறிய முடிகின்றது.

ஒரு காலகட்டத்தில் தமிழர்கள் பலர் படகேறி அக்கரைக்குப் போகிறார்கள். திடமான உடலுடனும், கம்பீரமான நடையுடனும் எம்.ஆர். 73 துப்பாக்கியுடனும் ஒரு நாள் கணேசுமாமா அக்கரையிலிருந்து மீண்டும் வந்திறங்குகிறார். பகீரும், சுப்பும் அவரைக் கண்டவுடன் அளவில்லாத மகிழ்ச்சியை அடைகின்றனர். அவர்களுடைய மகிழ்ச்சி நிலைக்கவில்லை. ஊரடங்குச் சட்டம் திடீரென்று வரும். திடீரென்று விலக்கப்படும். ஊர்மக்களை அடக்குவதும், பயமுறுத்துவதுமான அறிவிப்புகள் வானொலியில் ஒலித்துக் கொண்டே இருந்தது. அதில்,

"நான்கு இளைஞர்கள் கைது செய்யப்பட்டனர். கடற்கரையில் மூன்று சடலங்கள் கரையொதுங்கின. அவற்றில் ஒன்று கணேசனுடையது என்பதற்காகவும் சேர்த்து, பகீர் இல்லாத வீடு பேச்சிழந்து முழுவதுமாய் உறைந்து போய்க்கிடந்தது" (ப.49) என்று தமிழர்களின் நிலையை ஆசிரியர் எடுத்துக்காட்டுகிறார்.

உரிமைக்காக உறவுகளை இழத்தல்:

'வல்லை வெளி தாண்டி' எனும் கதையில் சகோதரியின் வீட்டுக்குத் தன் கணவனுடன் செல்லும் பவானி, தன் சகோதரனான பரத்தைத் துப்பாக்கியும் கையுமாக நீண்ட நாட்களுக்கு முன்னர் சந்தித்தாள். அந்தச் சந்திப்பின் சந்தோஷம் நீண்ட நேரம் நிலைக்கவில்லை. தற்போதும் சகோதரனைக் காண ஆசையுடனும், ஆர்வத்துடனும் வந்த பவானிக்கு ஏமாற்றமே மிஞ்சியது. துயரம் தாங்க முடியாமல்,

"பவானி மூசி மூசி அழுதாள். மூக்கைத் துடைத்தாள். என்னையேன் ஒரு சொல்லுக் கூப்பிடேல்லை. பரத் என்னைப்

பார்க்காமல் போயிக்க மாட்டானே! எனக்கென்ன கேடுகாலம் வந்திச்சு?" (ப.85) என்று நீண்ட நேரமாய் கண்ணீர் சிந்திக் கொண்டே இருந்தாள்.

'முறியாத பனை' எனும் கதையில் ஈழத்தமிழர்கள் உரிமைக்காகப் போராடி உயிரிழக்கின்ற நிலையை அறியமுடிகின்றது.

"தமிழர்களுக்கு எல்லா வசதியும் இருக்க, ஏன் சண்டை போடுகிறார்கள்? என்று இந்தியக் கர்ணல் அப்பாவிடம் கேட்டதற்கு, இந்திய பெரும்பான்மையினக் குடிமகன் இவன்! இந்தச் சிறுபான்மை இன இலங்கைத் தமிழனின் உரிமைப்பிரச்சனைகள், அரசியல் துரோகங்கள், நிரந்தர இழப்புகள், பரிதாபங்கள், ஏக்கங்கள்..... எல்லாம் சொன்னாலும் இவனுக்குப் புரியுமா?" (ப.66) என்று பதில் அளித்தார்.

"சடசடவென்று காற்றைக் கிழிக்கும் இரைச்சலுடன் துப்பாக்கி வேட்டுக்கள்! வீதியில் போய்க்கொண்டிருந்த அப்பாவிகள் பச்சை உடைக்காரரால் பன்னாடையாக்கப்படும் அகோரம்" (ப.68) எனச் சண்டை ஈழத்தமிழர்களுக்கு நடந்துகொண்டிருந்த பொழுது அம்மா அழுத கண்ணீருடன் ஒப்பாரி வைத்தாள்.

"ஊரில் என் தம்பி போரிட்டு மாண்டான் என்று மார்தட்டிப் புலம்பவோ, தலையைப் பிசைந்து குளறவோ, ஊரைக்கூட்டி ஒப்பாரி வைக்கவோ எல்லாம் முடியாத ஊமைச் சாபம் எங்களுக்கு! நடுவாயிலைத் தாண்டி பின்புறமாகவோ, முன்புறமாகவோ போயிருந்து அழுது தீர்க்க முடியாத அவலம்" (ப.69) என்று மனதிற்குள்ளே பவானி, இழப்பின் துயரைக்கூட வெளிப்படுத்த முடியாத நிலைக்கு உட்படுவதைக் காணமுடிகின்றது.

'என் மண்ணும் என் வீடும் உறவும்' எனும் சிறுகதையிலும் தம்பியைப் பிரிந்து துயருறும் அக்காவின் நிலையை ஆசிரியர் தன்னுடையத் துன்பமாக வெளிப்படுத்துகிறார்.

"நான் பிறந்த என் மண்ணை மகிழ்வோடு மதிக்கும் எனக்கொரு வரம் கிடைத்ததில்லை. என் அருமைத் தம்பியைக் கண்டு கதைத்து மகிழும் ஒரு இன்பப் பொழுதெனக்கு வரவேயில்லை. ஒரு புன்னகை சிந்தவும், உறவுகளைக் கட்டியணைத்து ஆனந்தக் கண்ணீர் சிந்தவும் ஒரு பொற்காலம் கைக்கூடவில்லை. கனவுகளை நாமின்னும் பகிர்ந்து கொள்ளவில்லை. நிலாவில் நீரிறைத்து நீராடி மகிழவில்லை. பந்தயங்கள் பிடிக்கவில்லை. தோப்படித்துச்

சிரிக்கவில்லை. அம்மா குழைத்துத் தரும் சோற்றை அடிப்பட்டு வாங்கி உண்டுகளிக்கவில்லை. ஆளுக்காள் பகிடிவிட்டு விழுந்து விழுந்து சிரிக்கவில்லை. இன்னும் பல இல்லை..... இல்லையென்றாகி....." (ப.62) என்று தன் வாழ்வின் கனவுகளை, கற்பனைகளை, ஆசைகளை சிறுகதையின் வாயிலாக வெளிப்படுத்தியிருப்பதை அறியமுடிகின்றது.

அடையாள அட்டையில்லாச் சிறுவன்

'தரிசு நிலத்து அரும்பாக' எனும் கதையில் வரும் ராசனுக்கு அம்மா, அப்பா இல்லை. அப்பாவை அவனுக்கு அறவே தெரியாது. அம்மா யார் என்பதை, அவள் பேருந்து ஒன்றில் வைத்து வெட்டிக் கொல்லப்பட்ட பின்னரே அவனால் அறிந்து கொள்ள முடிகின்றது. தோட்டத்தில் வேலை செய்தாலும் நகரத்திற்கு வந்து போக, அவனுக்குக் கொள்ளை விருப்பம் தன்னை யாரென்று நிரூபிக்கத் தேவையான அடையாள அட்டை இல்லை.

தன்னுடைய சித்தப்பா, சித்தி, பாட்டி, ராஜிஅக்கா முதலியோரின் ஆசைகளை நிறைவேற்ற ஓயாது உழைப்பவன். யாழ்ப்பாணத்துக்கு வரும்படி ராஜீ அக்கா அழைத்தபோது ராசன்,

"என்ரை அம்மா என்னை இங்கை கொண்டு வந்து விடேக்கே என்ரை பிறந்ததேதி, பிறந்த இடம் அப்பாவின்ரை பெயர் ஒண்டையும் சொல்லாமல் போயிட்டா. அதால அடையாள அட்டை எடுக்கேலாமல் இருக்குது" (ப.31)

"அம்மா இருக்கிற இடம் தெரிஞ்சிருந்தால், நான் ஆடிக்கலவரத்துக்கு முன்னமே போய்ப் பார்த்திருப்பேன். பஸ்க்குள்ளே வைச்சு வெட்டிப் போட்டப்பிறகுதான் அம்மா எண்டவள் இன்ன இடத்திலை இருந்திருக்கிறாளெண்டு தெரியும்." (ப.32) என்று துயரத்தை வெளிப்படுத்தினான். தன்னுடைய வாழ்க்கையில் ஒரு முறையாவது யாழ்ப்பாணத்துக்கு வரவேண்டுமென்ற உறுதியும் தன்னம்பிக்கையும் உடைய ராசனை ஆசிரியர் படம் பிடித்துக்காட்டுகிறார்.

பனங்காட்டில் பாலியல் வன்முறை

'பால்யம்' எனும் சிறுகதையில் தாழ்த்தப்பட்ட இனத்தைச் சார்ந்த பத்மாவதி தம் மனத்தில் போட்டு மூடி வைத்திருக்கும் துயரத்துக்கு ஓர் அளவில்லை. அவளை உயர்சாதியினரும் ஒடுக்குகின்றனர். சொந்தவீடும் வாட்டி வதைக்கிறது. பனங்காட்டில் விறகெடுக்கப்போகாவிட்டால்,

"அம்மா அடிப்பா. விறகில்லாட்டில் அப்பா அம்மாவை உதைப்பான். மாட்டேனென்றால், சொல்லுக்கேக்கேல்லையென்று அண்ணன்கள் எல்லாம் மாறி மாறி குத்துவான்கள்!" (ப.26) என்று தன் துயரத்தை வெளிப்படுத்துகிறாள்.

பனந்தோப்பில் "வேலனின் சீவற்கத்திகளும், கள்ளுமுட்டிகளும் மட்டும்தான் இருக்குமென்பது ஊரறிந்த உண்மை. ஆனால் அதே கொட்டிலினுள் பத்மாவதி என்ற பன்னிரண்டு வயது சிறுமியின் வாழ்க்கை நாளும் பொழுதும் சீவப்பட்டுக் கொண்டேயிருப்பது யாருக்குத் தெரியும்" (ப.27) எனும் உண்மையைச் சமூகத்தில் நடைபெறும் அவலநிலையைத் தெளிவுறுத்துகின்றார் சந்திரா.

முடிவுரை

யாழ்ப்பாணத்தில் வாழும் ஈழத்தமிழர்களை அடக்க இராணுவத்தினர் பீரங்கிக் குண்டுகளையும், துப்பாக்கித் தோட்டாக்களையும் மழையாகப் பொழிந்தனர். இதை எதிர்த்துப் போராடிய ஈழத்தமிழர்கள் உறவுகளை இழந்ததோடு உயிரையும் இழந்தனர். சிலர் உயிரைக் காக்க புலம்பெயர்ந்தும் சென்றனர். புலம் பெயர்ந்து சென்ற தமிழர்களில் ஒருவரான சந்திரா இரவீந்திரன் இராணுவத்தினரின் கொடுமைகளை நேரில் கண்டவர். தான் கண்முன் கண்ட சமூக அவலங்கள், பாலியல் வன்முறைகள், ஆழ்மனதில் பதிந்திருக்கும் துயரங்கள், இழப்புகள் ஆகியவற்றைச் சிறுகதைகளின் வழியாகப் படம் பிடித்துக் காட்டியிருப்பதை அறிய முடிகின்றது.

முனைவர் **இரா.சுதேசி**
உதவிப்பேராசிரியர்
தமிழ்த்துறை
பக்தவத்சலம் நினைவு மகளிர் கல்லூரி
கொரட்டூர், சென்னை-80.

7. வைகறையை நோக்கிய ஒரு விடியல் பயணம்

'கனவு மெய்ப்பட வேண்டும்
கைவசமாவது விரைவில் வேண்டும்
..
மண் பயனுற வேண்டும்
வானகமிங்கு தென்பட வேண்டும்'[1]

எனும் பாரதியின் வாக்கிற்கேற்ப தங்களது கனவுகளாக தாய் நாட்டின் விடுதலையை நோக்கிய ஈழத்துப் பெண் போராளிகளின் போராட்டங்கள் பல பெண் போராளிகளின் கவிதை வடிவங்களாக உருப்பெற்றுள்ளன. 'பெயரிடாத நட்சத்திரங்கள்' எனும் தலைப்பில் ஊடறு மற்றும் விடியல் நிறுவனங்கள் பல்வேறு காலங்களில் வெளிவந்த பெண் போராளிகளின் கவிதைகளைத் தொகுத்தளித்துள்ளன. அக்கவிதைகளில் அக்கவிஞர்களின் போராட்டச் சிந்தனைகளையும், பெண் போராளிகளின் ஆளுமைகளையும், ரசனைகளையும் விருப்பங்களையும் பகுத்துச் செய்துள்ளனர்.

போராட்டச் சிந்தனைகள்

'ஓராயிரம் விழிகளின் உறக்கத்துக்கான
என் காவலிருப்பு
நாளையும் நான் வாழவேண்டும்'[2]

எனும் கவிதை, தன் நாட்டு மக்களின் நிம்மதியான உறக்கத்திற்காகத் தன் காவல் நாளையும் வேண்டும், அவளது இழப்பு புதிதாக ஒரு புலி வரும் வரை போராட்டப் பெண்புலி, வரும் வரை தனது தோழியின் காவலுக்குத் தனது இழப்பு கூட தடையாகி விடக் கூடாது என்கிறார்.

துப்பாக்கி பிடித்துப் பிடித்து மரத்துப்போன கரங்களுள் துடிப்புள்ள இரத்தம் பாய்கிறது என்று கூறும் போராளிக் கவிஞர்,

துப்பாக்கி பிடிப்பதில் தனது பெண் குணங்கள் மறக்கப்பட்டுவிட்டது என்கிறார். தன்னை அங்கீகரிக்காத சமூகத்தை வெறுக்கும் கவிஞர் பதுங்கு குழிகளுக்குள் பெய்யும் மழை நகர்வுகளுக்குத் தடையாக இருப்பதால் எப்பொழுதும் இரசிக்கின்ற மழையைக் கூட வெறுக்கின்றார். போராட்ட காலத்தின் வேகம் பெற்ற நாட்களின் அவசரத்தில் வாழ்வின் அடிப்படைத் தத்துவமே தகர்ந்து போனது தரைமட்டமானது என்பது அவரின் ஆதங்கமாகிறது. விளங்காத மொழிகளைக்கூட புரிந்துகொள்ள முற்படுபவர்களுக்குத் துணையானவர்களின் உணர்வுகள் புரியாமல் போனதாலே இப்போராட்டம்,

'வளையாத பாதை
முடியாத பயணம்
....
சாகாத பிணமாக
நானிங்கு நிலையானேன்'[3]

போராட்ட பயணம் முடிவில்லாத நீண்ட பயணமாகின்றது. வெடிச் சத்தம் கேட்கும் போதெல்லாம் வெகுண்டெழும் மனத்தை அடக்க முடியவில்லை. சின்னரவை அவளை சலனமற்றுக் கிடத்தினாலும் உள்ளக் குமுறல்கள் எரிமலையாய்க் கொந்தளித்துக் கொண்டே இருக்கின்றன. ஆழ்கடலை விட அதிகமாகக் கொந்தளிக்கிறது அவளின் இதயம். துன்பத்திற்கும், துயரத்திற்கும் நடுவே தணல் பூத்த நெருப்பாய் மழையின் குளிரில் நனைந்தாலும் பல பேரின் இறப்புகளில் சாம்பல் பூத்த மேனியாகவே காணப்படும் அவள் தனது குழந்தைக்குக் கூறுகின்றாள். "வழிகளில் இரத்தத்தின் சிவப்பும் குண்டுகள் படர்ந்த இறக்கைகளின் நெருப்பு உள்ள பாதைகளில் சென்று தேடி அடைவாய் உனது புதிய வாழ்வை"[4] என்கிறாள். விளையாட முடியாத பாலைவன நாட்களையே பரிசளிக்கிறாள் தனது குழந்தைக்கு. தேடல்கள் உள்ளவரை விடியல் என்பது தானாகவே கிடைக்கும் என்கிறாள்.

மீண்டும் மீண்டும் போர்க்களங்களில் தோன்றும் தோழிகளும் கண்ணிவெடி தாங்கிய வீதியின் தோற்றமும் அவளுள் பதிந்த காட்சிகளாகும். அவள் கனவில் எப்பொழுதும் வருவது மண் அணை பதுங்குகுழியும், இடிந்து சிதைந்த கட்டிடக் குவியலும், புற உருக்களைத் தாண்டிய ஒளி நகல் படங்களாகவே காட்சி அளிக்கின்றன.

'உயிர் சிந்தி உதிரம் சிந்தி
செவ்வான் எழுந்த கதிரை

வரவேற்கக் காத்திருக்கும் காலையொன்றில்
உங்கள் வரவைப் பார்த்திருப்போம்
ஊர்ச் சுடலையில் உடல் வேகும்
இறுதிக் காலமொன்று
கட்டாயம் இங்கிருக்கும்'[5]

என்று தனது வைகறை விடியலை, தனது சொந்த மண்ணிலான இறப்புடன் இணைந்து வரவேற்கும் போராட்டச் சிந்தனையைப் பெண் கவிஞர்கள் முன் வைக்கிறார்கள்.

பெண் போராளிகளின் ஆளுமைகள்

தமிழீழத் தாயகம் அனைவர்க்கும் சொந்தமானது, உரிமையானது, மண்ணின் மனத்தை நுகர ஒன்றுபட்டிருப்போம் என்று அனைவரையும் அறைகூவல் விட்டுக் கொதிப்பினூடே வேகும் தன் நியாயக்குரலை உயர்த்தித் தன் கொந்தளிப்பை அறியுமாறு செய்கிறாள். தனது ஆன்ம நிலைக்குள் தாய்மண்ணின் விடுதலையே வியாபித்திருக்கிறது என்பதால் அவர் தலைநிமிர்த்தி மீண்டும் இங்கு வாழ்வதற்காகப் பாடுபடுபவராய் வேகிறார். முகில் கலைத்து வானிரையும் எறிகணைகள், துப்பாக்கிச் சத்தத்திற்கிடையே வரும் தூதுப் பறவைகள். ஆனால் இறந்தும் மீண்டும் உயிர்த்தெழும் பீனிக்ஸ் பறவையைப் போல இடிந்து போன கட்டிடங்களுக்கிடையே அவளது தாய்மண் மீண்டும் உயிர்த்தெழும். இமைப்பொழுதும் ரணமாகும் உயிரின் நிதர்சனமே அவளது கண்களுக்குள் தெரிகின்றது. பாவப்பட்ட உயிரென்று பிச்சையும் அளிக்க வேண்டாம். வீணான கழிவிரக்கத்தில் புரிந்து கொள்ளவும் முயல வேண்டாம். அவளது சுயத்தை அறிந்து கொள்ள வேண்டும் என்கிறாள். பட்டுப்போன இடத்திலிருந்து வேர்பாய்ச்சி புது விதையாய் முளை விடுவாள். இதுவே அவள் உயிர்ப்பு.

பெண் சுதந்திரத்தையும் தனது போராட்டங்களோடு நிலை நிறுத்த முயல்கின்றாள். ஆணாதிக்கத்தோடு மௌன யுத்தம் நடத்தும் பெண்ணே போராட்டத்திற்குப் புறப்பட்டு வா என்கிறார். பெண்களின் சிந்தனைகளை செயற்படுத்தக் கிடைக்கும் சுதந்திரமே பெண் சுதந்திரம் என்கிறார். தங்களது தனி அறைக்குள்ளும் அதாவது கணவன் மனைவி வாழும் தனி வீட்டுக்குள்ளும் தனது அந்தரங்கங்களை, தனது சுயத்தை தான்தேடிக்கொள்வதற்கு தனக்கு மட்டுமேயான தனி அறை வேண்டும் என்கிறார். தமிழீழத்தில் தன்மானம் விலைபோகக்கூடாது என உறுதியாக நினைக்கின்றார்.

உலகின் உயிரோட்டத்தோடு தன்னைச் செத்துச் செத்து செதுக்கிக் கொண்டவர். உலகின் அழிவு ஒருநாள் உண்மையாகிப் போனாலும் அதற்குப் பின்னால் யாருமே அறியாத ஆரம்பமொன்றிலும் உனது பெயர் நிலைத்திருக்கும் என்று உயிர்ப்போடு தன்னம்பிக்கையோடு அவர்களுக்குள் அடக்கி வைத்திருந்த ஆத்திரம்தான் பெரும் பொறிகளாகவும், மறுக்கப்பட்ட உரிமைகள் பெண் போராளிகளின் குரல்களாகவும் ஓங்கி ஒலிக்கின்றன. ஏனென்றால் அடக்கப்பட்ட அனைத்தும் வீறுகொண்டு பீறிட்டெழும் என்பது உலக நியதி. எந்த வேளையிலும் தன்னை இழக்காதிருக்க வேண்டும் என்பதே சுயத்தின் ஆளுமை. மழை வெள்ளமென பகை வெள்ளம் வந்தாலும் அவள் அசையாமல் வெல்வாள். அவளின் குரல் உலகெங்கும் பரவும். நட்சத்திரங்களை உலுக்கும் புயலின் திசையை மாற்றும். எரிமலையின் குமுறலையும் பூகம்ப அதிர்வையும் ஏற்படுத்தும் வாய்கிழிந்து நரம்பு பிளந்து குருதி வழிகையிலும் அவள் குரல் அதிரும். ஆதிக்கக் கோட்டைகள் உதிரும் வரையில் அவளது குரல் உயர்ந்து கொண்டேயிருக்கும். அவளின் ஆளுமை தனக்கென, தன் சுயத்துக்கென, தன் பெண் இனத்துக்கென, தாய் மண்ணிற்கென, தன் உறவுகளுக்கென, தமிழ் ஈழத்திற்கென காலம் காலமாக அடக்கப்பட்டு வைக்கப்பட்டுள்ள அவளின் உதிரம் பீறிட்டெழுந்ததில் ஆச்சரியமில்லை.

தனித்துவ தமிழ்மொழி வெளிப்பாடு

பீரங்கி – கொதிகலன்

கவிதை வருகுதில்லை – கவிதை வருவதில்லை

எத்தனிப்பு – முயற்சிகள்

வேட்டுக்கள் – வெடிகள்

தளம்பல் – தடை

ஆன்மம் – ஆன்மா

குஞ்சுகள் – பிள்ளைகள்

அப்பிள்கனி – ஆப்பிள் கனி

இலகுவாய் – எளிதாய்

சோதரிகள் – சகோதரிகள்

வரமுனைந்தவர்கள் – வருவதற்கு முற்பட்டவர்கள்

எறிகணை – எறிகுண்டுகள்

கருத்தரங்கக் கட்டுரைகள் 49

உள்ளக்கிடக்கை – உள்ள விருப்பம்
குச்சொழுங்கை – குடிசை

இயற்கையான இரசனைகள்

'துப்பாக்கி முழக்கத்திடையே
விழித்துக் கொள்ளும் ஒவ்வொரு காலையும்
என்னால் ரசிக்க முடியவில்லை'⁵

துப்பாக்கியின் சத்தம் அவளது காலையின் ரசனையைக் கூட தடை செய்கிறது. வண்ணத்துப் பூச்சியின் சிறகடிப்பில் தன்னை மறக்கவும், குழந்தையை மென்மையாகத் தாலாட்டவும், குளத்தடி மர நிழலில் புல்லாங்குழலைத் தழுவும் காற்றோடு கதை பேசவும் அவள் என்றும் தயாராகவே இருக்கிறாள். பதுங்குகுழியில் ரசனைக்கு நேரமில்லை. அது நகர்வுக்குத் தடையாக இருக்கிறது. போர்வையற்ற மனிதர்களை மருந்துகளற்ற மருத்துவமனையில் படுக்க வைக்கும்போது எவ்வாறு கண்ணாடி சன்னல்களின் ஊடே பூமரங்களைத் தழுவி வழியும் மழைநீரைச் சூடான தேநீரை அருந்தியபடி ரசிக்கமுடியும். அழகிய நிலா முற்றத்தில் உறவுகளோடு கதை பேசி மகிழ்ந்த நாட்களை

'களங்கப்படாத காற்றுக்குள்
கனவு வளர்த்த பூமிக்குள்
எங்கள் வேர்கள் விரிந்தபடியிருந்தன
....
எம்மை விட்டு தூர விலகிய வசந்தமே'⁶

சிறு வயது நினைவுகளில் பதிந்து போன தங்கள் தேசத்தின் வனப்புகளை கதைக்கும் கவிஞர் தனது கவிதை வழி வனப்புகளைத் தேடுகிறார்.

'இருபதாம் நூற்றாண்டின்
இளைய மகள் நீ
கூட்டுப் பறவையாய் நீயும் மடிவதா?
வேண்டாம்.
வான் முகட்டினை தொட நிமிர்ந்திடும்
வலிமை உன்னிடம்
உலகின் உச்சியில் நின்று பாடிடும்
திடம் உன் வசம்'⁷

என்ற தமிழவள் கவிதை பெண் போராளிகளுக்கான திடமான தன்னம்பிக்கையுடன் உலகம் அழிந்தாலும் கரம் கோர்த்த துணைகளைப் புரிந்து கொண்டு, ஆணுக்கு இணையான தாய்

மண்ணின் விடுதலைக்கான போராட்டங்களை முன்னெடுத்துச் செல்கிறது. தேற்ற முடியாத சோகமும் மாற்ற முடிய இயலாத பாரமும் அவர்களுக்கு இருந்தாலும் விடியலை நோக்கிய பயணம் தொடர்ந்து கொண்டே இருக்கிறது.

'பெண்மை வாழ்கவென்று கூத்திடுவோமடா
பெண்மை வெல்கவென்று கூத்திடுவோமடா'[8]

எனும் பாரதியின் வாக்கிற்கேற்ப அம்புலி, சுதாமதி, தூயவள், மலைமகள், தமிழவள், கஸ்தூரி, வானதி புரட்சிகா போன்ற பெண் கவிஞர்களுக்கு, போராளிகளுக்கு இக்கட்டுரை சமர்ப்பணம்.

அடிக்குறிப்புகள்:

1. பாரதியார், மனதில் உறுதி வேண்டும், கவிதைகள் ப.163,
2. பெயரிடாத நட்சத்திரங்கள், நாளையும் நான் வாழ வேண்டும் ப.15, அம்புலி - 2001
3. எரிமலைக் குமுறல், ப.22 அம்புலி - 1993
4. பெயரிடாத நட்சத்திரங்கள், தேடி அடைவாய், ப.25 அம்புலி - 2001
5. பெயரிடாத நட்சத்திரங்கள், தாய் நிலம் உங்களை வரவேற்கின்றது, ப.30 அம்புலி 2003
6. அம்புலி, நான் எப்பொழுதும் மரணிக்கவில்லை, ப.16
7. சுதாமதி, எரிந்த நிலத்தில் என் வேர், ப.132
8. தமிழவள், புரிந்துணர்வே அடித்தளமாய், ப.137

ச.வசந்தி
உதவிப்பேராசிரியர்
தமிழ்த்துறை
பக்தவத்சலம் நினைவு மகளிர் கல்லூரி
கொரட்டூர், சென்னை-80.

8. தமிழ் நதியின் கவிதைகள் காட்டும் 'ஈழமக்களின் துயரம்'

'தமிழ்நதி' என்ற புனைப்பெயரில் படைப்புகளை நல்கிவரும் எழுத்தாளர், கவிஞர் கலைவாணி. இவர் ஈழத்தின் திருகோண மலையில் பிறந்தவர். யாழ்ப்பாணப் பல்கலைக் கழகத்தில் பயின்று கலைத்துறையில் பட்டம் பெற்றுள்ளார். 1992ஆம் ஆண்டு ஈழத்தின் அரசியல் சிக்கல் காரணமாகக் கனடாவுக்குப் புலம் பெயர்ந்தார். 1996ஆம் ஆண்டிலிருந்து சிறுகதை, கவிதை, கட்டுரை, பாடல் என பல்வேறு பரிமாணங்களில் இலக்கியங்களைப் படைத்து வருகிறார்.

பொறன்ரோ-தமிழகம்-ஈழம் என மூன்று இடங்களில் வாழ்ந்து வருகிறார். அவர் படைத்திட்ட படைப்புகள்.

நந்தகுமாரனுக்கு மாதங்கி எழுதியது. (சிறுகதைத்தொகுப்பு)

சூரியன் தனித்தலையும் பகல் (கவிதைத் தொகுப்பு)

இரவுகளில் பொழியும் துயரப்பனி (கவிதைத் தொகுப்பு)

கானல் வரி (குறு நாவல்)

ஈழம் தேவதைகளும் கைவிட்ட தேசம் (கட்டுரைத் தொகுப்பு) போன்றவையாகும்.

2009 ஆம் ஆண்டில் வெளிவந்த 'இரவுகளில் பொழியும் துயரப்பனி' என்ற கவிதைத் தொகுப்பில் கவிஞர் தமிழ்நதி ஈழத்து அவலநிலைகளைப் பதிவு செய்துள்ளார். தமிழர்கள் எல்லோரும் மனஉளைச்சலுடன் வாடினர். போராளிகள் களம் இறங்கி, போராடித் தன் உள்ளக்கிடக்கை வெளிப்படுத்துகின்றனர். படைப்பாளிகள் தம் படைப்பு வழி, தன் மன உணர்வைப் பதியமிடுகின்றார். அவ்வாறு 'தமிழ்நதி' பதித்துள்ள உணர்வுகளைப் பதிவு செய்தலே இக்கட்டுரையின் நோக்கம்.

கையறு நிலை

2009 ஆம் ஆண்டு ஈழத்தமிழர்களைப் பொறுத்தமட்டில் சபிக்கப்பட்ட ஒன்றாயிருக்கிறது. எதனாலும் எவராலும் இட்டு நிரப்பப்பட முடியாத இழப்புகளை அறமழிந்த நிலையில் சந்திக்க வேண்டியதாயிற்று. இந்நிலையினையும் அதனால் பாதிக்கப்பட்ட உணர்வினையும் 'விடுதலை குறித்த எங்களது கனவை, இலங்கைப் பேரினவாத அரசுடன் இணைந்த பல நாடுகளின் கூட்டுச்சதி உருத்தெரியாமல் சிதறடித்துவிட்டது. கிளறும் இடங்களில் எல்லாம் பிணங்களோ, எலும்புக் கூடுகளோ தட்டுப்படும் அளவிற்கு வன்னி ஒரு பெரிய இடுகாடாக மாறிவிட்டிருக்கிறது. ஆண்டாண்டு காலமாக வாழ்ந்திருந்த பூர்வீக நிலமாகிய வன்னிப்பெரு நிலப்பரப்பிலிருந்து தமிழர்கள் விரட்டியடிக்கப்பட்டு ஏறத்தாழ வதை முகாம்கள் என்று சொல்லத்தக்க தடுப்பு முகாம்களில் ஆடுமாடுகளைப் போல அடைத்து வைக்கப்பட்டிருக்கின்றனர். மலம் கழிப்பதற்குக் கூட இரண்டு மணிநேரங்களுக்கு மேலாக வரிசையில் காத்து நிற்க வேண்டிய நிலைகளில் அம் முகாம்கள் அமைத்துவிட்டிருக்கின்றன. இந்த இருண்ட காலத்தில் எங்களைப் போன்ற சிலர் வேற்று நிலங்களில் இருந்தபடி கையாலாதவர்களாய் கவிதை எழுதிக் கொண்டிருக்கிறோம். 'விதியே விதியே' என்று புலம்புவதன்றி வேறொன்றறியாதராகிப் போனோம்' என்று முன்னுரைப் பகுதியில் தமிழ்நதி தம் வருத்தத்தைப் பதிவு செய்துள்ளார்.

போர்கால சூழல்கள்

தமிழர்கள் சொந்த இருப்பிடங்களில் இருந்து விரட்டியடிக்கப்பட்டு ஏறத்தாழ வதை முகாம்கள் என்று சொல்லத்தக்க தடுப்பு முகாம்களில் அஃறிணைகளையும் விட கேவலமாக நடத்தப்பட்டனர், இரக்கமற்ற நிலையையும், அதனை ரசித்து மகிழும் இராணுவத்தினரையும்

'சுறுசுறுப்பாக இயங்கவிடுக்கும்
உங்கள் வதை கூடங்களைச் சுத்திகரிக்க.....
நவீன சித்திர வதைகளில்
சிறையதிகாரிகள் பயிற்சி பெற......
புகட்டு வதற்கென
மலமும் மூத்திரமும்
குடுவைகளில் சேகரிக்க.....
நகக் கண்களுக்கென ஊசிகள்

கருத்தரங்கக் கட்டுரைகள்

குதிகால்களுக்கென குண்டாந்தடிகள்....
முகம் மூடிச் சாக்குப்பைகள்....
கால்களுக்கிடையில் தூவ
மூட்டைகளில் மிளகாய்த் தூள்கள்
மேலும் சில இசைக்கருவிகளும் தேவை.
வதை படும்போதில் எழும் கதறலை
நீங்கள் இசையமைத்து
பண்டிகைகளில் பாட விரும்பலாம்.'   (ப.10)
என்று 'தமிழ்நதி' சாடுகின்றார்.

அரசியலும் இனக்கொலையும்

அரசியல்வாதிகளின் அழுக்கு நிறைந்த எண்ணங்களுடனும் சுயநலத்துடனும் நாட்டில் உள்ள மக்களைப் பலிகொடுக்க தயாராக இருக்கிறார்கள். தம் இனத்தின் அழிவின்மீது உரமிட்டு ஆலமரமாய் வளர ஆசைப்படுகிறார்கள். நடிப்புக் கலையில் கை தேர்ந்தவர்களாகவும் இரக்கமற்ற கொடூர குணம் கொண்டவர்களாகவும் இருக்கின்றனர் என்பதை,

'பாடைகளின் பயணம் தொடங்கட்டும் என்றா
நாற்காலிகள் காத்திருக்கின்றன?
தொப்பூள் கொடியே ஈற்றில்
தூக்குக் கயிறாகி விடுமோ?
ஒரு பொய்யை நீங்கள் உதிர்க்கும்போது
சில நூறு குழந்தைகள்
வெடித்துச் சிதறுகிறார்கள்
ஒரு வாக்குறுதியை மீளப் பெறுகிறீர்கள்
சில கிராமங்கள் பெயர்ந்து செல்கின்றன
அதிகாரங்களின் பாடல்களுக்கியை
புறமடியில் தாளமிடும்போது
புறாக்கள்
வானத்திலிருந்து
நேரே நெருப்பில் பாய்ந்து விடுகின்றன.
கடைசியில்
கலப்படமற்ற கண்ணீர்த்துளியொன்று
உங்கள் துரோகத்தில்
அமிழ்த்தியெடுத்த விரல்களால்
வரலாறு எழுதி முடித்துவிடலாம்
அதன் இருண்ட பக்கங்களை

'தாமதமாகிக் கொண்டிருக்கிறது'
என்று எழுதும் இந்நொடியே
அன்பானவர்களே!
தாமதமாகிவிட்டிருக்கிறது!' (பக்.23-24)

என்று கோடிட்டுக் காட்டுகிறார் கவிஞர். சமுதாயத்தில் ஏற்படும் எந்த ஒரு பிரச்சனையிலும் பெண்களே அதிகபட்ச பாதிப்பை எதிர்கொள்கின்றனர். பெண்களுக்கு ஏற்படும் அவலங்கள் வரையறுத்துச் சொல்ல இயலாநிலையில் மிகுந்து காணப்படுகின்றன. ஈழத்தமிழ்ப் பெண்களின் துயரத்தைத் தமிழ்நதி.

'வல்லுறவுக்கிடையில் தண்ணீர் மறுக்கப்பட்ட
கிருஷாந்தியை......
வன்புணர்ந்து மலக்குழியில்
தூக்கி எறியப்பட்ட ராஜினியை.....
சருகுகளுக்கிடையில் பிணமாய் மூடப்பட்டுக் கிடந்த
சாரதாம்பாளை......
பலர் புணர்ந்த அடையாளம் மறைப்பதற்காய்
யோனிக்குள் குண்டு செலுத்தி சிதறடிக்கப்பட்ட
கோணேஸ்வரியை......
பெற்றெடுத்த தாயின் கண்முன்னாலே
பிறப்புறுப்பில் குருதி பெருகி வழியச் சிதைக்கப்பட்ட
சிறுமி புனிதவதியை....
நாங்கள் எப்படி மறப்போம்?
நாங்கள் எப்படி மறப்போம்?'

என்று சொல்லமுடியாத துயரத்தை வருத்தமுடன் பகிர்ந்து கொள்கிறார். எங்களுக்கு மகளிர் தினமும் துயரப்பட வைக்கும் நாட்களே என்பதை,

'எங்கள் மண்ணில்
மரணத்திற்குப் பதிலாக
மலர்கள் மலரும் வரை....
எங்கள் மண்ணில்
பசிக்குரல்களுக்குப் பதிலாக
பாடல்கள் ஒலிக்கும்வரை
எங்கள் மண்ணில்
அகதிமுகாம்களின் இடத்தில்
அறிவுச் சாலைகள் திறக்கப்படும்வரை
எங்கள் வானத்தில்
குண்டு வீச்சு விமானங்களுக்குப் பதிலாக

குருவிகள் சிறகசைத்துப் பறக்கும் வரை
மகளிர் தினமும்
எங்களவில் துக்க தினந்தான்' (பக்.40–41)

என்று கூறுகிறார்.

'புத்தாண்டு' 'பொங்கல் வாழ்த்து' போன்ற விழாக்களைக் கொண்டாடவும் கவிஞருக்கு மனம் துணியவில்லை. தம் இனம் அழிவதை மனம் பொறுக்க மாட்டாது துடிக்கின்றது என்பதை,

'பொய்களின் இனிப்பேந்தி வந்த
குறுஞ்செய்திக்கெல்லாம்
குற்றவுணர்வோடு பதில் அனுப்பினேன்'

என்று கவிதையில் பதிவு செய்துள்ளார். மேலும் தன்னால் அக்கொடூரத்தைத் தடுக்க இயலாத நிலையினை எண்ணி மனம் புழுங்கி 'இந்த இருண்ட காலத்தில் எங்களைப் போன்ற சிலர் வேற்று நிலங்களில் இருந்தபடி கையாலாகாதவர்களாய் கவிதை எழுதிக் கொண்டிருக்கிறோம்' என்று தன் மனக்குமுறலை வெளிப்படுத்தியுள்ளார்.

முடிவுரை

இவ்வாறு கவிஞர் தமிழ்நதி 'இரவுகளில் பொழியும் துயரப்பனி' என்ற புதுக்கவிதைத் தொகுப்பில் ஈழத்தமிழர்கள் அனுபவித்த சித்ரவதைகளையும், துயரங்களையும் அதிலிருந்து மீளத்துடிக்கும் மனநிலையும் படிப்போர் மனம் கொள்ளுமாறு பதிவு செய்துள்ளார்.

●

முனைவர் **ரெ.நதியா**
உதவிப்பேராசிரியர்
தமிழ்த்துறை
பக்தவத்சலம் நினைவு
மகளிர் கல்லூரி
கொரட்டூர், சென்னை-80.

9. அனாரின் 'எனக்கு கவிதை முகம்!'

புலம் பெயர் இலக்கியம் தமிழ் இலக்கியத்தின் புதுவரவு எனலாம். நாட்டுப்பாடல் தொடங்கி கவிதை, சிறுகதை, நாவல் என்று தமிழ் இலக்கியம் வடிவங்களில் பல்வேறு பரிணாம வளர்ச்சிப் பெற்றது போலவே இன்றைய சமூகத்தின் புதிய வளர்ச்சி புலம் பெயர் இலக்கியமாகும்.

இரண்டாம் உலகப் போருக்குப் பின்பு நாடு பிடிக்கும் போக்கு மாற்றமடைந்துள்ளது. நாடு பிடிக்கும் போட்டி இரண்டு உலகப் போர்களைத் தோற்றுவித்தது. அதனால் பல லட்சம் மக்கள் கொல்லப்பட்டனர். உடைமைகள் எல்லாம் அழிக்கப்பட்டது. இதனால் அதிகமான பொருளாதாரம் வீணடிக்கப்பட்டதை உணர்ந்து கொண்ட முதலாளித்துவம் நாடு பிடிக்கும் முறையை மாற்றிக்கொண்டது. நாடுகளுக்கு இடையேயான போர்களுக்குப் பதிலாக, உள்நாட்டுப் போர் நாட்டுக்குள்ளே இருக்கும் எதிர்தரப்பைத் தனக்குச் சாதகமாக்கிக் கொண்டு அவர்களுக்கு ஆயுதம், பணம் கொடுத்து உள்நாட்டுப் போரைத் தொடங்கி மக்களைச் சிதறடித்துத் தனக்குச் சாதகமான அரசினை அமைத்து இயற்கை வளங்களைக் கொள்ளையடித்துவிட்டு அந்நாடுகளைக் குப்பையைத் தூக்கியெறிவது போல எறிந்துவிடுகின்றனர்.

மற்றொரு வகையில் நடைபெறும் உள்நாட்டுப் போராக இன விடுதலைக்கான போராடும் ஆதிக்க இனம் மற்றொரு இனத்தை அடிமைப்படுத்தும் பொழுது ஆதிக்கத்திற்கு உள்ளாகும் மக்கள் தங்களின் விடுதலைக்கான போரில் ஈடுபடும்பொழுது உள்ள நாட்டுப்போர் தீவிரமாக நடைபெறும்.

இவ்வாறு உள்நாட்டுப் போர்க் காரணமாக பல ஆயிரம் லட்சம் மக்கள் உயிரைப் பாதுகாத்துக்கொள்ளும் பொருட்டுப் பல நாடுகளை நோக்கி நகர்கின்றனர். அவர்களை நாம் புலம் பெயர்ந்தவர்கள் என்றழைக்கின்றோம். அவ்வாறு புலம் பெயர்ந்த மக்கள் தங்களின்

வாழ்வின் அவலங்களை நிலைமைகளை, விருப்பு வெறுப்புகளைத் தமது படைப்புகள் வழியாக வெளிப்படுத்துகின்றனர். இவற்றைப் புலம் பெயர் இலக்கியம் என அழைக்கின்றோம்.

இதனை,

"புலம் பெயர்வு" என்பது ஒரே அரசியல் பூகோள எல்லையை விட்டுப் பெயர்ந்து சமூக அரசியல் பண்பாட்டுச் சூழ்நிலைகளால் பெரிதும் வேறுபட்ட பிரதேசத்தில் வாழ நேரிடுகின்றவர்களைக் குறிப்பிடுகிறது[1] என்கிறார் சு.குணேஷ்வரன்.

'புலம் பெயர் இலக்கியம்' அல்லது 'புலம் பெயர்ந்தோர் இலக்கியம்' என்ற சொற்றொடர் ஆங்கிலத்தில் Diaspora Literature என்ற சொற்றொடருக்கு இணையாக தமிழில் வழங்கப்படுகின்றது.

இலங்கையில் ஏற்பட்ட இன மோதல்கள் காரணமாக 1960களில் இருந்து அதிகமான தமிழ் மக்கள் பல நாடுகளுக்கும் புலம் பெயர்ந்தனர். அவ்வாறு புலம் பெயர்ந்த மக்கள் தங்களின் மண் உறவுகளை விட்டுப் பிரிந்த சோகம் மற்றும் புதியதாக வந்து சேர்ந்தநாடு, அந்நாட்டின் மொழி, பண்பாடு, பழக்க வழக்கம், உணவு, இயற்கைச் சூழல் என பல நிலைகளில் அவர்கள் வாழ்வை சிக்கலுக்குள்ளாக்கியுள்ளது.

1980 களுக்குப் பிறகு இலங்கையில் தமிழ் மக்களுக்கு எதிரான கலவரம் அதிகமான பிறகு அதிக அளவில் மக்கள் புலம் பெயரத் தொடங்கினர். இக்கால கட்டத்திற்குப் பிறகே தமிழில் புலம் பெயர் இலக்கியம் எழுச்சி பெறத் தொடங்கியது.

புலம் பெயர் படைப்புக்களுள் அதிகமானவர்களால் எழுதப்பட்டது கவிதையாகும். 1980களின் இறுதிவரை புலம் பெயர் கவிஞர்களின் பாடுபொருளாகத் தாயகத்தைப் பற்றிய நினைவினையும், அதன் அவலத்தையும் பாடிக் கொண்டிருந்த நிலை மாறி 80களுக்குப் பிறகு பாடுபொருளில் பல மாற்றங்கள் வந்தன. உதாரணமாக புலம் பெயர்ந்த நாட்டின் சூழல், அந்நாட்டில் தம்மக்களின் வாழ்வனுபவங்களைத் தமது கவிதையின் பாடுபொருளாகக் கொண்டனர்.

சேரன், வ.ஐ.ச.ஜெயபாலன், செழியன், அரவிந்தன் தொடங்கி மைத்ரேயி, அனார், பிரதிபா, றஞ்சினி, ஆழியாள் போன்றவர்களைக் குறிப்பிடலாம்.

புலம் பெயர் இலக்கியத்தில் முதல் தொகுப்பாக வெளிவந்தவை 'துருவச் சுவடுகள்' என்னும் தொகுப்பு நார்வேயில் இருந்து வெளிவந்தது. பெண் கவிஞர்களின் தொகுப்பாக "மறையாத மறுபாதி" என்னும் கவிதைத் தொகுப்பு வெளிவந்தது.

புலம் பெயர் கவிதையின் உள்ளடக்கமாக அந்நியமயப்பட்டுப்போன வாழ்வின் அவலங்களைப் பாடுவது, பெண்ணின் விழிப்புணர்வு, பெண்களின் சிந்தனை விரிவடைதல், வேலைச் செய்து தனித்து வாழ்தல், புதிய சூழலுக்குத் தம்மைத் தயார்படுத்திக் கொள்ளல், அடக்குமுறையை எதிர்த்தல், அனைத்துலக நோக்கு, ஒடுக்குமுறைக்கு எதிரானகுரல், பெண்களைப் பற்றிய சமூகத்தின் கோட்பாடுகளைக் கேள்விக்குள்ளாக்குதல் போன்ற பல தளங்களில் கவிதையின் பாடுபொருள் விரிவடைந்திருப்பதை நம்மால் அறியமுடிகின்றது.

அனாரின் பால்ய காலக் கல்வியைத் தொடரமுடியாத சூழலாக அமைந்து போன இனக்கலவரம் பெரும் தீயாகப் பற்றிய அக்காலத்தில் வாழ்க்கை வீட்டுக்குள்ளேயே முடங்கிப் போன போதும், அவர் தன் சிந்தனையை வளர்த்துக் கொள்வதிலிருந்து முடங்கிப் போகாமல் தன்னை உயிர்ப்புடன் தகவமைத்துக் கொண்டுள்ளார்.

அவரது கவிதைத் தொகுதிகளான "எனக்குக் கவிதை முகம்" 'உடல் பச்சை வானம்' போன்ற தொகுதிகள் பெண்ணின் இருப்பும், ஒடுக்குமுறை, அரசியல், தனிமை, சுயவேட்கை, காதல், காமம், போரின் கொடூரம் ஆகிய பல தளங்களில் இயங்குகிறது.

'பெண்பலி' என்னும் தலைப்பில் அமைந்த கவிதை பெண்ணின் இருப்பு எத்தகைய சிக்கலுக்குள்ளாகியுள்ளது என்பதைக் காட்டுகிறது.

'அது போர்க்களம்
வசதியான பரிசோதனைக் கூடம்
வற்றாத களஞ்சியம்
நிரந்தரச் சிறைச்சாலை
அது பலிபீடம்
அது பெண் உடல்
உள்ளக் குமுறல்
உயிர்த் துடிப்பு
இருபாலாருக்கும் ஒரே விதமானது
எனினும்
பெண்ணுடையது என்பதனாலேயே

> எந்த மரியாதையும் இருப்பதில்லை அதற்கு
> என் முன்தான் நிகழ்கின்றது
> என் மீதான கொலை'[2]

என்னும் கவிதை ஆண், பெண் பேதம் பற்றிய இன்றைய சமூக மதிப்பீட்டால் பெண் புறக்கணிக்கப்படுகிறாள். அவளது உணர்வுகள் எவ்வித முக்கியத்துவமும் அற்றதாக எளிதில் நிராகரிக்கப்படுகின்ற தன்மையை வெளிக்கொணர்கின்றன.

அனாரின் அரசியல் கவிதைகள் தனித்ததொரு முக்கியத்துவத்தைப் பெறுகின்றது. ஈழத்துப் போரின் கொடூர முகத்தை அவரின் கவிதைகள் நமக்குக் காட்டுகின்றன. இன ஒடுக்கு முறையில் தொடங்கிய இப்போர் மக்களையும் அவர்களின் இருப்பிடங்களையும் அழித்து, சராசரி வாழ்வை வாழ முடியாத நிலையைச் சுட்டிக்காட்டுகிறது அவரது கவிதைகள்.

மரணம் எப்பொழுது வேண்டுமானாலும் வந்து தம்மை ஆட்கொள்ளலாம் என்ற அச்சத்துடனே வாழ வேண்டிய வாழ்வின் அவலத்தை 'மேலும் சில இரத்தக் குறிப்புக்கள்' என்னும் தலைப்பில் அமைந்த கவிதை நமக்கு உணர்த்துகிறது.

......

> 'களத்தில்
> இரத்தம் அதிகம் சிந்தியவர்கள்
> அதிக இரத்தத்தைச் சிந்த வைத்தவர்கள்
> தலைவர்களால் கௌரவிக்கப்பட்டும்
> பதவி உயர்த்தப்பட்டும் உள்ளார்கள்
> சித்திரவதை முகாம்களின்
> இரத்தக் கறைபடிந்திருக்கும் சுவர்களில்
> மன்றாடும் மனிதாத்மாவின் உணர்வுகள்
> தண்டனைகளின் உக்கிரத்தில்
> தெறித்துச் சிதறியிருக்கின்றன
> வன்மத்தின் இரத்த நெடி
> வெறிபிடித்த தெருக்களில் உறையும்
>   அதே இரத்தம்
> கல்லறைகளில் கசிந்து காய்ந்திருக்கும் அதே
>   இரத்தம்
> சாவின் தடயமாய்
> என்னைப் பின்தொடர்ந்து கொண்டே
> இருக்கிறது'[3]

பெண்ணின் மன உணர்வில் இருந்து எழுதப்பட்ட இக்கவிதை, இரத்தம் பார்த்து பழக்கப்பட்ட பெண்ணிற்குத் தன் குழந்தை கையை அறுத்துக் கொண்டபோது பதறித் துடித்த மன நிலையை அறிய முடிகிறது.

அனார் கவிதைகள் அரசியல், இனப் போராட்டம், கொலை, சமூக இருப்பு ஆகிய பல தளங்களில் இயங்கினாலும் பெண் கவிதைக்கே உரிய தன்மையுடன் அதிகமாகப் பிணைந்திருப்பதை மறுக்கமுடியாது. இவரது பெண்ணியக் கவிதைகள் தனித்ததொரு தளத்தில் இயங்குகிறது. முரட்டுத்தனமாக ஆணாதிக்கத்தையும், ஆணையும் நிராகரிக்காத பெண்ணியத்தை இவரது கவிதைகள் நமக்குக் காட்டுகின்றன. ஆணிற்கும் மேலாக உயர்ந்து நிற்கிறாள் பெண் என்ற நிலையில் இவரது கவிதை முன் வைக்கிறது. ஆண் ஒடுக்குமுறை, ஆதிக்கம் அத்துடன் ஆணாதிக்க சமூகத்தில் பெண்களைப் பற்றிய மதிப்பீடுகள் போன்ற பல நிலைகளில் இவரது கவிதைகள் அமைந்திருப்பதையும் நாம் குறிப்பிட்டுச் சொல்ல வேண்டும். ஆணை நிராகரிக்காத இவரது கவிதைகள் ஆணாதிக்கத்தை நிராகரிப்பதாக அமைந்திருப்பது குறிப்பிடத்தக்கது.

'அரசி' என்னும் தலைப்பில் அமைந்த கவிதை பெண்களின் மன உணர்வுகளை வெளிப்படுத்தும் கவிதையாக அமைந்துள்ளது.

'உன் கனவுகளில்
நீ காண விரும்புகின்றபடியே
நான் அரசி
அயல்நாட்டு மகாராஜாக்களின் அரியணைக்கு
சவால் விடும் பேரரசி
அடிபணிய அல்ல
கட்டளையிடப் பிறந்தவள்
ஆணையிடுகிறேன் மந்தைகளுக்கு
குகைகளிலிருந்து தப்பிச் செல்லுங்கள்
ஆணையிடுகிறேன் சூரியனுக்கு
ஒரு இனத்தையே விழுங்கிக் கொண்டிருக்கும்
சமையலறையின் பிளந்தவாயைப்
பொசுக்கிவிடுமாறு
பெரும் மலைகளை நகர்த்தித் தளர்ந்துவிட்ட
மூதாட்டிகளின் பாரித்த பெருமூச்சுக்களை
வருடிவிடுமாறு பறவைகளைப் பணிக்கிறேன்
ஒருத்தி சொல்கின்றாள்
'என்னிடமிருப்பது தீர்வற்ற புலம்பல் கசப்பு'

இன்னொருத்தி கூறுகின்றாள்
'குரலில் இறக்க முடியாச் சுமை'
இருண்டு வரும் பொழுதுகளில் நேர்ந்த
துஷ்பிரயோகங்களைக் காட்டுகிறாள் எளிய சிறுமி
நான் என்னுடைய வாளைக் கூர் தீட்டுகின்றேன்
சுயபலம் பொருந்திய தேவதைகள்
விடுதலை பெற்ற பரவச வாழ்வொன்றை
வென்றெடுத்ததாய் கொண்டாடுகிறார்கள்.[4]

பெண்கள் சமையலறையிலேயே முடங்கிப் போகும் வாழ்க்கையில் இருந்து விடுபடவேண்டும் என்பதை தன்னையே அரசியாக பாவித்துப் பெண் இனத்தை விடுதலை செய்பவளாகத் தன்னை பாவித்துக் கொண்டு இக்கவிதையைப் படைத்தளித்திருக்கிறார். விடுதலையின் பரவச உணர்வை இக்கவிதை நமக்கு அளிக்கிறது. பாரதியின் கவிதையில் கிடைக்கும் விடுதலை பற்றிய உணர்வை இக்கவிதை நமக்கு நினைவூட்டுகிறது.

பல தளங்களில் பயணிக்கும் அனாரின் கவிதைகள் இன்றைய பெண்ணிய கவிதைகள் என்ற வகைமைக்குள் அடங்குமா என்னும் கேள்வி எழுவது இயல்பு. இன்று பெண்ணிய கவிதைகள் என தமிழகத்தில் எழுதப்படும் பெரும்பான்மை கவிதைகள் ஆபாச வார்த்தைகளைக் கொண்டவையாக, முரட்டுத்தனம்மிக்கதாக, சமூகத்திற்கு ஊறுவிளைவிப்பதாக இருக்கின்றது. ஆனால் அனாரின் கவிதைகள் கண்ணியம்மிக்கவை முகச் சுளிப்பை ஏற்படுத்தாதவையாக அமைந்திருக்கின்றன. இதற்காகவே அவரை நாம் பாராட்டலாம்.

புலம் பெயர் இலக்கிய வகைமைக்குள் வைத்து அனாரின் கவிதைகளைப் பார்க்கும் பொழுது அத்தளத்தில் இயங்கக் கூடிய கவிதைகள் மிகக் குறைவாகவே உள்ளன. புலம் பெயர் வாழ்வின் அவலம், அதன் நெருக்கடிகள் போன்ற பலவற்றிலிருந்து விலகியதாகவே இவரது கவிதையின் பாடுபொருள் அமைந்துள்ளது.

●

அடிக்குறிப்புகள்

1 சு.குணேஷ்வரன் – 'உதயன்' இதழ் (யாழ்ப்பாணம் 25 சூலை 07 ஆகஸ்டு)

2 அனார் – எனக்குக் கவிதை முகம், ப.27

3 மேலது – ப.22

4 மேலது – ப. 29–30

ச.முத்துமாரி
உதவிப்பேராசிரியர்
தமிழ்த்துறை
பக்தவத்சலம் நினைவு மகளிர் கல்லூரி
கொரட்டூர், சென்னை-80.

10. 'நொய்வப் பூக்கள்' நாவலில் பேச்சு வழக்குச் சொற்கள்

முன்னுரை

தமிழர்கள் மலேசியா மண்ணை மிதிப்பதற்கு முன்னர் அங்கே காடுகள் நிறைந்திருந்தன. இரப்பர் உற்பத்திக்கு உகந்த 'மண்' மலேசியாக்காடுகள்தான் என்பதை வெள்ளையர்கள் கண்டுபிடித்தனர். பிரேசில் நாட்டிலிருந்து கொண்டுவரப்பட்ட இரப்பர் விதைகளை நடுவதற்கு, அவர்களால் தமிழர்கள் மலேசியாவிற்கு அழைத்து வரப்பட்டனர். அங்குத் தமிழர்கள் சுதந்திரமின்றி ஒடுக்கப்பட்டனர்; பல நூற்றாண்டுகள் அடிமைகளாகவே நடத்தப்பட்டனர்; குறைவான கூலிக் கொடுத்து அதிக வேலை வாங்க முடியும் என முடிவெடுத்து மலாயாக்காடுகளை அழிக்க கூலிகளாக அவர்களைப் பயன்படுத்திக் கொண்டனர்; இவ்வாறாக அடர்ந்த காடுகளை அழித்து இரப்பர் தோட்டங்களாக மாற்ற தமிழர்கள் உழைத்த உழைப்பும் அதற்காக அவர்கள் பட்ட துன்பங்களைப் பற்றியும் சரித்திர ஏடுகள் பேசுகின்றன. இதனை மையப்படுத்திப் படைக்கப்பட்ட 'நொய்வப் பூக்கள்' என்ற நாவலில் தமிழகத்தில் வழங்கி வரும் பேச்சு வழக்குச் சொற்கள் பரக்கக் காணப்படுகின்றன.

ஆசிரியர்

மலேசியத் தோட்டப்புறச் செம்மண்ணிலிருந்து உதித்த எழுத்தாளர் கோ.புண்ணியவான்; இவர் கவிஞர்; எழுத்தாளர்; வரலாற்றறிஞர் என்ற பன்முகப் பரிமாணங்களைக் கொண்டு திகழ்கின்றார். மலேசியா வாழ்த் தமிழர்களின் வாழ்க்கையைச் சிறுகதைகளிலும் நாவல்களிலும் கவிதைகளிலும் மண் உணர்வு பொங்க படைப்பதில் வல்லவர்.

சான்றாக,

'இவன் நட்ட
ரப்பர் மரங்களெல்லாம்

நிமிர்ந்து நின்றுவிட்டன
இவன்
நடும்போது குனிந்தவன்
இன்னும் நிமிரவே இல்லை'

என்ற கவிதை, மலேசிய தமிழ்ப் புதுக்கவிதைகளில் முதன்மை எடுத்துக்காட்டாகக் காட்டப்பட்டுள்ளது. இவர் இயற்றிய முதல் நாவலான 'நொய்வப்பூக்கள்' என்னும் நாவல் மலேசியத் தமிழர்களின் அடிமைத்தனம், பொருளாதார நிலை போன்றவற்றை எடுத்துக்காட்டினாலும் புலம்பெயர்ந்த மக்களுக்குள்ளே ஏற்படும் காழ்ப்புணர்ச்சியையும் ஏமாற்றும் தன்மையையும் எடுத்துக்காட்டுவதாக விளங்குகின்றது.

பேச்சு வழக்குச் சொற்கள்

கோ.புண்ணியவான் இயற்றிய 'நொய்வப்பூக்கள்' என்ற நாவலில் ஏராளமான பேச்சு வழக்குச் சொற்கள் காணப்படுகின்றன.

- "தோட்டத் தமிழ்ப்பள்ளியில் ஆறாம் ஆண்டோடு அவனின் படிப்புக்கு முற்றுப்புள்ளி வைக்கப்பட்டு, எஸ்டேட்டிக் சொக்ரா வேலைக்குச் (சிறார் வேலை) சேர்த்துவிட்டார்கள்" என்று குறிப்பிட்டிருப்பதை நோக்க பேச்சு வழக்குச் சொல்லான 'சொக்கரா' – வேலைக்ககாரச் சிறுவன் என்ற பொருளில் பயன்பட்டிருப்பதை அறிய இயலுகிறது.
- "வாய் திறந்தால், 'கெந்தி வெட்டுக்கோ', 'மம்டி வேலைக்கோ' அனுப்பித் தண்டித்துவிடும் தோட்ட நிர்வாகம்" என்று குறிப்பிட்டிருப்பதில் 'கெந்தி' என்ற சொல் 'கந்தகம்' என்ற பொருளில் கையாளப்பட்டிருக்கின்றது.
- "வானத்தை நேராக நோக்கிப் படர்ந்து பச்சை இலைகளோடு நிற்கும் மரங்களைப் பார்ப்பதற்கு ரம்மியமாக இருக்கும்" என்ற தொடர்வழிப் பேச்சுவழக்குச் சொல்லான 'ரம்மியம்' என்ற சொல்லாட்சி 'அழகு' என்ற பொருளில் பயின்று வருகின்றது.
- "அம்மா நிரையை அடைவதற்குள் மூச்சிறைத்துவிட்டது. ஐந்து காலன் வாளிகளையும் உளிப்பையையும் கட்டுச்சோற்றையும் காண்டாவில் சுமந்துகொண்டு

அம்மா நிரையை அடைய என்ன சிரமம் பட்டிருப்பாளோ?" என்ற தொடர்களில் தூய தமிழ்ச் சொல்லான 'நிரை' – வரிசை (கூட்டம்) என்ற பொருளில் பயின்று வருவதைக் காணமுடிகிறது.

* ஒவ்வொரு அடியையும் லாவகமாக எடுத்துவைத்து இறங்கவேண்டும். கரணம் தப்பினால் மரணம் என்பது போலக் கொஞ்சம் சருக்கினால் இரப்பர்பால் வாளியோடு விழுந்து உருளவேண்டியதுதான். பாலெல்லாம் மேலே ஊற்றி உடம்பு முழுவதும் ஒட்டிக்காய்ந்துவிடும். தேங்காய் எண்ணெய்யும் சவர்க்காரமும் கலந்து தேய்த்தால்தான் வெளியாகும்" என்று புண்ணியவான் அவர்கள் கூறுவதை நோக்க இதில் வரும் 'சவர்க்காரம்' என்பதைச் 'சலவைக்கட்டி' (சோப்பு) எனக் குறிப்பிடுகின்றார்.

* கோட்டை சீவி முடிப்பதற்கு முன் பால், உளியைத் தொடர்ந்து கோட்டில் இறங்கி ஓடிவந்து கம்பியில் கட்டப்பட்ட பீலியின் வழி மங்கில் விழும்" என்ற தொடரில் வரும் 'மங்கு' என்ற சொல் சாடியைக் குறிக்கின்றது.

* "மண்ணெங்கும் விழுந்து படர்ந்திருக்கும் சத்தைகள், மக்கிய இலைகள் மேல் மிகுந்த கவனத்துடன் கால் பதிக்க வேண்டும் இலைதானே என்று யதார்த்தமாய் இருந்தால் இழுத்துத் தள்ளிவிடும்" என்று கூறுகிறார் இதில் 'யதார்த்தம்' என்பது பேச்சு வழக்கில் என்ற பொருளில் கையாளப்பட்டுள்ளது.

* "அத்துமீறி அவளின் வார்த்தைகள் அவர்கள் காதுகளில் விழுந்து காயப்படுத்திவிடுவதால் குசினிப்பக்கம் போய் விடுவர்" என்னும்போது சமையலறையைக் 'குசினி' என்று கூறுவது பேச்சுமொழி வழக்காக இன்றும் தமிழகத்தில் பல இடங்களில் காணப்படுகிறது.

* "தோம்பில் இருந்த தண்ணீரைக் குவளையில் எடுத்து இரண்டொரு மிடறுகுடிக்கும் முன்பே குமட்டிக் கொண்டு வந்தது" என்பதில் 'குவளை' என்ற பழைய தமிழ்ச்சொல் காணப்படுகிறது.

- "அவனும் பழையபடி வாய்விட்டுப் பேசிச் சிரித்து மகிழும் சுபாவம் சன்னஞ்சன்னமாய் குறைந்திருந்தது" என்ற தொடரில் வரும் 'சன்னம்' என்ற சொல் சிறிது, நுண்மை, குறைவாக என்னும் பொருள்களில் பேச்சு வழக்கில் பயன்பட்டு வருகின்றது.
- "இங்க பாருங்க... ஆளாளுக்குக் கத்தி ஆகப் போறது ஒன்னுமில்ல. ஆர்ப்பாட்டத்தினாலும் ஆவேசத்தினாலும் என் கற்பு திரும்பி வராது. பாதிக்கப்பட்டவ நா. 'பாரக்குவாட்' குடிச்சு செத்துப் போயிருந்தனா அவன கொல பண்ணறதுல தப்பு இல்ல..." என்பதில் 'பாரா' என்பது பாதரசத்தைக் குறிப்பிடும் மரூஉச் சொல்லாம் பேச்சுவழக்கில் இச்சொல் பயன்பாட்டில் உள்ளது.
- "அவனப் புடிக்க இதத்தவற வேறவழி எனக்குத் தெரில... ஏன்ன... அத்தாட்சி இருக்கு...? அதாண்ணே... மானத்த காவந்து பண்ண வேறவழி எனக்குத் தெரியல...!" என்ற வாக்கியத்தில் 'காவந்து' என்ற சொல் 'பாதுகாக்க' என்ற பொருளில் பயின்று வருகிறது.
- "என்னப்பா... தம்பி வேலு... ஒம்மேலதான் பிராது வந்திருக்கு அதப்பத்தி விசாரிக்கலாம்னுதான் கூடியிருக்கோம்" இத்தொடரில் 'பிராது' என்ற சொல் 'முறையீடு' என்ற பொருளில் வழங்கி வருவதாகும்.
- "வரண்ட நாவால் 'நான் காரணமில்லிங்க...' என்று வேலு மூன்றாவது வார்த்தை வருமுன்பே... சின்னராசு, உன்னை... ஆங்கார மவாசின் உக்கிரத் தெறிப்புகளாக வார்த்தைகள் வெளி வந்தன" என்ற தொடரில்

ஆங்காரம் – செருக்கு

உக்கிரம் – கோபம்

தெறிப்பு – அகந்தை மேலிட்ட ஒழுக்கம்

இவ்வாறாக, தற்சமயம் வழக்கில் பயன்படுத்தப்படும் சொற்களும் அருகிப் பயன்படுத்தப்படும் சொற்களும் மலேசியத் தமிழர்கள் தங்கள் பேச்சு வழக்கில் பயன்படுத்தி வருவது இந்நாவலின் மூலம் அறிய முடிகின்றது.

தமிழ்நாட்டில் பேச்சு வழக்கில் ஆங்கிலச் சொற்களையும் பிறமொழிச் சொற்களையும் பயன்படுத்திக் கொண்டிருக்கின்றோம். ஆனால் ஒரு சில ஆண்டுகளுக்குமுன் புலம்பெயர்ந்த நம் முன்னோர்கள் தாங்கள் வாழ்ந்த பகுதியில் வழங்கும் பேச்சு வழக்குச் சொற்களை மறவாமல் தங்கள் படைப்புகளில் பயன்படுத்தி வருவதை நோக்க புலம்பெயர்ந்து சென்றாலும் அவர்களின் மண்மனம் மாறாத தன்மையை அறிய முடிகிறது.

●

இர.சர்மதா
உதவிப்பேராசிரியர்
தமிழ்த்துறை
பக்தவத்சலம் நினைவு மகளிர் கல்லூரி
கொரட்டூர், சென்னை-80.

11. ‘ஒரு பெண்ணின் கதையில்’ சமுதாயப் பார்வை

முன்னுரை:

“பெண்கள் பிறப்பதில்லை மாறாக உருவாக்கப்படுகிறார்கள் என்கிறார் பிரெஞ்சு பெண்ணியத்திறனாய்வாளரான சைமன்-டி-பௌவாயர். இக்கோட்பாட்டின்படி இன்று வரை பெண்கள் உருவாக்கப்பட்டுக் கொண்டே இருக்கிறார்கள். எவ்வாறெனின் பெண்பிள்ளை பிறந்த உடனேயே அவர்களைக் குடும்பம் நடத்துவதற்காகவும், பண்பாட்டைக் காப்பதற்காகவும், வீட்டின் பெருமையை நிலைநாட்டுவதற்குமே உருவாக்குகின்றனர். இந்நிலைப்பாட்டின் படியே ‘ஒரு பெண்ணின் கதை’ என்ற நாவலில் செ.கணேசலிங்கன் என்பவர் பெண்கள் எவ்வாறெல்லாம் இச்சமூகத்தில் உருவாக்கப்படுகிறார்கள் என்பதைத் தெளிவாக எடுத்தியம்பி உள்ளார்.”

இரட்டைப் பணிச்சுமை:

காலம் காலமாகப் பெண் என்பவள் வீட்டை நிர்வாகிக்க மட்டுமே தகுதியானவள் என்று நினைத்து இச்சமூகம் வீடு சார்ந்த இயங்குவெளிக்குள் அவளை முடக்கியது. இங்குப் பெண்ணின் உழைப்பானது முழுவதுமாகச் சுரண்டப்பட்டது; சுரண்டப்பட்டுக் கொண்டும் இருக்கிறது. நவீனகாலம் தொடங்கி வீட்டைவிட்டு வெளிவரத் தொடங்கிய பெண்கள் இரட்டைப் பணிச்சுமைக்கு உட்படுத்தப்படுகின்றனர். வீட்டை விட்டு வெளியில் வந்து பணிச்செய்வது சுதந்திரமாக இருந்தாலும், அது கூடுதல் பணிச்சுமையாக இரட்டைப் பணிச்சுமையாக மாறிப் போகிறது. இக்கருத்தை ‘உமா’ என்ற கதாபாத்திரத்தின் வழி வெளிப்படுத்தியுள்ளார் ஆசிரியர். வேலைசெய்யும் இருபாலருக்கும் சனி, ஞாயிறு என்பது விடுமுறை நாட்கள். ஆனால் பெண்ணிற்கு அந்நாட்களில் கூட முழுமையான ஓய்வு கிடைப்பதில்லை. இக்கதையில் “சனி, ஞாயிறு ஓய்வான நாட்கள் என்பது பெண்களைப் பொறுத்தவரை வெறும்

பேச்சே" என்கிறார் ஆசிரியர் (ப.42). மேலும் இரட்டைப் பணிச்சுமையில் பெண்கள் அரையடிமைகளாக இருக்கின்றனர் என்பதையும் வெளிப்படுத்தியுள்ளார். இல்லம் சார்ந்த பணிச்சுமையில் இருந்து வெளிவரும் பெண்கள், வெளி பணிச்சுமையில் சிறந்த மனநிறைவு அடைகின்றாள் என்பது மட்டுமே உண்மை தவிர வேறொன்றும் இல்லை.

"நாளும் பொழுதும் நலிந்தோருக்கு இல்லை
ஞாயிற்றுக் கிழமையும் மங்கையர்க்கு இல்லை"

என்கிறது புதுக்கவிதை ஆக, பெண்கள் இரட்டைப் பணிச்சுமையில் இரு இடங்களிலும் அதிகாரத்திற்கு உட்படுத்தப்படுகின்றனர்.

ஆணாதிக்கச் சமூகத்தின் மனோபாவம்:

ஆணாதிக்கத்தால் பெண்களின் மனநிலையானது ஒவ்வொரு காலகட்டத்திலும் பதட்டமாகவே உள்ளது. பெண்கள் எத்தனை அச்சத்தோடும், விழிப்போடும் வாழ்ந்தாலும், அவர்களது வாழ்வியலானது சிதைக்கப்படுகின்றது. "கணவரின் கண்காணிப்புக்குத் தப்பி கத்தி முனையில் எத்தனை காலம் வாழ்வது ஆணாதிக்கம் பெண்களை வீட்டில் மட்டும் அல்ல தெருக்களில் பொது இடங்களில் கூட பதட்ட நிலையிலேயே வைத்துள்ளது" என்கிறார் கணேசலிங்கன் (ப–55) அதாவது பெண்களை எப்போதும் பதட்ட நிலையிலேயே வைத்திருப்பதற்கு மிகவும் சிரத்தையோடு கவனம் செலுத்தி வருகிறது ஆணாதிக்கம் என்பதுதான உண்மை. சமூகத்தின் அடிமை நிலையை மறக்கச் செய்து முற்பிறவியை, விதியை விருந்தோம்பலை விளக்கம் கூறிப் பெண்களை ஏமாற்றி வருகின்றனர். 'ஆயிரம் பாவம் செய்தவள்தான் பெண்ணாக பிறக்கிறாள்' என்றும் 'பட்டும் பட்டும் நீயே பெற வேண்டும்' என்றும் பெண்ணின் இன்னல் துன்பங்களுக்கு அவர்களையே காரணம் காண்பித்து ஏமாற்றி வருகின்றனர்.

ஆணாதிக்கத்தால் பெண்ணின் ஏக்கமும் எதிர்பார்ப்பும், தவிப்பும் நிறைவேற்றப்படாத நிலையே உள்ளது என்பதை "களைத்து போய் வந்திருக்கின்றேன் தொல்லைத் தராமல் தூங்கு' என்று கூறிவிட்டு மறுபக்கம் திரும்பி படுகின்றான் அசோகன். ஆனால் என் கண்கள் கலங்குவதை அவன் கவனிப்பது இல்லை" என்கிறாள் கதைத்தலைவியான உமா. இங்கு உமாவின் எதிர்பார்ப்பை ஏக்கத்தை அசோகன் புரிந்து கொள்ளவில்லை. அவனுக்கு அவனுடைய களைப்புப் பெரிதாகப்படுகின்றது. ஆனால் அவனுக்குத் தேவைப்படும்

போதெல்லாம் உமாவின் களைப்போ, அவளது விருப்பமோ பரிசீலிக்கப்படுவதில்லை. பெண்களுக்கு மட்டும் திரும்பத்திரும்ப ஒரே மாதிரியான கற்பிதங்களும், கருத்தியல்களும் விதந்தோதப்படுகின்றன. 'கணவனைக் கவர அழகு காப்பாற்றப்பட வேண்டும், கவர்ச்சியாக இருக்க வேண்டும். சமூகத்தில் மதிப்புடன் இருக்க பெண்ணினது ஒழுக்கம் காப்பாற்றப்பட வேண்டும்' போன்ற எதிர்பார்ப்புகளை நோக்கியே பெண்கள் உருவாக்கப்படுகின்றனர்.

இது மாதிரியான ஆணாதிக்க மனோபாவங்கள் நாவல் முழுவதும் பரவிக்கிடக்கின்றன. இவ்ஆணாதிக்கத்திலிருந்து பெண் விடுதலைப்பெற வேண்டும் என்றால் சுயமும், கடுமையான உழைப்பும், கல்வியும் தேவைப்படுகின்றது. இதன் வழியே ஓரளவிற்குப் பெண் விடுதலை பெற்றுச் சுதந்திரக் காற்றைச் சுவாசிக்க முடியும்.

திருமணச் சந்தை:

திருமணச் சந்தையில் ஆணுக்கே முதன்மையிடம். அவனை மையமிட்டே மற்ற எல்லா நிகழ்ச்சிகளும் கட்டமைக்கப்படுகின்றன. திருமணத்தில் பெண்ணின் விருப்பு, வெறுப்பிற்கு இடமில்லை. திருமணச் சந்தையில் ஆண் உயிரோட்டம் உள்ளவனாகவும், பெண் உடல் மட்டுமே உடையப் பொருளாகவும் பார்க்கப்படுகின்றனர். திருமணம் செய்வதென்றால் ஆணிற்கு வேலையும், நல்ல சம்பாத்தியமும் இருக்க வேண்டும். ஆனால் பெண்ணிற்கோ வயதும், அழகும் முக்கியமாகப் பார்க்கப்படுகின்றன.

பெண்களின் வாழ்வியல் திருமணத்தில் நிறைவடைவதாக இச்சமூகம் இயம்புகிறது. பெண்கள் தங்களுக்கெனத் தனித்த எண்ணங்கள், முன்மாதிரியான கருத்துகள், புரட்சிகரமான சிந்தனைகள் போன்றவர்களை உடையவர்களாக இருந்தாலும், அவர்களைச் சுயமாகத் தற்சாப்புடன் இயங்க விடுவதில்லை. இச்சமூக அமைப்பு என்பதைத் 'திருமணம் எப்பொழுதும் ஆண்களுக்கு வாய்ப்பாகவே நடைப்பெற்றுவிடுகிறது. "எத்தனை கல்வியறிவு இருப்பினும் திருமணச் சந்தையில் பெற்றோர் பெண்ணுக்கு எந்த அறிவும் விடுவதில்லை என்கிறார்" கணேசலிங்கன் (ப-36) இன்றளவும் திருமணம் என்பது ஆண்களின் சுகபோக சிந்தனைகளை மட்டுமே கருத்தில் கொண்டு நடைபெறுவதாக உள்ளது. திருமணச் சந்தையில் பெண்ணால் ஆணை நிராகரித்து விட முடியாது.

ஆனால் ஆண் பெண்ணை நிராகரிப்பது என்பது வெகுவாக நடைபெறுகிறது. அதுபோல் 'ஆண் அழகா இருக்கவேண்டியதில்லை. பெண் தான் அழகாய் பிறக்க வேண்டும். இதுவே திருமணச் சந்தையின் நியதியாக உள்ளது'' என்கிறார் கணேசலிங்கன் (ப-39).

பெண்கள் தனக்காக ஒருபோதும் வாழ்ந்ததில்லை, வாழவும் முடியாது. குடும்பம், குழந்தை, கணவன் என ஏதோ ஒன்றைக் கருத்தில் கொண்டு நிர்பந்திக்கப்படுகின்றாள். திருமணச் சந்தையில் பெண் அன்னியப்பட்டுப் போகின்றாள் எவ்வாறெனின் 'கணவன் உட்பட அனைவருமே புதியவர்கள், புதிய சுற்றம் புதிய வீடு, புதிய கழிவறை, குளியலறை என எல்லோரும் எல்லாமும் புதியவர்கள். நான் மட்டும் அன்னியர் போலவே நுழைந்தேன்' என்ற உமாவின் கூற்றின்வழிப் பெண்கள் திருமணச் சந்தையின் ஊடாக அன்னியப்பட்டுப் போதலை விளக்கியுள்ளார் ஆசிரியர். மேலும் திருமணத்தின் வழி ஆணின் ஆதிக்கமும் அவனது அதிகாரமுமே மேலோங்கி நிற்கும். எவ்வாறென்றால் பெண்கள் தங்கள் விருப்பப்படிக் குழந்தைப் பெற்றுக்கொள்ள முடியாது. உடல் பெண்ணினதாக இருந்தாலும் அதன் உரிமை ஆணிடம் இருக்கின்றது. குறிப்பாகக் 'கருப்பை' அவனுக்குச் சொந்தமானதாக உள்ளது என்பதை 'என்னுடல் மட்டும் அல்ல கருப்பைக் கூட தன் சொத்துப்போல அவரது பேச்சு இருந்தது' என்ற உமாவின் கூற்றின்வழி அறிய முடிகின்றது. ஆணாதிக்கச் சமூகத்தில் பெண்களின் வாழ்வானது அவர்களை விடுத்து மற்றொருவரின் வாழ்வாக உள்ளது என்பதையும் நம்மால் யூகிக்கமுடிகின்றது.

மேலும், திருமண வாழ்வில் பெண்ணின் உணர்விற்கு மதிப்பு அளிக்கப்படுவதில்லை என்பதை 'பகலில் அவர்களது ஆணாதிக்க கோபத்திற்கு பணிவு. இரவில் பாலின்பத்திற்குப் பணிவு' இதுவே பெண்களின் நிலையாகயுள்ளது என்கிறார் ஆசிரியர். (ப.39) சுருங்கக்கூறின் திருமணச்சந்தையில் ஆணின் ஆதிக்கமும் பெண்ணின் உணர்வற்ற நிலையுமே மேலோங்கி நிற்கின்றது என்று சொன்னால் அது மிகையாகாது.

பெண் உடல் குறித்ததான புரிதல்:

ஆண்களது பார்வையில் பெண் உடலானது அசிங்கம், ஆபாசம், தீட்டு, போகப்பொருள் என்றளவிலேயே பார்க்கப்படுகின்றது. ஆனால் பெண்கள் தன் உடலைக் கொண்டாடத் தொடங்கி உள்ளனர்.

இருப்பினும் ஆணாதிக்கச் சமூக அமைப்பில் பெண்கள் உடலாக மட்டுமே பார்க்கப்படுகின்றன. ஆண்களால் மட்டுமே சமூகப் பண்பாடும், பழக்கவழக்கமும் உயிர்ப்பெறுவதாக நம்புகின்றது இச்சமூகம். மனைவி, மற்ற ஆடவர்களிடம் தொடர்பு வைத்திருந்தால் கற்பு அற்றவளாக இச்சமூகத்தில் இருந்து ஒதுக்கப்படுகின்றாள். ஆனால் "வேலைக்காரப் பெண்ணுடன் கணவன் தொடர்பு வைப்பதை மனைவி பொறுத்துக்கொள்ள வேண்டும். மனைவிக்கு விரும்பியோ விரும்பாமலே" எதிரிடையாக ஏதாவது நடைபெற்றால் விமோசனம் கிடையாது" (ப-74).

ஆனால் பெண்கள் தன் கணவனை விட்டு மாற்று ஆடவனுடன் தொடர்பு வைத்து விட்டால் கற்பு அற்றவளாக, ஒழுக்கம் இல்லாதவளாக, இல்லறம் நடத்துவதற்குத் தகுதியற்றவளாக ஒதுக்கப்பட்டு புறக்கணிக்கப்படுகின்றாள். ஆணை உயிராகவும் பெண்களை உடலாகவும் பார்க்கும் பார்வை பழங்காலத் தொட்டே மாறவில்லை என்பதைக் கதாசிரியர் இந்நாவலின் வழி வெளிப்படுத்தியுள்ளார்.

முடிவுரை

'ஒரு பெண்ணின் கதை' என்னும் இந்நாவல் கதை நகர்வுகளுக்கிடையில் சமூக விழிப்புணர்வையும் வெளிப்படுகின்றது. குடும்பம் நடத்துவதற்காகவே பெண்கள் உருவாக்கப்படுவதையும், தன் வாழ்வு குறித்துத் தானே முடிவெடுக்க முடியாத அவலநிலைக் குறித்தும், சுயமாகத் தான் என்ற தன்னுணர்வுடன் வாழ நினைக்கும் பெண்கள் சமூகத்தை விட்டும், குடும்பத்தை விட்டும் புறக்கணிக்கப்படுவதையும், அல்லது ஒதுக்கப்படுவதையும், திருமணம் என்ற சமூக அங்கீகாரம் ஆணை மட்டுமே கருத்தில் கொண்டு தீர்மாணிக்கப்படுவதையும், இரட்டைப் பணிச்சுமையின் நிலைப்பாட்டையும், பெண்ணின் உடல் குறித்ததான ஆணின் புரிதலையும் கதாப்பாத்திரங்களின் வழியும் உரையாடலின் வழியும் தெளிவாக எடுத்துரைக்கின்றார் இந்நாவலாசிரியர்.

●

முனைவர் **சு. சசிகலா**
உதவிப்பேராசிரியர்
தமிழ்த்துறை
பக்தவத்சலம் நினைவு மகளிர் கல்லூரி
கொரட்டூர், சென்னை-80.

12. சுமதி ரூபன் சிறுகதைகளில் பெண்களின் சிக்கல்கள்

சங்க இலக்கியம் தொடங்கி ஒவ்வொரு காலகட்டத்திலும் அவ்வப்போது தமிழ் இலக்கியத் தளத்தில் பெண்கள் தங்கள் எழுத்துக்களைப் பதிவு செய்து வந்த போதும் பண்பாடு, சமூகம் ஆகியவை சார்ந்த ஒடுக்குமுறைகளால் பாதிக்கப்பட்ட அவர்களது அழுத்தப்பட்ட எதிர்ப்புணர்வுகளைப் பெண் படைப்புகள் மிகக் குறைவாகவே வெளிப்படுத்தி வந்திருக்கின்றன. ஆண்கள் முன் வைக்கும் பெண் சார்ந்த மதிப்பீடுகளையும் கருத்தியல்களையும் வழிமொழியும் போக்கே பெரும்பாலான பெண் எழுத்துக்களால் மேலோங்கி இருந்திருக்கின்றன. இந்நிலையிலிருந்து விடுபட்டு பெண், தனக்கான மொழியைத்தானே தேடி பதிவு செய்ய வேண்டும் என்ற சிந்தனை இன்றைய பெண்களின் படைப்புத் தளங்களிலும், ஆய்வுத் தளங்களிலும் வலுப்பெற்று வருகிறது.

இச்சூழலில், புலம்பெயர்ந்த பெண் எழுத்தாளர்களின் படைப்புகள் இங்குள்ள சமகால சமூகச் சூழல்களைப் பெரிதும் சித்தரித்த போதும், பெண் இருப்பு, அவளது சமூகத் தகுதி, அவள் மீதான பன்முக ஒடுக்குமுறைகள் போன்ற சிந்தனைகளையும் பதிவு செய்ய தவறவில்லை. நாடு விட்டு நாடு சென்ற போதும் பெண் என்பவள் ஓய்வின்றி வீட்டு வேலை செய்யும் எந்திரம் போல் செயல்படுகின்றாள்.

இதனைக் கனடா நாட்டிற்குப் புலம்பெயர்ந்து சென்ற சுமதி ரூபன் கவிதை வரிகள் கீழ்க்கண்டவாறு விளக்குவதை அறியலாம்.

**"அவள் கால் சக்கரங்கள்
ஓய்வின்றி சுழல்கிறது
சூரிய புலவின் முன் இங்கேயும்
பெண்ணின் பெருமைக்காய் எழுத்து
நிகழத்தான் செய்கிறது**

கடமைக்காய் பம்பரமாதல்
புலம் பெயர்ந்த போதும் மாறுபடாத ஒன்று"

சுமதி ரூபன் அறிமுகம்

சுமதி ரூபன் கனடா வாழ் தமிழரது கலாச்சார முன்னெடுப்பிலே தன்னுடைய படைப்புகளை வழங்கி வரும் எழுத்தாளராவார். 'யாதுமாகி நின்றாள்' என்கிற அவரின் சிறுகதை தொகுதி புலம் பெயர்ந்து வாழும் பெண்களுடைய சிக்கல்களை எடுத்துரைப்பதோடு, இளைய தலைமுறையைச் சேர்ந்த புலம் பெயர்ந்த எழுத்தாளர்கள் முன்னெடுக்கும் சிறுகதை வடிவத்திற்கு சான்றாதாரமாக அமைந்துள்ளது. இச்சிறுகதைத் தொகுதியில் இடம் பெற்ற கதைகளில்,

'அம்மா! இது உன் உலகம்', 'ஆதலினால் நாம்', 'ராஜகுமாரனும் நானும்', 'அகச்சுவருக்குள் மீண்டும்', 'வடு', 'ன்'களும் 'ள்'களும், 'யாதுமாகி நின்றாள்' என்ற இக்கதைகளை மட்டும் எடுத்துக்கொண்டு அதில் இடம்பெறும் பெண் கதாபாத்திரங்கள் எதிர்கொள்ளும் சிக்கல்களையும், அவற்றிலிருந்து அவர்கள் தங்களை விடுவித்து வாழ்வில் வெற்றி பெறும் நிலையையும் இக்கட்டுரை விளக்குகிறது.

தாயின் கவித்திறன் கண்டு வியந்து புலம்பும் மகள்

பெண்கள் திருமணம் ஆனவுடன் தங்கள் கனவு, நம்பிக்கை, சிந்தனை இவற்றையெல்லாம் விட்டுவிட வேண்டிய கட்டாயத்திற்குத் தள்ளப்படுகின்றனர். ஒவ்வொரு பெண்ணுக்கும் கணவனால் வாங்கித்தரப்படும் சேலை, நகை இவை மட்டுமே மகிழ்ச்சியைத் தந்துவிட முடியாது. ஒரு பெண் என்பவள் கணவனுக்காகச் சேலை கட்டி, அவன் விரும்பியபடி நகைப்போட்டு, அவனுக்காகச் சாப்பிட்டு, அவனுக்காகச் சிரித்து, அழுது தன்னைத் தொலைத்து வாழும் நிலைதான் சமூகத்தில் பல குடும்பங்களில் நிகழ்கின்றது என்பதை சுமதி ரூபன் தன் கதைகளில் பதிவு செய்துள்ளார்.

ஒரு ஆண், தனக்குப் பிறக்கும் மகள் மட்டும் நன்றாகப் படிக்கவேண்டும், சிந்திக்க வேண்டும், சாதனைகள் பல புரிய வேண்டும் என அவளை ஊக்குவிக்கும் போது தன் மனைவியின் திறமைகளை மட்டும் ஏன்? ஊக்குவிக்க மறுக்கின்றான், மேலும் மகளுக்குத் தோழனாக இருப்பவன் மனைவிக்கு மட்டும் ஏன் கணவனாகவே இருக்கின்றான். மனைவிக்குச் சமூகத்தில் ஓர் அங்கீகாரம் கிடைக்க வழிவகை செய்யத் தயங்குகிறான். இந்நிலை மாற வேண்டும். ஒவ்வொரு பெண்ணின் தனித்தன்மையையும்

கண்டறிந்து வெளிக்கொண்டு வர ஒவ்வொரு ஆணும் முயற்சிக்க வேண்டும்.

'அம்மா! இது உன் உலகம்!' என்னும் தலைப்பில் அமைந்த கதையில் இடம்பெறும் ஆர்த்தி என்ற மகள் கதாபாத்திரத்தின் வழி, பெண் அடிமை நிலையைக் கதாசிரியர் பதிவு செய்துள்ளார். ஆர்த்தி தன் தந்தையின் இறப்புக்குப்பின் தாயின் கவிப்பாடும் திறமையைக் கண்டறிந்து, அவளைச் சமூகத்தில் தனித்தன்மையுடன் விளங்கச் செய்ய வேண்டும் என எண்ணியதோடு ஆண்களின் ஒடுக்குமுறைகளையும் எண்ணி வருந்துகிறாள். "ஏன் அம்மா மற்ற பெண்களைப் போலில்லாமல் சிந்திக்கத் தெரிந்தவள். அவளிடம் தனித்தன்மை இருக்கிறது. எம் நாட்டில் பிறந்து திருமணம் எனும்.. பந்தத்திற்குள் அகப்பட்டு, தனித்தன்மை இழந்த பெண்கள் எத்தனை... எத்தனை... இங்கே ஆண்களைக் குறைக்கூறுவதா? இல்லை பெண்கள் இப்படித்தான் இருக்க வேண்டும் என எதிர்பார்க்கும் எம் சமூகத்தைக் குறைக்கூறுவதா?" என்று புலம்புகிறாள். (ப–8) எனினும், அவள், 'அம்மாவை நன்கு எழுத தூண்டி நல்ல கவிஞராக்குவேன்' என்று அடுத்தகட்ட செயலில் ஈடுபடுவதைக் கதையில் காண முடிகிறது.

பெண்கள் சிக்கல்களிலிருந்து விடுபட எடுக்கும் முயற்சிகள்

ஒரு பெண் கணவன் மொழிக்கு மறுமொழி கூறினால் அவளுக்குக் கிடைப்பது வசைமொழிகளும் அடிகளும் மட்டுமே. அடி விழ அடி விழ அவள் மனதில் ஏன் என்ற கேள்வி, கூடிக்கொண்டே போகிறது. ஆனால், 'பெண் சிந்திக்கக் கூடாது' என்று இச்சமூகம் எதிர்பார்க்கிறது. "ஐயோ, நான் ஏன் சிந்திக்கும் பெண்ணாகிப் போனேன், விரதம் பிடித்து வகைவகையாய் சமைத்து, சீலை, நகை வாங்கி, அலங்கரித்து கணவனுடன் படத்துக்குப் போவது, அவனுடன் ஏற்படும் உறவு எவ்வளவு சுகம் என்று நினைத்து மகிழ்வது என்று இருக்கும் பெண்களுக்கு மத்தியில் 'ஆதலினால் நாம்' கதையில் இடம்பெறும் கதாபாத்திரங்கள் மாறுபட்டு நிற்கின்றனர்.

கணவனால் கொடுமைப்படுத்தப்பட்ட இரு பெண்கள் தன் குழந்தைகளோடு வெளியேறித் தங்கள் கல்வித் தகுதியையும், பொருளாதாரத் தகுதியையும் உயர்த்திக் கொண்டு வாழ்வில் வெற்றியும் பெறுகிறார்கள். ஆண் துணை இல்லாமல் பெண்களாலும் தனித்து வாழ முடியும் என்று சாதித்துக் காட்டுகின்றனர். இப்பெண்கள்

மகிழ்ச்சியாக வாழும் நிலையில் அவர்களுக்குள் ஒரு ஏக்கம் "நான் கஷ்டப்படுகிறேன் உடலால் இல்லாவிட்டாலும் மனதால் நிறையவே கஷ்டப்படுகிறேன். நான் சந்தோஷமாக இல்லை, நான் சந்தோஷமாக இல்லை" என்று அடிக்கடி ஒரு குரல் அவர்களுக்குள் ஒலித்து கொண்டே இருக்கிறது. எது சந்தோஷம்? எனக்கு எது இப்போது இல்லை? எதற்காக இந்த ஏக்கம் செக்ஸ்... இதற்காகவா மனம் ஏங்குகிறது. இதற்கான பதிலையும் அவர்களே தேடி மனதைச் சமாதானம் செய்து கொண்டு வாழ்வில் வெற்றி பெறுகின்றனர். ஆண்களை சாராது வாழ்ந்திடும் அவர்கள் நிலையை "பல் இளிக்கும் பரதேசிகளை எனக்குப் பிடிப்பதில்லை. இனிமேல் ஆண் வர்க்கம் மீதே எனது பார்வை விழுமா என்ற சந்தேகம் எனக்குள், அந்த அளவுக்குப்பட்டு விட்டேன். ஆணின் நெருக்கம் உடல்சிலிர்க்க வைப்பதற்குப் பதில் அருவருக்கத் தொடங்கிவிட்டது." (ப-31) என்று கூறும் பெண் மொழியிலிருந்து அறிய முடிகிறது.

ஒரு பெண்ணுக்குக் காதலிக்கும் போது கிடைக்கும் அன்பு (Love) திருமணமாகி குழந்தை பிறந்தவுடன் கிடைப்பதில்லை. காதலி வேறு மனைவி வேறு என்ற மனநிலையில் பார்க்கும் கணவன் (காதலன்) நாட்கள் செல்லச் செல்ல எதற்கெடுத்தாலும் சண்டை, அடி, உதை என்பதை வழக்கமாகி விடுகிறாள். இதனை ஏற்க முடியாத அப்பெண் காவல்துறைக்குச் சென்றால் நீதி கிடைக்கும் வாழ்க்கை கிடைக்குமா? என்ற மனப்போராட்டத்தில் தவித்து பின் அதிலிருந்து மீண்டு, தனி வாழ்க்கைதான் என்ற முடிவுக்கு வருகிறாள். "ஆண்கள் இப்படித்தான் என்று தன்னைச் சூழலுக்கு ஏற்ப மாற்றிக் கொள்ளத் தயாராகுகிறாள் தன் மகனுக்காக... (ப-24).

சமூகத்தில் பெண்கள் பல இடங்களில் தன் உணர்வுகளையும் எண்ணங்களையும் எதிர்பார்ப்புகளையும் மறைத்து சூழலுக்கேற்ப தங்களைத் தகவமைத்து கொள்கின்ற நிலையை சுமதி ரூபன் தன் சிறுகதைகளில் ஒன்றான 'அகச்சுவருக்குள் மீண்டும்'... என்ற கதையின் வழி பதிவு செய்துள்ளார். மேலும், பெண்கள் 'தாய்மை உணர்வுக்குக் கட்டுப்பட்டு பல விஷயங்களை விட்டுக்கொடுத்துச் செல்கின்றார் என்பதையும் பதிவு செய்ய தவறவில்லை.'

புலம் பெயர்ந்த போதும் புலம்பல்

புலம் பெயர்ந்து செல்லும் போது மக்களின் வாழ்வாதாரங்கள் மாறுவது மட்டுமில்லாமல் குழந்தைகள் தங்கள் மனநிலையில்

குழப்பத்திற்கு உள்ளாகின்றனர் என்பதை 'ள்'களும் 'ன்'களும் என்ற சிறுகதை பதிவு செய்துள்ளது.

விடலைப் பருவம் கொண்ட தன் மகனின் தனிமை கண்ட தாய் அவனைச் சந்தேகத்தோடு அணுகும்போது, மகன், 'Nothing Ma' என்று கூறிச் சமாளிக்கிறான். தாய் தந்தைக்குச் சிரமம் தராமல் நன்றாகப் படிக்கும் அவன், தற்பொழுது ஏதோ ஒரு நிகழ்வு அவனைக் குழப்பத்தில் ஆழ்த்துகிறது. இதற்குக் காரணம் புதுச்சூழல், இடம், பள்ளி மற்றும் நண்பர்கள் என அவன் மனதைக் கவலைக்குள்ளாக்கும் நிலையை அறிந்து தாய் வேதனையடைகிறாள். ஒரு நல்ல தாயாக, தோழியாக இருந்தும் 'புலம் பெயர்வு' தானே தன் மகனின் மாறுபட்ட நிலைக்குக் காரணம் என்று வருந்துகிறாள். மகனின் நிலைதான் இவ்வாறென்றால் மகளோ, மருத்துவருக்குப் படிப்பதற்காகக் கல்லூரிக்குச் செல்கிறாள். வீட்டிலிருந்து மகிழ்ச்சியுடன் சென்றவள் வகுப்பறையிலும், தங்கும் அறையிலும், தான் அதுவரை காணப்படாத பட்டுப்போல் கண்ணங்களுடன் கருகருவென்ற தலைமுடியைக் கட்டையாக வெட்டிவிட்டு வடநாட்டுச் சிறுமிகள் போல் இருக்கும் பெண்களைப் பார்த்து, தனிமைப்படுத்தப்பட்டவள் போல் தன்னை உணர்கிறாள். ஆசிரியர்களிடம் சொல்லும் 'காலை வணக்கம்' போய் 'Good Morning' அவளுக்குப் பயத்தை தந்தது. கனடா நாட்டுச் சூழல் அவளுக்கு ஒரு வகை நடுக்கத்தைத் தந்தது. குழந்தைகளின் நிலை இவ்வாறு இருக்க தாயோ புலப்பெயர்வு தனக்கு எவ்வளவு மன உளைச்சலை தருகிறது என்பதைப் புலம்பலோடு பதிவு செய்து இருப்பதைக் கீழ்க்கண்ட வரிகள் மூலம் அறிய இயலுகிறது.

"போர்ப் புலம்பெயர்வு... ஐயோ
எங்கட நாடு எவ்வளவு நல்ல நாடு"

என்று கேட்டபோது இரத்தம் கொதித்தது.

செம்மண் நல்லது
மா பலா வாழை நல்லது
வீட்டு நாயும் பூனையும் கோழியும்
ஆடும், மாடும் நல்லது
மழை நல்லது
மல்லிகை மணத்துடன் வந்து போகும்
மெல்லிய காற்றும் நல்லது
பனை நல்லது

தென்னையும் நல்லது
மிளகாய், கத்தரி, புகையிலை,
வயல்வெளி அத்தனையும் நல்லது.
மலை நல்லது
குளம் நல்லது
வற்றாது ஓடும் நதியும் நல்லது
எமது நாடு நல்லது
எமது மாங்கொட்டைத் தீவு மிகமிக நல்லது
ஒரு மானிடப் பிறவி அங்கே இல்லாவிட்டால்"

(ப.77)

இவ்வாறு வேதனையோடு புலம்பும் தாய், புலப்பெயர்வு ஒரு வகையில் நன்மையே, சூழலை மாற்றிக் கொண்டு மகிழ்ச்சியாக பயமில்லாமல் வாழ முடிகிறது என்பதையும் பதிவு செய்ய தவறவில்லை. இதனை,

"புலம் பெயர்ந்துவிட்டேன். சந்தோஷமாக இருக்கிறது. தமிழினத்தை நசுக்கி அடித்துத் துரத்தியதால் என் திறமைகள் எனக்குத் தெரிந்தது (சிங்கள அரசிற்கு நன்றி) (ப.77)" என்று குறிப்பிட்டிருக்கிறாள்.

யாதுமாகி நின்றாள்

ஆர்த்தி தன் காதலன் ராகுலின் அண்ணனால் ஏமாமாற்றப்பட்டவள். அவனைப் பழிவாங்கவே ராகுலைக் காதலிப்பது போல் நடித்தாள். ஆனால், ராகுல் நல்லவனாக இருக்கிறான். எனவே, ஆர்த்தி உண்மையிலேயே காதலித்துத் திருமணம் செய்து கொள்கிறாள்.

இது ராகுலின் அண்ணனுககுத் தெரியாது. ஒரு நாள் ராகுலையும் ஆர்த்தியையும் காண அண்ணன் வருகிறான். தம்பி ஆர்த்தியுடன் இருப்பதால் அங்கு அவன் எதுவும் பேசவில்லை. ஆர்த்தி வேலை செய்யும் இடத்திற்குச் சென்று மிரட்டுகிறான். இதை கேட்டு ஆர்த்தி கோபப்படுகிறாள். தன் வார்த்தைகளால் அவனுக்குப் பதிலடிக் கொடுக்கிறாள். "இந்த ஆர்த்தியைப் போலவும் சில ஆக்கள் இருக்கத்தான் செய்யினம். அப்ப உன்னட்டை அம்பிட்டுப் பயத்திலை பலியாகிப் போனது உண்மைதான். ஆனால் நீ இப்ப பாக்கிற ஆர்த்தி வேற. நான் எதுக்கும் துணிஞ்சிட்டன். உன்ர குடும்பத்தைப் பழிவாங்க வேணும் எண்டுதான். உன்ர தம்பியக் கலைச்சு காதலிச்சன். பிறகு தான் தெரிஞ்சுது உன்னட்ட இருக்கிற எந்தக் கெட்ட குணமும்

ராகுலிட்ட இல்லை. எனக்கு அவர் தான் புருஷன். உன்னாலை முடிஞ்சதைச் செய்து பார். ஆனால், ஒன்டு மட்டும் சொல்லுறன். ஏஜென்சி ஆக்களைக் கூட்டிக்கொண்டு வாறன் எண்டு இனிமேலும் சிங்கப்பூர் பக்கம் போனால் நான் சும்மா இருக்க மாட்டேன். உன்னைப் பற்றின முழு விபரமும் எழுதி என்ர ஃபிரன்ட் இட்டக் குடுத்திருக்கிறேன். எனக்கு எதாவது நடந்தால் அந்த லெட்டர் உடனடியாய் போலிஸ் கிட்டப்போகும். பேசாமல் போய் இனியாவது குடும்பத்துக்கு ஒரு நல்ல ஆம்பிளையா இருக்கிற அலுவலைப்பார்" (ப.69) என்று சொல்லிவிட்டுத் திரும்பிப் பார்க்காமல் வேகமாக அலுவலகத்தை நோக்கி நடந்த ஆர்த்தியைப் பிரமை பிடித்தது போல் பார்த்துக் கொண்டிருந்தான் சிவம்.

குழந்தைப் பருவத்திலிருக்கும் ஒரு பெண் குழந்தையை பாலியல் வன்முறைக்கு உட்படுத்தும்போது, அக்குழந்தைக்கு அச்செயல் தவறு என்று தெரியாமல் உடன்படுவது வேதனையான ஒன்று. அக்குழந்தை வளர்ந்து திருமணம் முடிந்து இந்நிகழ்வு நடக்கும் போது தன் அறியாத பருவத்தில் நடந்ததை நினைத்து (வடுவாக) குற்ற உணர்வோடு வாழ்வதை 'வடு' என்ற சிறுகதையின் வழி சுமதி ரூபன் பதிவு செய்துள்ளார்.

'யாதுமாகி நின்றாள்' என்ற சுமதி ரூபனின் சிறுகதைத் தொகுதியில் 'புலம் பெயர்ந்த மக்களின் சிக்கல்கள் குறிப்பாகப் பெண்கள் எதிர்கொள்ளும் பிரச்சினைகள், கனடா வாழ் மக்களின் பழக்க வழக்கங்களைப் படம்பிடித்துக் காட்டுகிறது.

மு.சத்தியா
உதவிப்பேராசிரியர்
தமிழ்த்துறை
பக்தவத்சலம் நினைவு மகளிர் கல்லூரி
கொரட்டூர், சென்னை-80.

13. ஈழத்தமிழர்களின் இழிநிலை: ஈழவாணி கவிதைகளை முன்வைத்து

புலம்பெயர் தமிழ்ப் பெண்ணிய கவிஞர்களுள் ஈழவாணி குறிப்பிடத்தக்கவர். வாணி ஜெயா தீபன் என்கிற ஈழவாணி இலங்கையில் வவுனியாவில் பிறந்தவர். கொழும்பு பல்கலைக் கழகத்தில் ஊடகத்துறையில் பட்டப்படிப்பு பயின்ற இவர் தேடல், செந்தணல், பூவரசி ஆகிய இதழ்களில் பணியாற்றி இருக்கிறார். அதோடு, பல ஆவணப்படங்கள் மற்றும் குறும்படங்களைத் தயாரித்து இயக்கி வருகிறார்.

ஈழவாணி நூல்கள்

நிறங்கள், நிர்வாணமுக்தி முதலிய சிறுகதைகளையும், சிதறல், தலைப்பு இழந்தவை, ஒரு மழைநாளும் நிசி தாண்டிய ராத்திரியும், விலக்கப்பட்ட தாள்கள் ஆகிய கவிதை நூல்களையும், ஒரு மல்லை சிவப்பாகிறது என்ற குறுநாவலையும், 'ஈழத்து நாட்டார் பாடல்கள்' என்ற ஆய்வு இலக்கியத்தையும் எழுதியுள்ளார். மேலும், அம்மா வருவா..., திவலை முதலிய குறும்படங்களையும், எழுத்தாணி (எஸ்.பொ. வாழ்வும், மறுபக்கமும்), ஈழநாட்டியம், தமிழகத்தில் ஈழ அகதிகள் (ஈழ அகதிகள்), ந.பாலேஸ்வரி முதலிய ஆவணப்படங்களையும் இயக்கியுள்ளார்.

ஈழத்தில் சிங்கள இராணுவத்திற்கும், ஈழ விடுதலையை முன்னெடுத்த விடுதலைப்புலிகளுக்கும் இடையே நிகழ்ந்த ஆயுதப் போரில் அப்பாவி ஈழத் தமிழர்கள் கொன்று குவிக்கப்பட்டனர். தாய்மார்கள் பலர் விதவையாக்கப்பட்டனர். சிறார்கள் அனாதைகளாக்கப்பட்டனர். இளம் பெண்களின் கற்பு சிங்கள இராணுவத்தின் காமப் பசிக்கு உணவாயிற்று. பலர் மிச்சமுள்ள வாழ்க்கையைக் காப்பாற்றிக்கொள்ள அயல்நாட்டு அகதிகளானார்கள். மிகப்பலர் சொந்த மண்ணில் முள்வேலிக்குள் அடைக்கப்பட்டனர். ஈழத்தமிழர்களின் அல்லல்கள் ஈழ எழுத்தாளர்களின் எழுத்துகளில்

இரண்டறக் கலந்துவிட்டன. அந்த வரிசையில் ஈழவாணியின் கவிதைகளிலும் மேற்கூறிய ஈழத்தமிழர்களின் அல்லல்கள் பதிவாகியுள்ளன. இந்தக் கருத்தியலின் அடிப்படையில் இவ்வாய்வுக் கட்டுரை.

1. குழந்தைகளின் நிலை
2. பெண்களின் நிலை
3. ஆண்களின் நிலை
4. கவிஞரின் வெளிப்பாட்டு உத்தி

என்ற அடிப்படையில் வகைப்படுத்தப்பட்டுள்ளது.

குழந்தைகளின் நிலை

தாங்கள் சுற்றித் திரிந்து விளையாடி மகிழ்ந்த இடங்கள், போரினால் முற்றிலும் அழிந்து வேறுபட்ட நிலையில், அதனைக் காணும்போதும், தாங்கள் வாழ்ந்த சொந்த ஊரை விட்டும், வீட்டை விட்டும் செல்லும் போது குழந்தைகளின் மனதில் ஏற்படும் மன ஏக்கங்களை வெளிப்படுத்துவதாகச் சில கவிதைகள் காணப்படுகின்ளன.

ஊஞ்சலாடி விளையாடும்போது, பேய் என்று பயங்காட்டிய ஆலமரம் பட்டுப்போய் இடம் தெரியாமல் அழிந்துவிட்ட நிலையை 'ஆசுபத்திரி ஆலமரம்' என்ற கவிதை வெளிப்படுத்துகிறது. மேலும், தான் வாழ்ந்த பழைய வீட்டை விட்டு வேறு இடம் செல்லும் நிலையில் அந்த வீட்டில் வாழ்ந்த சிறுமி, அவ்வீட்டில் வளர்த்த நொச்சி, பாம்ஸ் இலைகள், ரோஜா, குரோட்டன்ஸ், மல்லிகை முதலிய செடிகளை விட்டுப் பிரிய நேர்ந்த நிலையை, 'பழைய வீடு' எனும் கவிதை வெளிப்படுத்துகிறது.

'அம்மு அழாது ஓடிவா
அதிகமாய் வைத்திடலாம்
அழகானதாய்
பெரிய பூந்தோட்டம்'
அடம் பிடித்து நின்றவளை
இழுத்து வண்டியில் தள்ளியபடி
தொலைவாய் நகர்கிறது
பழைய வீடு

கடல் எல்லாருக்கும் பொதுவானது என்ற நிலையில், சிறு வயதில் கடற்கரைக்குச் சென்று கடல் அலைகளோடு, காதல் காட்சிகளைக்

கண்டு ரசித்து அம்மாவோடு மகிழ்ந்து இருந்த அந்தக் கடற்கரையை, கடலழகை இப்போது கண்டு இரசிக்க முடியாத நிலையில் பாதுகாப்பு வளையங்கள் போடப்பட்டிருந்த நிலையை எண்ணி வருத்தப்படுவதாக, 'காலி முகத் (முத்தத் திடலோடு)' எனும் கவிதை வெளிப்படுத்துகிறது. அதோடு போரின் போது சிங்கள இராணுவத்தினால் வீசப்பட்ட, குண்டுகளினால் குழந்தைகள் கொத்து கொத்தாகக் கொல்லப்பட்டுள்ளனர் என்பதை, 'தேவதைகள் பிடிப்பதில்லை' எனும் கவிதை வெளிப்படுத்துகிறது.

2. பெண்களின் நிலை

ஈழத்தில் ஏற்பட்ட போர்க்காலச் சூழலின்போதும், போருக்குப் பின்னும், பெண்களும், பெண் பிள்ளைகளும் எவ்வாறு பாதிக்கப்பட்டனர் என்பதற்கான நிகழ்வுகள் இவர் கவிதைகளில் அதிகமாக வெளிப்படுத்தப்பட்டுள்ளன. சிறுவயதின் மன ஏக்கங்களை வெளிப்படுத்திய ஒரு சில கவிதைகளைத் தவிர்த்து, போரின்போது, சிறு பெண் பிள்ளைகள் சிங்கள இராணுவத்தினரால் எவ்வாறு சித்திரவதை செய்யப்பட்டனர் என்பதை ஒரு சில கவிதைகள் வெளிப்படுத்துகின்றன.

'தேசம் நனைகிறது
குருதியில்
குழந்தை அழுகிறது
பசியில்
வேசங்கள் போர்த்தியிருந்த
நரிகள்
வேலைகள் வந்ததாய்
கலைத்து வெளியேறி
தின்று ஏப்பம் விட்டன
சரண் புகுந்த
பிள்ளைகள் கற்பை

மேற்கண்ட இவ்வரிகள் 'வேசம் கலைந்த நரிகள்' எனும் கவிதை வெளிப்படுத்துகிறது. மேலும் ஒரு கவிதையில், திருமணமாகாமல் இருக்கும் சிறுபெண்ணின் கற்பு களவாடப்படுகிறது என்பதை,

'மதங்கொண்ட ஒரு
யானையின் புணர்ச்சியில்
பருவத் தோட்டம்
சாய்ந்து கிடந்தது
பரிமாறப்படாமலே'

என்ற வரிகள் 'பருவ கலைப்பு' எனும் கவிதை வெளிப்படுத்துகிறது. மேலும், பெண் பிள்ளைகள் சடங்காகும் நிலையில் இருக்கும் போது அந்த நிறைவினைக் கொண்டாட முடியாத நிலையை, 'வாடாமல்லி மீது கொள்ளை பிரியம் வைத்திருந்தவாகினி வீடு முழுக்க வாடாமல்லி செடி வைத்து, சடங்கானதும் சூடலாம் என எண்ணியிருந்த அவளுக்கு அங்கு வீசிய குண்டினால் அவளைச் சருகாக்கி வாடாமல்லி மாலைகள் சூடவைத்தன' என்பதை 'வாடாமல்லி' எனும் கவிதை வெளிப்படுத்துகிறது.

போரினால், கணவனை இழந்த பெண்கள், கணவன் இருக்கின்றானா? இல்லையா? என்று அறிய இயலாது கொடுமையை அனுபவிக்கும் பெண்களின் நிலையும் ஒரு சில கவிதைகளில் காட்சிப்படுத்தப்பட்டுள்ளன. வீட்டை விட்டு வெளியே சென்ற கணவன் மண்ணோடு மண்ணாக அழிந்தது தெரியாமல் தாய் தன் குழந்தைக்குத் தாலாட்டு பாடும் 'அந்தோ பரிதாபம்' எனும் கவிதை ஒவ்வொரு ஈழத் தாய்மார்களின் அழுகையையும் நினைவூட்டுகிறது.

சிங்கள இராணுவத்தினரால் பெண்களின் கற்பு சூறையாடப்படுகின்ற நிலையை,

'பசிக்கழுகிறது ஒரு பிள்ளை
பள்ளிக்கழுகிறது மற்றொன்று
கொடுக்க இயலாமல்
மறுகும் தாய் கற்பைக்
கெடுக்கத் தயாராகிறது
படைக்கூலி'

என்று 'கலப்பிலொரு இன அழிப்பு' எனும் கவிதை வெளிப்படுத்துகிறது. கணவனை இழந்த பிறகு, ஒரு பெண்ணின் சிறு சிறு ஏக்கங்களை 'வெள்ளை மல்லிகை' எனும் கவிதை வெளிப்படுத்துகிறது. ஈழத்தமிழர்கள் தம்மினப்பெண்களை நிர்வாகிக்கும் திராணி ஆண்களிடம் இல்லை எனக் கருதும் சிங்களவர்கள், இரவு நேரத்தில் தமிழ்ப் பெண்களைத் தேடி ஈனமாய் அலைகிறார்கள். ஈழத் தமிழ்ப் பெண்கள். பாதுகாப்பு எனக் கருதி இருக்கும் சிங்கள இராணுவத்திடம் மானபங்கப்படுத்தப்படுவதை ஒரு சில கவிதை வெளிப்படுத்துகிறது.

தமிழர் பகுதியில், பாதுகாப்பு எனக் கருதி பல தடைச் சாவடிகள் போடப்பட்டிருந்தன. அந்தச் சாவடிகளில் பெண்கள் எவ்வாறு சித்திரவதைச் செய்யப்படுகிறார்கள் என்பதை,

'பாஸ்பார்ப்பதாய் கைதொடுவதும்

உடற்சோதனைகளென
அடைப்பு சாவடிக்குள் தள்ளி
கொழுத்த முலைகளைக்
குண்டிருப்பதாய்
நசுக்கிப் பிழியும்
கூலிப்படைகளின் கீழ்த்தனங்கள்
மேலும் கீழும் உடல்
தொட்டு நக்கும்
வெறி நாய்த்தனங்கள்'

'இன்று முதல் இவளும்' எனும் கவிதை வெளிப்படுத்துகிறது. மேற்சொல்லப்பட்ட கவிதை குழந்தைகளும், பெண் பிள்ளைகளும், பெண்களும் சிங்களவர்களாலும், சிங்கள இராணுவத்தினராலும் கொல்லப்பட்டு, கொடுமைப்படுத்தப்பட்ட நிலையினை கண் முன்னால் காட்சிப்படுத்துகின்றது.

3. ஆண்களின் நிலை

பெண்களைப் பற்றியான பதிவுகள் இவர் கவிதைகளில் அதிகமாகக் காணப்பட்டாலும், ஆண்களைப் பற்றியான பதிவுகளும் காணப்படுகின்றன. ஈழத்தில் ஏற்பட்ட போரினால், விளைநிலங்களும், வீடுகளும் அழிக்கப்பட்டு, வெளியே வேலைக்குச் செல்ல இயலாத நிலையில், குடும்பத்தை ஆதரிக்க வேண்டி இளைஞர்கள் வெளிநாடுகளுக்குச் சென்று வேலை செய்ய வேண்டிய கட்டாயம் ஏற்பட்டு விடுகிறது. அவ்வாறு வெளிநாடு சென்று வேலை செய்யும் இடத்தில் அவர்கள் படும் இன்னல்கள் இவர் கவிதைகளில் வெளிப்பட்டுள்ளது.

வெளிநாடு... வெளிநாடு
கனடா வந்தால்
கனக்க மதிப்பாமே
இங்கே படும் துன்பங்கள்
உயிர் வெறுக்கும் கொடுமைகள்
ஆறா வடுவாகும் வேதனைகள்

என்ற வரிகள் அவர்கள் படும் துன்பத்தையும்,

பத்து வருசம்
இருபது வருசமாச்சு
இன்னும் இயந்திர வாழ்க்கைதான்

....

> நாற்பத்தைந்தில்
> யார் தேடுவார்
> நைந்துபோன இதயமாய்
> இன்னும் நாட்களை
> எண்ணிக் கொண்டு
> வாழுறான்
> வெயில்போய் பனி
> வந்தாச்சு ஒரே குளிர்
> மனசிலமட்டும் வெயில் மாறவேயில்லை

என்ற வரிகள் வாழ வழியில்லாமல் பிழைப்புத் தேடி, நாடு விட்டு நாடு செல்லும், திருமணமாகாமல் இருக்கும் இளைஞர்களின் மன உணர்வுகளின் கொந்தளிப்பை வெளிக்காட்டுவதாக 'உலர்ந்துபோன உணர்வுகளுடன்' என்றும் இக்கவிதை வெளிப்படுத்துகிறது.

4. கவிஞரின் வெளிப்பாட்டு உத்தி

கவிஞர் எழுதியுள்ள பெரும்பான்மையான கவிதைகளில் தான் அனுபவித்த துன்பங்களை வெளிப்படுத்துவது போலவும், மற்றவர்கள் படும் துன்பத்தை அருகிருந்து பார்த்தது போலவும் எழுதியுள்ளார். நவீன கவிதைகளுக்கென்றே உள்ள கவிதை நடையினைப் பயன்படுத்தியுள்ளார். பெரும்பான்மையான கவிதைகள் உருவக அடிப்படையிலேயே காணப்படுகின்றன. இதற்கு 'அழகு' எனும் கவிதை சான்றாகக் கொள்ளலாம். எந்த இடத்திலும் எள்ளலும் நகைச்சுவையும் வெளிப்படுத்தாமல் சோக உணர்வையும் அச்ச உணர்வையும் வெளிப்படுத்தும் விதமாக ஒவ்வொரு கவிதைகளையும் எழுதியுள்ளார். சில கவிதைகள் உரையாடல்கள் போலவும், சில கவிதைகள் செய்திகளாகவும், சில கவிதைகள் கற்பனைகளை வெளிப்படுத்துவதாகவும் காணப்படுகின்றன. இவர் பல நாடுகளுக்குச்சென்று இருந்தாலும், இவரின் மொழியாடல் ஈழத்தமிழர்களுக்கே உரிய மொழியாடல்களைக் கொண்டுள்ளது.

முனைவர் **ஜா. கிரிஜா**
உதவிப்பேராசிரியர்
தமிழ்த்துறை
பக்தவத்சலம் நினைவு மகளிர் கல்லூரி
கொரட்டூர், சென்னை-80.

14. இன வேதனையும் ஈழத்துக் கவிதைகளும்

[ஸர்மிளா ஸெய்யித் - சிறகு முளைத்த பெண், ஓவ்வா கவிதைத் தொகுதிகள் ஊடாக]

முன்னுரை

பெண்கள் மரபார்ந்த சிந்தனையைக் கட்டுடைத்து, தாங்கள் வாழும் சூழலுக்கேற்ப, புதிய நோக்கில் சிந்தனை உணர்வை வெளிப்படுத்தத் தகுந்த மொழியான கவிதை மொழியைத் தேர்ந்தெடுத்துள்ளனர். ஈழப் பெண் கவிஞர்களிடம் இன ஒடுக்குமுறைக்கு எதிரான குரலும் அதற்கு எதிரான போராட்ட மன உணர்வும் மேலோங்கியுள்ளன. ஈழத்தில் புதிது புதிதாக விடுதலை இயக்கங்கள் தோற்றம் பெற, பெண் போராளிகளும் தேவைப்பட்டனர். அதனால் பெண்களுக்குத் தங்களது அடையாளம் பற்றிய சிந்தனை உணர்வுகள் அதிகரித்தன. எனவே ஈழக்கவிதைகளில் பெண் அடிமைத்தனத்திற்கு எதிரான குரல்களும், விடுதலைப் போராட்டக் கருத்துகளும் பாடுபொருளாக இடம்பெறத் தொடங்கின. ஈழக்கவிஞர் ஸர்மிளா ஸெய்யித் அவர்களின் 'சிறகு முளைத்த பெண்', 'ஓவ்வா' என்ற இரு கவிதைத் தொகுதிகளின் ஊடாக வெளிப்படும் ஈழ மக்களின் போராட்ட உணர்வினை விளக்குவதே இக்கட்டுரையின் நோக்கமாகும்.

ஸர்மிளா ஸெய்யித் - ஓர் அறிமுகம்

இவர் இலங்கை ஏறாவூரில் 1982 ஆம் ஆண்டு பிறந்தார்; இதழியல், கல்வி முகாமைத்துவம், உளவியல், சட்டம் போன்ற துறைகளில் கல்வி பயின்ற பெருமைக்குரியவர்; பத்திரிகையாளராகப் பணியாற்றியவர்; பெண்விழிப்பு மற்றும் சமூக அபிவிருத்திகளில் களம் பதிக்கும் மங்கை. இவர் "வாழ விரும்புகிறேன்" என்ற கவிதையின்வழி தமிழ்க்கவிதை உலகிற்கு அறிமுகமானவர். இவரது முதல் கவிதைத் தொகுதி "சிறகு முளைத்த பெண்" 2012 ஆம் ஆண்டில் வெளிவந்தது. இதற்கு அடுத்த கவிதைத் தொகுதியான "ஓவ்வா", 2014ஆம் ஆண்டில் வெளிவந்தது. மேலும் இவர் 2013 ஆம் ஆண்டில் 'உம்மத்' என்ற புதினத்தையும் படைத்துள்ளார்.

ஈழப் பிரச்சினை

இன ஒடுக்கல் நிகழும் காலகட்டங்களில் இயல்பாய் மோதல்களும் பிறக்கின்றன. சிங்களத்தவர் தமிழ்மக்களை ஒடுக்கியாள நினைக்க, இதனால் இப்பிரச்சினை வலுக்கொண்டு போராட்டமாய் நீடித்தது. இதனால் ஏற்படும் துயரங்கள் ஈழக்கவிஞர்களின் பாடுபொருளாகின்றன. இவ்வகையில் ஸர்மிளா ஸெய்யித் கவிதைகளிலும் இப்பிரச்சினைகளே பாடுபொருளாக அமைகின்றன.

இவருடைய 'அதிசயத்தீவும் விசித்திர தீர்ப்பும்' என்னும் கவிதை நீதிநெறியில்லாமல் தமிழ்மக்களுக்கு அநீதி இழைக்கும் கொடுமையைப் பதிவுசெய்கிறது. சமூகத்தில் நடக்கும் எந்தவொரு போராட்டங்களினாலும் அதிகமாகப் பெண்களுக்கே இன்னல்கள் ஏற்படுகின்றன என்பதை இக்கவிதை வலியுறுத்த தவறில்லை. சான்றாக,

'கைகளில் நிழற்படங்களை ஏந்திய
அந்தப் பெண்கள்
அழுது கொண்டிருந்தார்கள்
ஒரு பெண் காணாமல் போனவரின் மனைவி
எனவும்....'

எனத் தொடர்கிறது இக்கவிதை. மேலும் இக்கவிதை தமிழ் மக்களின் அடையாளங்கள் சிதைக்கப்படுவதை,

'எங்கள் வயல்நிலங்கள்
அடையாளம் அறியாதோரால்
ஆதாரமின்றி உரிமை கோரப்படுகிறதெனச்
சில குரல்களும்
எங்கள் வாழிடங்கள் அத்துமீறி
ஆக்கிரமிக்கப்படுகிறதென'

என்ற அடிகள் மூலம் வெளிப்படுத்தியுள்ளார்.

இதிகாசகாலம் முதற்கொண்டே போரின்போது போர்த்தர்மங்களையும் நீதிகளையும் கடைப்பிடித்தே போரிடுவது வழக்கமாக இருந்து வந்துள்ளது. இதனைச் சங்க இலக்கியமான புறநானூறு பாடல் ஒன்றும் குறிப்பிடுகிறது. இப்பாடலில் நெட்டிமையார் பாண்டியன் பல்யாகசாலை முதுகுடுமிப் பெருவழுதி அறநெறியின்படி கூறும் மன உறுதியையும் வீரத்தையும் உடையவன் என்பதை விளக்கியுள்ளது.

"ஆவும் ஆன் இயற் பார்ப்பன மாக்களும்
பெண்டிரும் பிணியுடையீரும் பேணித்

தென்புல வாழ்நர்க்கு அருகடன் இறுக்கும்
பொன்போல் புதல்வர்ப் பெறாஅதீரும்
எம் அம்புகடி விடுதும் நும் அரண் சேர்மின்"

(புறம். 9: 1–5)

இப்பாடல் சங்ககால போர்த்தர்மங்களை எடுத்துரைப்பதைப் பார்க்க முடிகிறது. இந்நெறிகள் ஈழத்தில் கடைபிடிக்காமல் போர் நடைபெற்றது என்பதினை, "இரத்தமூறும் காயங்களின் களிம்பு" கவிதை வெளிப்படுத்துகிறது. இக்கவிதை படிப்பவர்களுக்கு இரத்தம் கொதிக்க வைக்கிறது.

"கத்தும் குழந்தைகள் கர்ப்பிணிகள்
கடன் விழுந்து குருடான
எதிர்க்கப் பலமற்ற கிழங்களின்
நெஞ்சுகளிலும் அம்பை எய்வதற்கு
அவர்கள் குறி பார்த்தனர்"

இக்கவிதையினையும் மேலே குறிப்பிட்டுள்ள புறநானூற்றுப் பாடலையும் ஒப்பிட்டுப் பார்த்தால் ஈழப்போரின் அநீதி தன்மையை இனம் காண முடிகிறது.

"களத்தில் வீழ்ந்தாய்" என்னும் கவிதை ஈழத்தின் யதார்த்தமான வாழ்வியலை எடுத்துரைக்கிறது. அன்பினால் பிணைக்கப்பட்டு ஈருடல் ஓருடலாய்ப் பல ஆண்டுகள் ஓர் இல்லத்தில் குழந்தைகளோடு ஒன்றாக வாழ்ந்திருந்தாலும், களத்தில் கணவன் வெட்டுண்டுக் கிடப்பதைப் பார்த்தும் எதுவும் செய்ய முடியாமல் தன் உயிரையும் குழந்தைகளின் உயிரையும் பாதுகாக்க ஓடும் மனைவியின் மன உணர்வைக் காட்சிபடுத்தியுள்ளது. ஈழ மக்களின் மாறாத வடுக்களாய்க் காட்சி தரும் இக்கவிதை ஒன்றே ஈழப்போரின் கொடுமையை எடுத்துக்காட்டப் போதுமான சான்றாக விளங்குகிறது.

"ஓடி வந்தணைப்பதற்குள் வீழ்ந்தாய் களத்தில் நீ
திரும்பியும் பாராமல் குஞ்சுகளைக் கவ்வியபடி
ஓடினேன் நான்

...

களத்தில் வீழ்ந்த உன்னை விட்டு வந்தது
மட்டுமே உயிருள்ள எனக்குள்
குருதியாய்ச் சொட்டுகிறது இன்னும்"

இதன்மூலம் கணவனைக் கண்முன்னே இழந்தும் எதுவும் செய்யமுடியாமல் தவிக்கும் பெண்ணின் மனஉணர்வினை அறியமுடிகிறது.

ஈழ மக்கள் ஒவ்வொரு நாளும் தத்தளிக்கும் மனஉணர்வுடன் வாழ்வியலை நடத்தியுள்ளனர். அதிலும் குறிப்பாகத் தாய்மார்கள் தினந்தோறும் தங்கள் மகன்களை நினைத்து ஏங்கி இரங்கி வாழ்ந்ததை 'மார்புப் பால் மண்ணில்' என்ற கவிதை இனம் காட்டுகிறது. தாய்மண்ணில் மனமகிழ்ச்சி இல்லாமல் விடியலும் இரவுமென எந்தத் தருணமும் என்ன நடக்குமோ என அஞ்சி நடுங்கி வாழ்க்கையின் பாதையை வழிநகர்த்தும் தாய்களையும் அவர்களது மனஉணர்வினையும் எடுத்துரைக்கிறது.

தாங்கள் வாழ்ந்த நிலம், வீடு மற்றும் தங்களுடைய உடைமைகள் ஆகியவற்றை அநீதியாய் இழக்கும் தன்மையை ஏற்றுக்கொள்ளும் மனம் இயல்பாய் யாருக்கும் அமைவதில்லை. புலம்பெயர்ந்த மக்கள் தங்கள் உடைமைகள் அழிக்கப்பட்டபோதும் அதன் எச்சமாய் மீதியிருக்கும் சிறு துரும்பையும் பெட்டகமாய்ப் பாதுகாக்கும் தன்மையினை "இல்லாத வீட்டின் சாவிகள்" என்னும் கவிதை எடுத்துரைக்கின்றது. இக்கவிதை புலம் பெயர்ந்த மக்களின் ஒட்டு மொத்தக் கனவுகளின் குரலாய் எதிரொலிப்பதை உணர முடிகிறது.

"சாகும்வரை அவருக்கிருந்த ஆசையெல்லாம்
அந்த வீட்டுச் சுவரில்
ஒரு நாள் ஒரு பொழுது
நிம்மதியாய்ச் சாய்ந்திருப்பதே...

..

நான் தவழ்ந்த வீடும் இல்லை
ஆயினும்
பூட்டிய வீட்டின் சாவிகள்
இன்னும் எங்கள் கைகளில்தான்..."

என்னும் கவிதை வரிகள் இழந்த வீட்டினை நினைத்து இறக்கும் வரையிலும் ஏங்கும் மக்களின் உணர்வைப் படிமமாக்கியுள்ளன.

போர் முடிவடைந்த பிறகும் மக்களுடைய மனங்களில் போர் பற்றிய நடுக்கங்களும் அதன் சிந்தனைகளும் வடுக்களாய்ப் பதிந்து தினந்தோறும் துயர ஒலியாய் ஒலித்துக்கொண்டிருக்கின்றன என்பதை, 'அப்போது இரவின் கண்களில் ஒளி நிறைந்திருந்தது' என்னும் கவிதை தொட்டுச் செல்கிறது. இக்கவிதை முன் இருந்த தாய்நிலம், போருக்குப் பின் இருக்கும் தாய்நிலம் என்னும் இரண்டையும் அசைபோட்டு ஒப்பிட்டுப் பார்க்கும் மனக்குரலைக் காணமுடிகிறது. இதனை,

கருத்தரங்கக் கட்டுரைகள்

'முன்பு நிலாச் சோறுண்டு கதை கேட்டபடியே
முற்றத்தில் உறங்கினோம்
அப்போது இரவின் கண்களில் ஒளி
நிறைந்திருந்தது
கதவுகள் தாழிடப்பட்டிருந்தபோதும்
நடுக்கத்துடன் பதற்றத்துடனே கேட்கிறோம்
இரவின் கதைகளை...
இப்போதெல்லாம் இனிய ராகங்களை
இசைப்பதேயில்லை அது!'

என்ற கவிதை வரிகள் காட்சிப்படுத்துவதினைப் பார்க்க முடிகிறது.

இன ஒடுக்கல் நடைபெறும்போது அதைவிட்டு வெளியேற நினைப்பது இயல்பான ஒன்றாகும். இதனை, "தாழ் உடைத்த நதி" என்ற கவிதை இனம் காட்டுகிறது.

"எனது பூர்வீக நிலத்தில் அத்துமீறிகள் உழுது பயிரிட நான் இசைத்துக் கொண்டிருக்க வேண்டுமா" என்ற வரிகள் இயல்பாகவே மக்களிடையே எழும் சுதந்திர தாகத்தை வெளிப்படுத்துகிறது.

தாய் மண்ணை விட்டுப் பிரிந்து செல்லும் பொழுது ஏற்படும் மனவுணர்வுகளை "வேறு பிரயோகமில்லை" என்ற கவிதைக்குள் வடித்திருக்கிறார் கவிஞர்.

"விபரிக்க முடியாக் காரணத்தில்
நாம் நடந்த பொன்மணலைப் படம்பிடித்து
மகிழ்ந்தோம்
எதைப் பரிமாறுவது
இனி எப்போது சந்திப்பதென்று தெரியாமலே
நெருங்கிய யாரையோ பிரிகிற வலியுடன்
அந்த மணலை விட்டுப் புறப்பட்டோம்"

என்ற கவிதைவரிகள் புலம்பெயரும்போது மக்களிடையே ஏற்படும் மனவலியை வேதனையை விவரிக்கின்றது.

ஈழப் போருக்குப் புறப்பட்டுச் சென்ற காதலன் மீண்டும் தன்னை வந்தடைய வேண்டும் என்று விரும்பும் காதலியை, "வந்துவிடு மீண்டும்" என்ற கவிதை காட்டுகிறது. இது அவளின் மன அங்கலாய்ப்பை வெளிப்படுத்துகிறது. 'விடுதலைக்கான பயணத்திற்கு நீ செல்ல நான் உன் நினைவுகளை நெஞ்சில் நிறுத்தி உன் வருகைக்காகக் காத்திருக்கின்றேன்' என்று புலம்பெயர்ந்த காதலி எடுத்துரைப்பதைப் பார்க்க முடிகிறது.

ஈழத்தமிழ் மக்களின் அடையாளங்கள் அழிக்கப்பட்டு, அவர்கள் நாட்டை விட்டு விரட்டப்பட்ட நிகழ்வு அவர்களுக்கு மிக பெரிய அளவில் ஏமாற்றத்தையும் பரிதவிப்பையும் ஏற்படுத்திய ஒன்றாகும். இதனைக் கவிஞர் ஈழ மக்களின் ஒட்டு மொத்தக் குரலாய் "விரட்டப்பட்ட நானும் எனது சுயசரிதமும்" என்ற கவிதையில் படிமமாக்கியுள்ளார். ஆக்கிரமிக்கப்பட்டது ஈழ மக்களின் நிலம் மட்டும் அல்ல அவர்களின் வரலாறும் அடையாளங்களும் தான் என்பதைச் சொற்சித்திரமாக்கியுள்ளார் கவிஞர்.

"ஆக்கிரமிக்கப்பட்டதும்
எனது நிலம் மட்டுமல்ல
எனது புத்தகமும் கவிதையும் மயிலிறகும்
நானும் எனது சுயசரிதமும் தான்"

மக்கள் தாய்நாட்டையும் தாய்மண்ணையும் கவனமாகப் பாதுகாப்பது அவர்களின் மன இயல்பாகும் என்பதையும் அன்னியர்கள் மண்ணின் பயனை மட்டும்தான் அனுபவிப்பார்களே தவிர அதனைப் பாதுகாப்பதினை விட்டுவிடுவார்கள் என்பதையும் இக்கவிதை குறிப்பிடுகிறது.

"ஆக்கிரமித்தவர்கள்
ஒரு போக அறுவடையை மட்டும்
அமர்க்களமாய் முடித்தனர்
கொத்திப் புரட்டி என்னைப் போல
மண்ணை வளப்படுத்தவும்
நிலத்தைப் போஷிக்கவும்
மறந்தனர்"

இவ்வரிகள் தாய்நாட்டு மக்களின் மன உணர்வையும், ஆக்கிரமிப்பாளரின் மன உணர்வையும் ஒருங்கே காட்சிப்படுத்தியுள்ளன.

முடிவாக:

ஸர்மிளா ஸெய்யித்தின் இரு கவிதைத் தொகுப்புகளும் செய்திகளைக் காட்சிப்படுத்தி எடுத்துரைப்பதில் மிக சிறந்தவைகளாகக் காணப்படுகின்றன. தாய் மண்ணின் சிறப்பு, புலம் பெயர்வதால் ஏற்படும் வலி, போரினால் பாதிக்கப்படும் பெண்களின் நிலை இவற்றை நேர்த்தியாகவும் உணர்வுபூர்வமாகவும் எடுத்துரைப்பதில் மிகவும் சிறந்த கவிஞராக அவர் சிறந்துள்ளார் என்பதை இந்நூற்கள் வெளிப்படுத்துகின்றன.

துணை நூல்கள்

1. பெண் கவிதை மொழியும் பெண் கவிஞர்களும், பத்மாவதி விவேகானந்தன், வள்ளி சுந்தர் பதிப்பகம், இராயப்பேட்டை,சென்னை, டிசம்பர் 2004.

2. புறநானூறு மூலமும் உரையும்; நீயூ செஞ்சரி புக் ஹவுஸ் (பி) லிட்; 41– பி சிட்கோ இண்டஸ்டிரியல் எஸ்டேட், அம்பத்தூர்; சென்னை.

முனைவர் **ஆ.பாக்கியலட்சுமி**
உதவிப் பேராசிரியர்
தமிழ்த்துறை
பக்தவத்சலம் நினைவு மகளிர் கல்லூரி
கொரட்டூர், சென்னை-80

15. ஈழவாணியின் ஈழத்து நாட்டார் பாடல்களில் தாலாட்டும் ஒப்பாரியும்

ஈழவாணி இலங்கை வவுனியாவில் பிறந்தவர். இவர் இயற்பெயர் வாணிஜெயாதீபன். தற்போது புலம்பெயர்ந்து மலேசியாவிலும் இந்தியாவிலுமாக வாழ்ந்து வருகிறார். இவர் இலக்கியப் புலமையோடு இதழியற்துறையிலும் நாட்டமுடையவர். கொழும்புப் பல்கலைக்கழக ஊடகத்துறையில் பட்டப்படிப்புப் பயின்றார். மொழிப்பற்றும் இனப்பற்றும் மிக்கவர்.

ஈழவாணியின் படைப்புகள்

சிறுகதைத் தொகுப்பு	–	நிறங்கள்
கவிதைத்தொகுப்பு	–	சிதறல், தலைப்பு இழந்தவை
குறுநாவல்	–	ஒரு மல்லிகை சிவப்பாகிறது
ஊடகப்பணி	–	தேடல், செந்தணல் ஆகிய பத்திரிகைகளின் ஆசிரியர்.

தான் யார் என்பதை உணரவும் உணர்த்தவும் விழைந்த ஈழவாணி முன்னோர்களின் தொன்மையான விழுமியங்களைத் தேட முற்பட்டார். அத்தேடலின் விளைவே ‘ஈழத்து நாட்டார் பாடல்கள்’ ஆகும்.

ஏட்டிலக்கிய உருவாக்கத்திற்கு முன்பே முத்தமிழில் ஒன்றாக விளங்கிய இசைத்தமிழைத் தமிழர்கள் தங்கள் வாழ்வின் ஒவ்வொரு நிகழ்விலும் பயன்படுத்தி வாழ்ந்தனர். வழிவழியாகத் தமிழ்மக்களால் வளர்ந்த, வளர்க்கப்பட்ட இலக்கியமே நாட்டுப்புறப்பாடல்களாகும். இப்பாடல்கள் ‘இலக்கியங்களின் தாய்’ என்று கூறப்படும் சிறப்புடையதாம்.

உலகமொழிகள் அனைத்திலும் நாட்டார் பாடல்கள் உள்ளன. ஈழத்திலுள்ள நாட்டார் பாடல்கள்,

★ ஈழத்து நாட்டார் பாடல்கள்

★ வடக்கிலங்கை நாட்டார் பாடல்கள்

★ வன்னி வளநாட்டுப் பாடல்கள்

★ மலையக வாய்மொழி இலக்கியம்

★ இஸ்லாமியரின் ஏடுகாணாத இலக்கியம்

எனப் புவியியல் அமைப்புப்படி வட்டாரவாரியாகப் பிரித்து ஆய்வுகள் நடத்தப்பட்டுள்ளன.

குழந்தை பிறந்ததும் தாலாட்டாகத் தொடங்கும் இசைப் பாடல்கள் அக்குழந்தை வளரும்போது விளையாட்டுப் பாடலாகவும், தொழில்செய்யும் இடங்களில் தொழிற்பாடலாகவும், காதலிக்கும்போது காதற்பாடலாகவும், திருமணத்தில் நலங்குப்பாடலாகவும், சமூகத்தில் கொண்டாட்ட பாடலாகவும், வழிபாட்டின்போது பக்திப்பாடலாகவும் வளர்ந்து, இறப்பில் ஒப்பாரிப்பாடல்களாக முடிவடைகின்றன.

நாட்டார் பாடல்களின் தொடக்கமாக உள்ள தாலாட்டுப் பாடல்களையும் நாட்டார் பாடல்களின் இறுதியாக உள்ள ஒப்பாரிப்பாடல்களையும் பற்றி நோக்குவோம்.

தாலாட்டுப்பாடல்கள்

தாய் குழந்தை பெற்று மகிழும் அன்றைக்கே தாலாட்டு இலக்கியம் தோன்றிவிட்டது எனலாம். வரலாற்று அடிப்படையில் இஃது ஆதியும் அந்தமும் அறியமுடியாத சிறப்புடையது. தாலாட்டுப்பாடல்கள் குழந்தையை உறங்கவைக்கப் பயன்படுவதோடு மட்டுமல்லாமல் தாயின் மனச்சுமை, தேவை, விருப்பம், எண்ணங்கள், ஏக்கங்கள், குறிக்கோள்கள், நம்பிக்கைகள், இன்பத்துன்பங்கள் போன்றவற்றை வெளிப்படுத்தும் களனாகவும் பயன்படுகின்றன.

தாலாட்டுப்பாடல்களில் முதலில் ராராரோ, ஆரிரரோ போன்ற ஒலிகள் ஒலித்த பிறகே பாடல்கள் பாடப்படுகின்றன. அவ்வொலிகள் தாலாட்டுப்பாடலில் வருகின்றன என்பதற்கான அறிவிப்பு ஒலிகளாகத் தமிழில் உள்ளன. தாலாட்டுப்பாடல்களில் "லூலூ" "லல்லா லல்லே" 'நின்னு – னன்னு' 'போபோ (bo, bo)' 'டுடு (do, do)'போன்ற ஒலிகள் ஆங்கிலம், போலிஷ், ருமானியன், பிரெஞ்சு, இத்தாலி போன்ற மொழிகளிலும் தாலாட்டின் தொடக்கத்தில் ஒலிக்கப்படுகின்றன"[1] என்று ஈழவாணி கூறுவதை நோக்க, பலமொழிகளிலும் உள்ள தாலாட்டுப்பாடல்களைப் படித்து அறிந்துள்ள ஆய்வாளர் இவர்

என்றும் பன்மொழிப்புலமை உடையவர் இவர் என்றும் அறியமுடிகிறது.

தாலாட்டுப்பாடல்கள் வாய்மொழி இலக்கியங்களே. ஆனால் "நாகரீக காலமாகிய இன்று தாய்மை உணர்வுப் பாடலாகிய தாலாட்டுப்பாடல் சிறுகச் சிறுக தாய்மார்களிடத்திலிருந்து மறைந்துகொண்டு வருவதை உணர்ந்த அறிஞர்கள், தமிழ்ப் பற்றாளர்கள் அவற்றைப் பேணிப்பாதுகாப்பது கடமையெனக் கருதி, கருகிக்காற்றோடு மறைந்து போகாமல், தம்காதில் கேட்டவற்றைப் பேணிப்பொக்கிசமாகப் பாதுகாத்து நூல்வடிவில் உயிர்கொடுத்து களஞ்சியப்படுத்தி வருகின்றமை போற்றத்தகு விடயமே"[2] என்று தாலாட்டுப் பாடல்கள் நூலாக்கம் பெற்றமைக்கான சூழலை ஈழவாணி விளக்கிக் காட்டுகிறார்.

தாய் தன்னைத் தன் குழந்தையின் வாழ்வு முன்னேற்றத்தில் கரைத்துக் கொள்கிறாள். தன்குழந்தையின் குழந்தைப் பருவத்திலிருந்து அவளது உணர்வுகள் குழந்தையொடு பின்னிப்பிணைகின்றன. பெற்றவள் மட்டுமின்றிச் சமுதாயத்தில் வாழும் பிற பெண்களும் குழந்தைகள்மீதும் அன்புகாட்டும் பண்புடையவராய்ச் சமுதாயத்தில் விளங்கினர் என்பதை, ஈழவாணி தொகுத்துள்ள நாட்டுப்புறப் பாடலில் அமையும் மருத்துவச்சி வாழ்த்து, அக்காளின் தாலாட்டு, மலடியின் தாலாட்டு முதலியவை காட்டிநிற்கின்றன.

மருத்துவச்சி வாழ்த்து

ஒரு குழந்தை கருவறையில் இருந்து இந்தப் பூமியில் புதிதாகப் பிறந்து புரளும்போது தாய் தாலாட்டுப் பாடுவாள். இதற்கு முன்பு வயிற்றில் இருக்கும் போதே பிறக்கும் குழந்தை நோய் நொடியின்றிப் பூமியிலே நல்லபடியாக வளரவேண்டும் என வாழ்த்தித் தன்மனதில் நல்ல எண்ணங்களை நிறைத்து மருத்துவச்சி பாடுவாள். அந்தப் பாடல் மருத்துவச்சி வாழ்த்து என வழங்கப்பட்டு வருகிறது.

"அரிசிப் பொதியோடும் வந்தீரோ தம்பி
அரிசி மலைநாடுங் கண்டீரோ தம்பி
நெல்லுப் பொதியோடு வந்தீரோ தம்பி
நெல்லு மலைநாடுங் கண்டீரோ தம்பி

மிளகுப் பொதியோடும் வந்தீரோ தங்கம்
மிளகு மலைநாடுங் கண்டீரோ தங்கம்
இஞ்சி பொதியோடும் வந்தீரோ தங்கம்

இஞ்சி மலைநாடுங் கண்டீரோ தங்கம்

உள்ளிப் பொதியோடும் வந்தீரோ தம்பி
உள்ளி மலைநாடுங் கண்டீரோ தம்பி
மஞ்சப் பொதியோடும் வந்தீரோ தம்பி
மஞ்ச மலைநாடுங் கண்டீரோ தம்பி

உப்புப் பொதியோடும் வந்தீரோ தங்கம்
உப்பு மலைநாடுங் கண்டீரோ தங்கம்
காசுப் பொதியோடும் வந்தீரோ தங்கம்
காசு மலைநாடுங் கண்டீரோ தங்கம்

கோச்சி வாழ கொப்பர் வாழ
பேத்தி வாழ பேரன் வாழ
பூட்டி வாழ பூட்டன் வாழ
கொம்மான் வாழ மாமி வாழ
குஞ்யாச்சி வாழ குஞ்சியப்பு வாழ
ஊர் வாழ தேசம் வாழ

குருவுக்கும் சிவனுக்கும் நல்ல பிள்ளையாயிரு.
அயலும் புடையும் வாழ வேண்டும்
அன்னமும் சுற்றமும் வாழ வேண்டும்
ஆச்சியிம் அப்புவும் வாழ வேண்டும்
அம்மானும் மாமியும் வாழ வேண்டும்."3

கொள்ளுப்பாட்டன், கொள்ளுப்பாட்டி என்று தமிழகத்தில் வழங்கப்படும் சொல்லாட்சி இலங்கையில் குஞ்சியாச்சி, குஞ்சியப்பு என்றும் தாய்மாமன் என்பது கொம்மான், அம்மான் என்றும் வழங்கப்படுவதை இப்பாடல்வழி அறியமுடிகிறது.

தாய்மார்களின் தாலாட்டு

கிராமப்புற மக்களின் தாலாட்டுப் பரம்பரையாகப் பாடி வாய்மொழி இலக்கியமாக வளர்ந்தபோதும் அப்பாடல்கள் எதுகை, மோனை, உவமை, உவமேயம், அந்தாதி போன்ற யாப்பிலக்கண நயத்தொடு விளங்குகின்றன. பாமரமக்களாய்த் தாய்மார்கள் இருப்பினும் தமிழறிவுடனே விளங்கினர் என்பதற்கு ஈழவாணி தொகுத்தளித்த,

"பச்சையிலுப்பை வெட்டிப்
பால்வடியத் தொட்டில் கட்டித்
தொட்டிலுமோ பொன்னாலை
தொடுகயிரோ முத்தாலை

முத்தென்ற முத்தோநீ
முதுகடலில் ஆணி முத்தோ
சங்கீன்ற முத்தோ
சமுத்திரத்தி னாணி முத்தோ"[4]

என்ற பாடலைச் சான்றாகக் காட்டலாம்.

அக்காளின் தாலாட்டு

"அவர கலகலென்ன
அங்கு வில் சாத்தாம
அவரமல்லி ஆம்படியா
அரண்மனைக்குப் போகிறான்
செஞ்சி மலதாசி

சென்றாள் மலைக்காட்ட
பில்லு ருசியென்று
பொழுதேறி மேயாதே
தண்ணி ருசி யென்று
தலைதப்பி மேயாதே
அங்கங் கண்ணுறங்கி
அப்புறமே போய் வாரும்

ஆராரோ ஆரிரரோ
ஆராரோ ஆரிரரோ!"[5]

தாய்தான் தன் சேய்க்குத் தாலாட்டுப் பாடுவாள். ஆனால் மேலே கூறப்பட்ட இப்பாடல் சிறுமி தன் தங்கையைத் தூங்க வைப்பதற்காக பாடிய தாலாட்டு என்று ஈழவாணி குறிப்பிடுகிறார்.

மலடியின் தாலாட்டு

ஆண்டுகள் பலவாகியும் பிள்ளைப்பேறு கிடைக்காத பெண் ஒருத்தி கடவுளர்களைத் தொழுதும் பல நோன்புகளிருந்தும் பல ஆண்டுகளக்குப் பிறகு அழகான ஒரு மகவை ஈன்றாள். அப்பெண் பாடும் தாலாட்டை இருபத்து நான்கு பத்திகளில் ஈழவாணி குறிப்பிட்டுள்ளார். காட்டாக,

"மலடி மலடி யென்று
மானிலத்தோர் ஏசாமல்
மலடிக் கொரு குழந்தை
மாயவனார் தந்த பிச்சை

இருளி இருளி என்று
இன்னிலத்தோர் ஏசாமல்

இருளிக்கொரு குழந்தை
ஈஸ்வரனார் தந்த பிச்சை

காயாமலடி என்றும்
கள்ளி யென்றும் ஏசாமல்
காயா மலடிக்குக்
கற்பகனார் தந்த பிச்சை
..............................."[6]

என வரும் பாடல் அடிகளைக் காட்டலாம். இப்பாடலில் கூறப்படும் 'இருளி' என்ற சொல் 'மலடி' என்ற பொருளில் வழங்கி வருவது இப்பாடலை நோக்கப் புலனாகிறது.

ஈழவாணியின் ஈழத்து நாட்டார் பாடல்களில் வரும் தாலாட்டுப்பாடல்கள் பாடிய பெண்களின் மனவுணர்வினையும் வாழ்வியல் சூழலையும் படம்பிடித்துக்காட்டுவதாய் அமைந்துள்ளன.

ஒப்பாரிப்பாடல்கள்

இறந்தவர்களை நினைத்து அவர்கள்மீது பாடப்படும் பாடல்கள் ஒப்பாரிப்பாடல்களாகும். இறந்தவர்கள் மீது ஒப்பாரி பாடினால்' அவர்கள் சொர்க்கத்திற்குச் செல்வர் என்பது நம்பிக்கை. இறந்தவர்களைப் பற்றித் தம் உள்ளத்தில் எழும் துயரத்தை அழுகையொடு வெளிப்படுத்துவர். இம்முறை தமிழரிடம் தவிர வேறு எவரிடமும் இல்லை எனலாம். இப்பாடல்கள் தனி மனிதப் படைப்புகளாக இருந்தாலும் பலர் சேர்ந்து பாடும்பொழுது அவை முழுமையான பாடல்களாகவே தோற்றம் பெறுகின்றன. பலர் சேர்ந்து பாடல்கள் உருவானாலும் ஒத்திசையின்றி ஒழுங்கமைவு இதில் பிரிக்கமுடியாத கூறாக அமைந்துவிடுகின்றது. பெண்களால் மட்டுமே வளர்க்கப்படும் இலக்கியம் ஒப்பாரியாகும். பெண்கள் தங்கள் துக்கம், துயரம், ஏக்கம், ஏமாற்றம், இழப்பு, இழிவு போன்ற அவலச்சுவை உணர்ச்சிகளை அழுகையினூடே வெளிப்படுத்துகின்றனர். இதனால் மனதில் அழுத்திவைக்கப்பட்ட உணர்ச்சிகள் வடிந்து ஓரளவு மனம் அமைதி (நிம்மதி) கொள்கிறது. இவ்வாறு செய்யாதவர்கள் துன்பத்தை வெளிப்படுத்த வடிகாலின்றி உள்ளத்திலேயே தேக்கி வைத்து மனம் நொந்து காலப்போக்கில் மனச்சிதைவு (Depression), பொருத்தப்பாடின்மை (Maladjustment) போன்ற மனநோயாளியாக மாறுகின்றனர்.

ஒருவர் இறந்து நாள் பலவாயினும் அவரை நினைக்கும்போது துயரம் ஏற்படும். அப்பொழுதும் ஒப்பாரிப்பாடல்கள் பாடப்படுவதுண்டு. யாழ்ப்பாணக் கிராமங்களில் துயரம் வரும்போதெல்லாம் ஒப்பாரிப்

பாடும் வழக்கம் உள்ளது. சில இடங்களில் கூலிக்கு ஒப்பாரி சொல்பவர்களும் இருந்திருக்கிறார்கள். ஆனால் அது தற்போது மறைந்துவிட்டது. யாழ்பாணத்தில் உள்ளூர்க்கிராமங்களில் மட்டும் இவ்வழக்கம் குறைந்தளவில் காணப்படுகிறது.

தாய், தந்தை, மகன், மகள், உடன்பிறந்தோர், மாமன், மாமி, பாட்டன், பாட்டி, நெருங்கிய உறவினர்கள் இறந்தால் ஒப்பாரிப் பாடுவர். ஈழவாணி தம்நூலில் இதுமட்டுமின்றித் தன் மகனின் திருமணத்தைக் குழப்பி, அவனை மாப்பிள்ளையாக்கிக் கொள்ள யாரோ மருந்துவைத்து (செய்வினைசெய்து) விட்டதாக எண்ணி,

**"பயற்றை வறுத்தினமோ - உனக்கு
பல மருந்தைச் சேர்த்தினமோ
உழுந்தை வருத்தினமோ - உனக்கு
உள் மருந்தைச் சேர்த்தினமோ,
கடுகை வறுத்தினமோ - உனக்கு
கன மருந்தைச் சேர்த்தினமோ.**

**தேங்காய்பாற் கஞ்சியிலே - உனக்குத்
தியங்கமருந் திட்டினமோ
மாங்காய்ப் புளிச் சாற்றிலே - உனக்கு
மயங் கமருந் திட்டனமோ"**7

என்று தாய் புலம்புவதையும் ஒப்பாரி என்கின்றார். இதனை நோக்க அவலச்சுவை உடைய புலம்பல்கள் அனைத்தும் பாடல்களும் ஒப்பாரிப்பாடல் வகையைச் சேர்ந்ததென்பது ஈழவாணியின் கருத்தெனலாம்.

கணவன் இறந்தவுடன் மனைவி துயரத்தால் வருத்தமடைவதுடன், தான் சமுதாயத்தால் ஓதுக்கப்பபடப் போவதை எண்ணி,

**"மஞ்சள் பொடி இடிச்சு மருகலயம் வேடுகட்டி
மருதையிலே வாக்கப்பட்ட மங்கைநான்
வாய்திறந்தா
மருதை கிடுகிடுங்கும் மாமருதை ஓசையிடும்
சீமையிலே வாக்கப்பட்ட செல்வம்தான்
வாய்திறந்தா
சீமை கிடுகிடுங்கும், செஞ்சீமை ஓசையிடும்,
சீலை உடுத்தி - நான் தெருவழியே போனாலும்
சீலை விலை மதிப்பார்- நான்படும் சீரழிவை
யார் மதிப்பார்?**

> பட்டை உடுத்தி, நான் பாதைவழியே போனாலும்
> பட்டை விலைமதிப்பார்-நான்படும் பாதரவை
> யார்மதிப்பார்?"⁸

என்று பாடுகிறாள். பாடலில் புலம்பெயர்ந்து சென்றிருப்பினும் ஈடுசெய்ய இயலாத இழப்பு ஏற்பட்டிருப்பினும் அவளுக்குத் தன்நாட்டின்மீதுகொண்ட பற்றுமாறாதிருப்பதை 'மருதை' என்ற சொல்லாட்சி காட்டிநிற்கின்றது.

பிறந்த நாட்டைவிட்டுப் பொருள்தேடிக் கடல்கடந்து ரங்கூன் சென்றான். நலமாகவும் வளமாகவும் வாழலாம் என்று இன்பக்கனவுகளுடன் இருந்தாள் மனைவி. இந்நிலையில் கணவன் ரங்கூனிலேயே இறந்துவிட, இதயம் வருந்திய அவன் மனைவி பாடும் பாடலை,

> "தங்கமான ரெங்கோனைத்
> தங்கமென்றும் சொன்னீங்களே-அங்கே
> தங்கலாம் என்றீகளே-இப்பத்
> தங்கங் கசந்ததென்ன-நீங்க
> தனிப்பட்டுச் சென்றதென்ன?
>
> இன்பமான ரெங்கோனை
> இன்பமென்றும் சொன்னீர்களே-அங்கே
> இருக்கலாம் என்றீகளே-இப்ப
> இன்பங் கசந்த தென்ன-நீங்க
> இம்சைப்பட்டுச் சென்றதென்ன?"⁹

எனப் பதிவு செய்துள்ளார். இப்பாடலில் நாட்டுப் பற்று மிகுந்து இருப்பினும் பொறையுடைமையுடன் பிறநாட்டின் சிறப்பையும் வளத்தையும் புகழ்ந்தும் கூறுவதும் நோக்கப்புலனாகிறது.

"ஈழத்து நாட்டார் பாடல்கள்" என்ற நூலில் ஈழவாணி தொகுத்தளித்துள்ள பாடல்களை நோக்க தமிழர் (தமிழகப் பெண்கள்) இன்பியல், துன்பியல் என்ற எந்தச் சூழலிலும் உணர்ச்சிவயப்பட்டுத் தம்உணர்வை இழக்காது நிற்கும் நிலையினை உணர்த்தித் தமிழரின் அடிவேரினை வெளிப்படையாகக் காட்சிப்படுத்துகிறார்.

தாலாட்டும் ஒப்பாரியும் பெண்களால் மட்டுமே வளர்க்கப்படும் இலக்கியங்களாகும். மனதில் தோன்றும் எண்ணங்கள் அவர்கள் உணர்ச்சிவயப்பட்ட நிலையில் கற்பனை கலந்து வெளிப்படுவனவாகும். புலம்பெயர்ந்து வாழ்ந்தாலும் மரபு மாறாது தமிழர் வாழ்கின்றனர் என்பதை நாட்டார் பாடல்கள் காட்டி நிற்கின்றன.

அடிக்குறிப்புகள்:

1. ஈழவாணி, ஈழத்து நாட்டார் பாடல்கள், ப.50.
2. ஈழவாணி, ஈழத்து நாட்டார் பாடல்கள், ப.52.
3. ஈழவாணி, ஈழத்து நாட்டார் பாடல்கள், ப.53.
4. ஈழவாணி, ஈழத்து நாட்டார் பாடல்கள், ப.54.
5. ஈழவாணி, ஈழத்து நாட்டார் பாடல்கள், ப.56.
6. ஈழவாணி, ஈழத்து நாட்டார் பாடல்கள், பக்.60-61
7. ஈழவாணி, ஈழத்து நாட்டார் பாடல்கள், ப.237.
8. ஈழவாணி, ஈழத்து நாட்டார் பாடல்கள், ப.230.
9. ஈழவாணி, ஈழத்து நாட்டார் பாடல்கள், ப.227.

முனைவர் **சு.அம்பிகாவதி**
உதவிப்பேராசிரியர்
தமிழ்த்துறை
பக்தவத்சலம் நினைவு மகளிர் கல்லூரி
கொரட்டூர், சென்னை-80.

16. கவிஞர் மாதுமையின் உள இயங்கியல்

முன்னுரை

பெண் சமூக அமைப்பால் தொன்மைக் காலங்களைவிட இன்று ஓரளவிற்குச் சுதந்திரமான இயங்குவெளியைச் சுவாசிக்க முடிந்தாலும், அவர்களது வாழ்வியலானது இருட்டடிப்புச் செய்யப்பட்டதாகவே உள்ளது. சமூகம், பண்பாடு, குடும்பம், உறவுமுறைகள், சடங்குமுறைகள் என ஏதோ ஒரு காரணத்திற்காகப் பெண்களது இயங்குதன்மை சுருக்கப்படுகின்றது. இருப்பினும் தங்களது வாழ்வியல் அனுபவங்களை, எதிர்பார்ப்புகளை, ஏக்கங்களை, ஆசைகளை, அங்கலாய்ப்புகளைத் தொகுத்து, தான் சார்ந்த பெண் உலகை எழுச்சிக்கொள்ள வைப்பதில் மிகவும் கவனம் செலுத்தி வருகின்றனர் பெண்கள்.

திணைசார் கவிதை மரபில் உருவான ஔவையார், வெள்ளிவீதியார், அள்ளூர் நன்முல்லையார், கழார்க்கீரன் எயிற்றியார் போன்றோரும், பக்தி இலக்கியக் காலகட்டத்தில் ஆண்டாளும் தங்களது இருப்பை, காதலை, காமத்தைத் தன் இனம் சார்ந்து மொழிக்குள் கட்டமைத்துள்ளனர். நீண்ட இடைவெளிக்குப் பின்னர் இவர்களைத் தொடர்ந்து சல்மா, சுகிர்தராணி, அம்பை, லீனா மணிமேகலை, அ.வெண்ணிலா, வாஸந்தி, குட்டிரேவதி போன்றோர் தம் எழுத்துக்களின்வழிப் பெண்களின் இருப்புக்காகக் கலகக்குரல் எழுப்பி வருகின்றனர்.

நவீன தமிழ்க்கவிதை மரபில் பெரும் வெள்ளமெனப் பரந்து விரிந்து கிடக்கின்றன ஈழத்தமிழ்க் கவிதைகள். ஈழத்துத் தமிழ்க் கவிதைக் குரல்களிலிருந்து சற்று வேறுபட்டக் குரலாக மாதுமையின் குரல் பதிவாகி உள்ளது. இக்குரலின் மொழிதலிலிருந்து ஆண்களின் ஆழ்மன எண்ண ஓட்டங்களையும், பெண்களுக்கு எதிரான ஆணாதிக்க எண்ணத்தின் காட்சிப்பதிவுகளையும், பெண்களின் அகக்குரலையும்; அக எழுச்சியையும்; அகப் போராட்டத்தையும் உக்கிரமான சொல்லாடல்களின்வழி அறிய முடிகின்றது.

மாதுமையின் 'ஒற்றைச் சிலம்பு' என்னும் கவிதைத் தொகுப்பின் ஊடாக அவரது உள இயங்கியலின் வெளிப்பாட்டுத் தன்மைகளை எடுத்துரைக்கின்றது இக்கட்டுரை.

ஆசிரியரைப் பற்றி:

மாதுமை ஈழத்திலிருந்து புலம்பெயர்ந்து சுவிட்சர்லாந்தில் வசித்து வருகிறார். 'தூரத்துக் கோடை இடிகள்' (2005) என்னும் சிறுகதைத் தொகுப்பை வெளியிட்டுள்ளார். 'ஒற்றைச் சிலம்பு' (2008) என்னும் இந்நூல் இவரது முதல் கவிதைத் தொகுப்பாகும்.

உள இயங்கியல் : (Psychodynamic)

மானுட உள்ளத்தின் உணர்வே எல்லாவிதமான அறிவியல்களுக்கும் கலைகளுக்கும் கருவறையாக விளங்குகின்றது என்பது உளவியல் அறிஞர் யுங்கின் கூற்றாகும். கலை இலக்கியங்களை உருவாக்கும் படைப்பாளிகள் தங்களது படைப்புக்களைக் கூட்டு நனவிலி மனநிலை (Collective Unconscious) இருந்தும், நனவு மன மனநிலையில் (Conscious) இருந்தும் படைக்கின்றனர், என்கிறது உளவியல்.

கூட்டு நனவிலி மனநிலையில் "ஓர் இனத்தின் நம்பிக்கைகள், கருத்துக்கள், புராணங்கள், மூல படிவங்கள் (Arche types) படிந்து இருக்கும்." (பொ.ந.கமலா, நவீன கோட்பாட்டு ஆய்வுகள், பக்கம் 16). அதாவது கூட்டு நனவிலி மனநிலையை மரபார்ந்த மனநிலை என்று கூறலாம். ஆனால், நனவு மன மனநிலையை முற்றிலுமாக மரபிற்கு மாறானது என்று கூற முடியாது. ஏனென்றால் நனவுமன மனநிலை என்பது மரபிற்குள் இருந்துகொண்டு அதை மீறவேண்டும் என்ற உந்துதலைக் கொண்டது. எனவே நனவுமன மனநிலையில் படைக்கும் ஒருசில பெண்பாளர்கள் மேற்குறிப்பிட்ட எவ்விதமான நம்பிக்கைகள் கருத்துக்கள், புராணங்கள் என எதற்குள்ளும் தங்களைத் தகவமைத்துக் கொள்ளாமல் தான், தனது காதல், தனது சுயம் என்ற உந்துதல் உணர்வுடன் தங்களது படைப்புக்களை இலக்கியமாக்கி வருகின்றனர்.

ஈழப் பெண் படைப்பாளியான மாதுமை கூட்டு நனவிலி என்ற மரபார்ந்த மனநிலைக்குள் தன்னை ஆட்படுத்திக் கொள்ளாமல் தனக்கான சுயத்தோடும், தன் இனத்திற்கான சுயத்தேடலோடும் தனது உள இயங்கியலைக் கவிதையாக்கி உள்ளார். இக்கவிதைத் தொகுப்பிலிருந்து இருபாலினக் காதலும் முரண்பாட்டுத்

தன்மைகளும், புரட்சிகரமான தந்தை, பெண்ணும் பெண் உடலும், தேசம் குறித்ததான புரிதல், ஒற்றைச் சிலம்பு போன்ற தலைப்புகளில் அவரது உள இயங்கியல் எடுத்தியம்பப்படுகின்றது.

இரு பாலினக் காதலும் முரண்பாட்டுத் தன்மையும்:

ஒரு ஆண் தனது காதலை/காமத்தை எவ்வித தடையுமின்றி வெளிப்படுத்தலாம். ஆனால் பெண் அவ்வாறு வெளிப்படுத்துதல் ஆகாது என்ற ஆண்வழிச் சமூக முறைமையின் கட்டுப்பாடுகளே இலக்கியக் கொள்கைகளாக உருவாக்கப்பட்டுள்ளன. ஆணின் பாலியல் தன்மைகளை முதன்மைப்படுத்தி அங்கீகரிக்கும் இலக்கண இலக்கியங்கள் பெண்ணின் பாலியல் செயல்பாடுகளை மட்டும் வரைமுறைப்படுத்தியுள்ளன. பாலியல் குறித்த பெண்ணின் கருத்து வெளிப்பாட்டு நிலையை இலக்கிய மரபாக ஏற்க மறுக்கின்றது ஆணாதிக்கச் சமூக அமைப்பு. ஆனால் இச்சமூக அமைப்பைக் கட்டுடைத்துச் சங்ககாலம் முதல் தற்காலம் வரை தம் வீரியமிக்க எழுத்துக்களால் அதிர்வலைகளை ஏற்படுத்தி வருகின்றனர் பெண்கள்.

இங்கு இருபாலினத்திற்குமான முரண்பாட்டுக் காதலை/ காமத்தை

"பொருத்தங்களுக்குப்
பின்னால்
வரவேண்டிய புணர்ச்சி
இங்கு
முரண்பாடுகளுக்கு
முன்னால்
வந்து போகின்றது"

என்கிறார். அதாவது இருவரது புரிதலுக்கும் பின்னால் வரவேண்டிய புணர்ச்சி முரண்பாடுகளோடே முடிந்துவிடுகிறது என்பதையும், திருமணம், காதல், காமம் போன்றவைகள் ஆணை மட்டுமே மையமிட்டதாக உள்ளது என்பதையும், பெண் என்பவள் உணர்ச்சியற்ற உடைமைப் பொருளாக மட்டுமே பார்க்கப்படுகிறாள் என்பதையும் வெளிப்படுத்தியுள்ளார். பெண்ணின் அகவெளியையும், எதிர்பார்ப்பையும், ஏக்கத்தையும் ஒருபோதும் ஆண் புரிந்து கொண்டது இல்லை என்பதை,

"இரவுக்கென்று
ஆசையாய் சேமித்த
கனவுளின் வண்ணங்கள்
என் வழியும் வியர்வையோடு

கரைந்து செல்கின்றன

..

..

உடன் கிளம்பும்
உன் காலடி ஓசையைத்
தொடர்ந்து
பரிதாபமாக வருகின்றன
இன்னும்
மிச்சமிருக்கின்ற
என் காதலும்
பெண்மையும்"

என்ற அகக்குரலின்வழி, காலங்காலமாக இருபாலினக் காதலும்/ காமமும் முரண்பாடுகளாலேயே பிணைக்கப்பட்டுள்ளது என்பதை அதன் தன்மை உணர்ந்து அகமொழி வெளிப்பாட்டோடு கவிஞர் பதிவு செய்துள்ளார். மேலும்,

"உன் காதல்
ஆணுறைகளிலும்
என் காதல்
உன் எச்சில்
கோப்பைகளிலும்
இருந்து கொண்டு
நம்மை வேடிக்கைதான்
செய்கின்றன"

என்ற எழுத்தின் வீரியமானது பெண் மனத்தின் அக எழுச்சியை வரைமுறைகளுக்கு அப்பாற்பட்டு வெளிப்படுத்தியுள்ளது.

புரட்சிகரமான தந்தை:

பெண்களின் இயங்குவெளிக்காகவும், சுதந்திரத்திற்காகவும், கல்விக்காகவும் போராடக்கூடிய ஆண் சமூக அமைப்பு அவர்களை ஒருவிதமான மரபார்ந்த கட்டுக்குள் வைத்துக் கொள்ள வேண்டுமென்பதில் மிகவும் கவனம் செலுத்தி வருகின்றது. பெண்களுக்குக் கார்ல் மார்க்ஸ்ஸையும், ஏங்கல்ஸையும், பாரதியையும், பெரியாரையும் கற்பிக்கும் இச்சமூகம் அவர்களைச் சுயமாகத் தன்னியல்புடன் தன் வாழ்க்கைக் குறித்த முடிவுகளை எடுக்கவிடுவதில்லை என்பதை

"எல்லாம் அப்பாவாகிப் போனபின்பும்
அப்பாவே நானாகிய பின்னும்

எதிரிகளாய் முறைத்துக் கொள்கிறோம்
என் காதல் வயப்பாட்டின் மனிதத்தில்"

என்ற மனப்பதிவின்வழித் தனது அகக்குரலைப் பதிவு செய்துள்ளார்.

புரட்சிகரமான தந்தைகூட தன் மகளுக்குப் பிற ஆடவனுடன் காதல் என்ற நிலையில் சாதாரண மானிட இனமாகிப் போகிறார் என்கிறார் மாதுமை. மேலும்,

"தெரிந்திருந்தால்
உருவாக்கியிருப்பாரோ
நொய்ந்த விந்தொன்றின் மூலம்
அம்மா போன்ற சாதாரணப் பெண்ணாக"

என்கிறார்.

பெண் என்பவள் எதிர்த்துப் பேசா மடந்தையாக, வாய்மூடி மௌனியாக இருக்க வேண்டும் என்ற ஆண் சமூக அமைப்பின் எதிர்பார்ப்பை உள்வலி உணர்ந்து கவிதையாக்கியுள்ளார்.

பெண்ணும் பெண்ணுடலும்:

ஆணாதிக்கச் சமூகச் செயல்பாடுகள் அனைத்தும் பெண்களுக்கு எதிராகவே உள்ளன. ஆண்களது பார்வையில் பெண் போகப் பொருளாக மட்டுமே பார்க்கப்படுகின்றாள். ரத்தமும் நாளமும் உள்ள சதைப் பிண்டமாக உருவாக்கப்படும் பெண்ணுக்கு,

"இரு முலைகள்
ஒரு யோனி
இதயம் (அவசியமென்றில்லை)"

இவை மட்டுமே இருந்தால் போதுமானது என்ற ஆணோக்குப் பார்வையை எடுத்தியம்பியுள்ளார். இவற்றைக் கொண்டு உருவாக்கப்படும் பெண்களை, "அடக்கி வைத்துக் கொள்ளலாம், கற்பு சாயம் பூசிச் சொல்வதைக் கேட்கும், கேட்பதைச் செய்யும் பொம்மையாக்கலாம்; அவர்களது கனவுகளை ஒட்ட அறுத்து எறிந்துவிட்டு, 'திருமணச் சந்தைக்கு' என்று உருவாக்கலாம், குட்டி ஈன்று பாலூட்டிச் சந்ததி காப்பதே உன்னுடைய பிறவிப்பயன் என்று வார்த்து வைத்துக் கொள்ளலாம்" என்கிறார்.

இந்திய சமூக வரலாற்றில் பெண் என்பவள் செய்முறைக் கருவிகளாக உருவாக்கப்பட்டுப் பரிமாறப்பட்டுக் கொண்டிருக்கிறாள் என்பதைக் கட்டற்ற மொழியாடல்களின் ஊடாக விளக்கி உள்ளார்.

பெண் உடலிற்குத் தனித்த இருப்போ இயங்கு தன்மையோ கிடையாது என்றும், இவ்வுடல் உட்கருவான உயிரான ஆணின்

உடலோடு இணைவதன்மூலமே தனது இருப்பையும், நிலைப்பேற்றையும் தக்கவைத்துக் கொள்கிறது என்றும் ஆணாதிக்கச் சமூகத்தால் நம்பப்படுகின்றது. "ஆணுடல் வீரம், வலிமை, தூய்மை, கொடைத்தன்மை, சினம், பெருமை என்ற பண்புகளின் மீதும் பெண்ணுடல் தீட்டு, தாய்மை, மெல்லுடல் போன்ற உடலியல் பண்பாட்டு அம்சங்கள் மீதும் கட்டப்படுகின்றது." (மொ. இளம்பரிதி, தொகுப்பாசிரியர், அன்மையப் புனைவுகள் நவீன வாசிப்புகள் பக்கம். 475. இவ்வாறான கட்டுப்பாடுகளை எல்லாம் மீள் வாசிப்புக்கு உட்படுத்திக் கட்டற்றக் காமத்தின் களிப்பையும், தனது உடல்சார் தேவைகளையும் தமது மொழிக்குள் கட்டமைக்கின்றனர் பெண் கவிஞர்கள்.

இங்கு மாதுமை பெண்ணின் அகவலியையும் ஆழ்மனத்தின் எதிர்பார்ப்பையும் தமது கவிதை மொழிக்குள் எவ்வித பூச்சுமின்றி மிக எதார்த்தமாக வெளிப்படுத்தியுள்ளார்.

"அந்த நிமிடங்களில் நீயாக நீயிருக்கவில்லை
....
என்னை வருடிக் கொடுப்பாயோ
என எதிர்பார்த்த எனக்கு
உன் குறட்டை ஒலி
உயிரை வதைத்தது
உன் தாகம்
உன் தேவை - தீர்ந்ததால்
உனக்கு உறக்கம்
என் வலி
என் அழுகை ஓயாமல்
விழிமூடி விழித்திருந்தேன்"

என்கிறார்.

பெண்ணின் தேவையை, ஆசையை, எதிர்பார்ப்பை ஒருபோதும் ஆண்/கணவன் புரிந்துகொண்டதே இல்லை என்பதைக் கழிவிரக்கம் தொனிக்க வெளிப்படுத்தி உள்ளார் மாதுமை.

மேலும்,
"அரைத்த மஞ்சள் மீந்திருக்கும்
அந்த அம்மிக் கல்லில்
இன்னும் ஒட்டியிருக்கிறது
கனவின் காமம்
....

> வெந்நீர் ஊற்றாய்
> கொப்பளிக்கிறது உயிர்ச்சுனை"

என்ற அடிகளின் வழிக் காமவேட்கைக் காரணமாக பெண்ணின் உடல் வெந்நீர் ஊற்றுக் கொப்பளிக்கும் சுனையாக மாறிப் போகின்றது என்கிறார். ஆணின் காமம் எவ்வித தடையுமின்றி உயிர்பெறும் நிலையில் பெண்ணின் காமம் மட்டும் "கனவின் காமமாகவே" முடிந்துவிடுகின்றது என்பதை மிகக் காத்திரமாகப் பதிவுசெய்துள்ளார்.

அகவெளி சார்ந்த அத்தனை வெளிப்பாடுகளிலும் ஆணுக்குள்ள வெளிப்பாட்டுச் சுதந்திரம் பெண்களுக்கு மறுக்கப்படுகின்றது என்பதை

> "எப்போதும் சீராக
> இருந்ததில்லை
> என் மூச்சும்
> என் சரீரமும்
> வாழ்க்கைப்பட்ட பின்னால்"

என்கிறார்.

பெண்ணுடலின் எதிர்பார்ப்பைப் புனைவுகளுக்கு உட்படுத்தாமல், அனுபவங்களின் எதார்த்தமான வார்த்தைகளாக உருவாக்கித் தந்துள்ளார் மாதுமை.

தேசம் குறித்ததான புரிதல்:

இவரது கவிதைகளில் தனது தேசம் குறித்ததான பற்றும், ஏக்கமும், பெருமையும் கலந்து கிடக்கின்றன. இதன்வழி உலகிற்கு தன் நாட்டின் நிலை குறித்த எதார்த்த நிலையை வெளிக்கொணர முயன்றுள்ளார். தனது சொந்த தேசத்திலையே அகதிகளாக இருக்கும் வாழ்வியல் கொடுமைகளையும், வாழ்வியலுக்கு இன்றியமையாத அடிப்படை வசதிகளற்ற நிலைகளையும் கவிதையாக்கியுள்ளார்.

> "சாக்கடைகளின்
> வெதும்பிய மணமும்
> கொசுக்களும் நுளம்புகளும்
> வீதியோர
> பத்து ரூபாய்க்கான
> விபச்சாரங்களும்
> இன்றும் என் தேசத்தின்
> சொத்துக்கள் தான்!"

நாய்களுக்கு மாருதிகளும் / மனிதர்களுக்குத் தெருவோரங்களுமாக / வாகனப் புகையின் / தூசி படர்ந்து/ கறுப்பு நிறமாகத்தான் இருக்கிறது/ எங்கள் வறுமை/ என்கிறார்.

ஈழத்தமிழர்களுக்கு வண்ணமயமான வாழ்வியல் வாய்க்கப்படவில்லை என்பதை, "போரின்/செங்குருதி/ சிந்தப்பட்டிருந்தும்/நீலக்கடல்/சூழ்ந்திருந்தும்/கருப்புநிறமாகத்தான்/ இருக்கிறது/எங்கள் தேசம் என்ற கூற்றின்வழி வறுமையின் நிறம் சிகப்பு என்பது பொதுப்படையாக இருந்தாலும் எங்கள் தேசத்தின் வறுமையின் நிறம் 'கருப்பாகத்தான்' உள்ளது" என்கிறார்.

ஒற்றைச் சிலம்பு:

காலங்கள் மாறினாலும் கற்பில் சிறந்தவள் கண்ணகியா? மாதவியா? என்ற கேள்வி தொடர்ந்து கொண்டே இருக்கின்றது. "சந்தேகமே இல்லை இருவரும் கற்பில் சிறந்தவர்கள்தாம். கற்பிழந்தவன் கோவலனே" என்கிறார் கவிஞர் தாமரை. இவரின் கூற்றுப் பெண் இனத்திற்கான கூற்றாக, ஆணின் கைப்பாவைகளாக இருந்த பெண்களின் தீர்க்கமான கருத்தியல்களாக வெளிப்படுகின்றது. இருப்பினும் ஆணாதிக்கச் சமூகம் மாதவி குறித்ததான புரிதலைத் தனது நேர்க்கோட்டுப் பார்வையிலிருந்து மாற்றவில்லை. ஆனால் மாதுமை பெண்ணாக இருக்கும் காரணத்தினால் கொஞ்சம் மாற்றிச் சிந்தித்துள்ளார்.

"புதிய மாதவி நான்
ஒற்றைச் சிலம்பு அணிந்திருக்கிறேன்
...
உறைகளின் உபயத்தால்
மணிமேகலைகளும் பிறப்பதில்லை
இருந்தும் நொந்து போகின்றேன்
ஒவ்வொரு மாதவிடாயின் போதும்"

என்கிறார்.

கண்ணகியிடமிருந்த ஒற்றைச் சிலம்பால்தான் அவள் கற்புக்கரசியாக நிலைநிறுத்தப்பட்டாள். அதை வைத்துதான் தன் கணவன் கள்வன் இல்லை என்பதையும் நிரூபித்தாள். இங்குப் புதிய மாதவியிடமும் ஒரு ஒற்றைச் சிலம்பு உள்ளது.

"புதிய மாதவி நான் என்னிடம் ஒற்றைச் சிலம்பு உண்டு. அந்த ஒற்றைச் சிலம்பைக் கொண்டு நான் ஊரை அழிக்கப் போவதில்லை. கோவலனும் என்னிடம் இல்லை. அதனால்

மணிமேகலைகளும் பிறப்பதில்லை. நான் கண்ணகியாகவும் ஆகப்போவது இல்லை." இருப்பினும் "புதிய மாதவி நான் ஏனோ ஒற்றைச் சிலம்பு அணிந்திருக்கிறேன்" என்கிறார். அதாவது 'ஒற்றைச் சிலம்பு' என்பது 'சமூக அங்கீகாரத்தின் குறியீடாக உள்ளது. புதிய மாதவியாக இருந்தாலும் சமூக அங்கீகாரம் கிடைக்கவில்லை என்பதைப் பெண்ணின் அகமொழியில் இருந்து மிக நுணுக்கமாக வெளிப்படுத்தியுள்ளார்.

முடிவாக, பெண்களது பேச்சு மென்மைத்தன்மை வாய்ந்ததாக இருக்க வேண்டும் என்ற கருத்தியலை உடைத்தெறிந்துவிட்டு, தன் பாலியல் சார்ந்த 'பெண் அனுபவங்களை' எழுத்திற்கு நேர்மையாக இறக்கி வைத்துள்ளார் மாதுமை. மேலும் தன் உடலையும், உடல் சார்ந்த அனுபவங்களையும் கொண்டு தனி அதிகாரத்தைத் தெரிவு செய்ய முயன்றுள்ளார். ஆண்நோக்குக் கற்பிதங்களை மீற வேண்டும் என்ற நனவிலி மன உந்துதல் உணர்வு கொண்டதாக உள்ளது இவரது உள இயங்கியல்.

த.சத்தியபிரியா
உதவிப்பேராசிரியர்
தமிழ்த்துறை
பக்தவத்சலம் நினைவு மகளிர் கல்லூரி
கொரட்டூர், சென்னை-80.

17. ஊர்வசி கவிதைகளின் வெளிப்பாட்டுத்திறன்

முன்னுரை

அடக்குமுறைகள் அதிகமாகும் போதுதான் புரட்சிகள் வெடிக்கின்றன. புரட்சிகள் வலுக்கிறபோது அது, யுத்தமாய் மாறுகிறது. 1980களில் ஈழத்தில் பல புரட்சிகள் வெடித்து, யுத்தத்திற்கு அடிகோலின. யுத்தம் ஏற்படுத்தும் இரணங்களும் வலிகளும் பெரிதும் ஆண்களுக்கு உரியதெனினும், அவற்றின் சுவடுகள் பெண்ணின் மனத்தில் ஆழப்பதியம் போட்டுவிடுகின்றன. ஈழத் தமிழ்க் கவிதையின் நெடிய மரபில் தனக்கான குரலைப் பதிவு செய்த கவிஞர்களுள் ஊர்வசி கவனிக்கப்பட வேண்டியவர்.

ஆசிரியர் குறிப்பு:

புவனேஸ்வரி தருமரத்தினம் என்ற இயற்பெயருடைய ஊர்வசி யாழ்ப்பாணத்தின் கருகம்பனைக் கிராமத்தில் பிறந்தவர். யாழ் பல்கலைக்கழகத்தில் கணிதத்தில் பட்டம் பெற்றவர். மட்டக்களப்பில் உள்ள தேசியக் கல்வியியல் கல்லூரியின் இணைத்தலைவராகப் பணியாற்றியவர். எண்பதுகளில் எழுச்சிபெற்ற இளம்பெண் கவிஞர்களின் இயக்கத்தின் முக்கியப் பங்காளிகளுள் ஒருவர். இவர் கவிதைகள் புதுசு, அலை, சக்தி, கல்குதிரை ஆகிய இதழ்களில் வெளிவந்துள்ளன. தேர்ந்தெடுக்கப்பட்ட சில கவிதைகள் ‘மரணத்தில் வாழ்வோம்’, ‘சொல்லாத சேதிகள்’ ஆகிய தொகுப்புகளில் இடம்பெற்றுள்ளன. இவரது கவிதைத் தொகுப்பான “இன்னும் வராத சேதி” தனித்த அடையாளத்தோடு திகழ்கிறது. ஒரு போராளியின் தாயாக, மனைவியாக, காதலியாக, தோழியாக இருக்கும் பெண்ணின் இயங்கு மனவெளியினையும் வெறுமை, காத்திருப்பு, ஏக்கம், எதிர்பார்ப்பு எனப் பெண்ணின் மனஓட்டத்தையும் சிறப்பாகப் பதிவுசெய்துள்ளார்.

அடையாளம்:

உலகில் ஒவ்வொரு பொருளும் ஒவ்வொரு தனித்தன்மையை அடையாளமாகக் கொண்டுள்ளது. சான்றாக வெப்பம் கதிரவனுக்கான அடையாளம், சிறகுப் பறவைக்கான அடையாளம். ஆனால் பெண்களுக்கு மட்டும் எப்பொழுதும் சொந்த அடையாளம் இருந்ததில்லை. இருந்தாலும் அதை இச்சமூகம் ஏற்பதில்லை. பெண்ணை மென்மையானவள் அல்லது வன்மையானவள் என்றே இச்சமூகம் போதிக்கிறது. பெண்ணிற்கான தனித்துவத்தோடு அவளை ஏற்க பழகுங்கள் என்ற கருத்தை....

"பெண் பூவுமல்ல; பேயுமல்ல
பெண்
தனித்துவங்களுடன் புரிந்துகொள் அவளை
போதும் அது எனக்கு"

என்ற கவிதையில் பெண்ணை அவளுக்கான சுயத்தன்மையோடு புரிந்து கொள்ளுங்கள் என மிக எளிமையான சொல்லாடல்களால் அதே சமயம் வீரியமாகவும் வெளிப்படுத்தியுள்ளார்.

மனிதம் மலரட்டும்:

எல்லோரையும் சமமாகப் பார்ப்பதுதான் பண்பட்ட சமூகத்தின் அடையாளம். மனிதத்தை மனிதமாகப் பார்க்க வேண்டும் என்பது உலகியல். ஆனால் இன்று உலகம் அவ்வாறு பார்ப்பதில்லை. மாறாக இனம், மதம், சாதி, சமயம், நிறம் என்ற வேறுபாடுகளோடே இயங்குகிறது. மானுட இனம் (ஈழத்தமிழர்கள்) மானுடநேயத்தோடு அணுகப்படவேண்டும் என்ற கருத்தியலை,

"அந்த இரவில்
இருள் வெளியே
உறைந்து கிடந்தது
ஐந்து ஜீப்புகள் ஒன்றாய்ப்
புழுதி கிளப்பின
சோளகம் விசிறி அடித்தது
என் ஆழ்மனதில்
அச்சம் திரளாய் எழுந்து புரள
அவனை இழுத்துச் சென்றனர்
பல்லிகள் மட்டும் என்னவோ சொல்லின
கூரைத் தகரமும் அஞ்சி அஞ்சி
மெதுவாய்ச் சடசடத்தது
காலைச் சுற்றிய குழந்தை

வீறிட்டழுதது
'விடுப்பு' பார்க்க அயலவர் கூடினர்
நீட்டிய துவக்குகள்
முதுகில் உறுத்த அவன்
நடந்தான் அவர்களுடன்
அந்த இரவில்
ஐம்பது துவக்குகள்
ஏந்திய கரங்கள்
என்னுள் பதித்த சுவடுகள்
மிகவும் கனத்தவை
அந்த இரவு
அவர்களுடையது."

என்ற பதிவின்வழி வெளிப்படுத்தியுள்ளார். அதாவது நள்ளிருளில் ஒரு போராளியைக் காவல்படை இழுத்துச் செல்கிறது. அந்தச் சூழலில் அவனது மனைவியின் மனமானது பதற்றம், பயம், அவமானம் என விரிகிறது. எதார்த்தமாக நிகழும் நிமித்தங்களோடு பெண்ணின் ஆழ்மன எண்ணமும் சேர்ந்து ஒருவித பதற்றமான மனநிலையை ஏற்படுத்தும் என்பதற்கு இக்கவிதை சான்று பகர்கிறது. இப்பதிவு ஒரு தனிப்பட்ட பெண்ணின் குரலாக மட்டும் இல்லாமல் ஒட்டுமொத்த ஈழத்தமிழ்ப் பெண்களின் அக வலியாக வெளிப்படுகிறது.

நிராகரிப்பு:

மனிதனுக்குப் பல தண்டனைகள் அளிக்கப்படுகின்றன. அத்தண்டனைகளில் உச்சமாகத் திகழ்வது நிராகரிப்பு. வாழ்ந்த வீடு, படித்தபள்ளி, பழகிய சொந்தங்கள் என அனைத்தையும் இழந்து வாழ்தல் என்பது மிகவும் கொடுமையானது. தன் சொந்த பூமியில் உரிமைகள் பறிக்கப்பட்ட நிலையை, அங்கீகாரம் அற்ற தன்மையை, உத்திரவாதம் இல்லாத வாழ்க்கையைக் கீழ்க்கண்ட கவிதைகளின் வழி உணர்த்துகிறார் ஊர்வசி.

"எமது பூமி எமது பொழுதுகள்
எதுவுமே எமக்கு
இல்லையென்றான பின்
இதுபோல் ஒரு பொழுது
கிடைக்காமலும் போகலாம்
தொடரும் இரவின் இருளில்
எதுவும் நடக்கலாம்."

காத்திருப்பு:

சங்ககாலம் தொடங்கி இக்காலம்வரை பெண்களின் காத்திருப்புத் தொடர்கிறது. ஈழத்தில், யுத்தப் பூமியில் இனவிடுதலைக்காகப் போராடும் ஒரு போராளியின் காதலியாய் நின்று கவிஞர் காத்திருப்பின் கனத்த வலியைக் கூறுகிறார். எதிர்பார்த்து எதிர்பார்த்து வெறுமையைப் பரிசாய்ப் பெற்றவள், ஏக்கத்தோடு யாசிக்கும் நிலையை,

"இரண்டு சிட்டுக்குருவிகளை
இங்கே அனுப்பேன்!
அல்லது
இரண்டு வண்ணத்துப் பூச்சிகளையாவது..."

என்ற பதிவின்வழி உணர்த்துகிறார்.

முடிவுரை:

யுத்த பூமியில், இருப்பின் இயங்கு சக்தியாக உறவுகளைக் கண்டு பெருமிதம் கொள்வதும், தளர்வதும் கொந்தளிப்பதுமான மனநிலைகளை ஊர்வசியின் பெரும்பான்மையான கவிதைகள் பகிரங்கமாக்குகின்றன. காதல், நட்பு, அன்பு, ஏக்கம், தாய்மை என்று உறவின் முகங்களை ஒப்பனையில்லாமல் இவரின் கவிதைகளில் அடையாளம் காணமுடிகிறது.

அர.ராஜா
உதவிப்பேராசிரியர்
தமிழ்த்துறை
பக்தவத்சலம் நினைவு மகளிர் கல்லூரி
கொரட்டூர், சென்னை-80.

18. விடுதலைப் போராட்டமும் ஈழ தமிழ்ச் சிறுகதைகளும்

இயற்கை, காதல், பக்தி, அழகு, புகழ், பெருமைகள், துக்கம் போன்ற பொருண்மைகளைக் கொண்டு படைக்கப்படும் இலக்கியங்கள் மன அமைதியையும், நிம்மதியையும் மட்டுமே கொடுக்குமேயன்றி, பெரிய அளவில் ஒரு சமூகத்தில் மாற்றத்தையோ புரட்சியையோ ஏற்படுத்த வாய்ப்பில்லை. ஆனால் மானுட சமூகத்தின் அடிப்படைத் தேவையான இன விடுதலை, நாட்டு விடுதலை உள்ளிட்ட சமூகம் சார்ந்த பிரச்சினைகளைக் கருவாகக் கொண்டு படைக்கப்படும் இலக்கியங்கள் சமூகத்தில் மிகப்பெரிய புரட்சியையும் மாற்றத்தையும் ஏற்படுத்தி அந்தக் குறிப்பிட்ட சமூகத்திற்குத் தனி அங்கீகாரத்தையும் விடுதலையையும் பெற்றுத் தந்துள்ளதை வரலாறு பலமுறை சுட்டிக்காட்டியுள்ளது.

அதனால்தான் நம் நாட்டு விடுதலைக்கு வாலிபர்கள் பலர் கையில் வாளெடுத்துப் புறப்படுவதற்கு முன்பே. பாரதி அதனினும் கூர்மையான எழுதுகோலெடுத்துப் புறப்பட்டான். இந்த உலகறிந்த உண்மையை, நமது அண்டைநாட்டுத்தமிழ் சமூகப் படைப்பாளிகள் தங்கள் அடிப்படை உரிமைகளுக்காகவும், இன விடுதலைக்காகவும் கையில் இலக்கியம் என்னும் ஊடகத்தை எடுத்துக்கொண்டது ஆச்சரியப்படுவதற்கில்லை. அதிலும் பாமரன் முதல் பட்டதாரிகள் வரை இவ்விலக்கியங்களைக் கொண்டு சேர்க்க வேண்டும் என்பதற்காக இவர்கள் கையில் எடுத்துக்கொண்ட வலிமையான ஆயுதம்தான் சிறுகதை.

ஈழத்துத் தமிழ்ச் சிறுகதைகளில் ஈழத் தமிழர்களின் இன விடுதலைப் போராட்டத்தை மையமாகக் கொண்ட சிறுகதைகள் ஒரு சிலவே எண்பதுகளுக்கு முன்பு வெளிவந்தன. அவையும் தமிழின உணர்வைத் தூண்டும்விதத்தில் அமையாது மனிதநேய

உணர்வைத் தூண்டும் நிலையிலேயே எழுதப்பட்டன. அதாவது தேசிய ரீதியிலான சமுதாய அரசியல் இயக்கத்தின் (பிரிவினையற்ற இலங்கை) வெளிப்பாடாகவே இக்கதைகள் இருந்தன. சிங்கள பெரும்பான்மை இன அரசின் இராணுவ நடவடிக்கையானது ஈழத்தமிழர்களை ஆயுதமேந்திப் போராட வேண்டிய சூழலுக்குத் தள்ளப்பட்டதன் விளைவாக, எண்பதுகளுக்குப் பின் வெளிவந்த சிறுகதைகள் ஈழத்தமிழர்களின் போராட்டத்தை எடுத்துக்கூறுவதாக அமைந்துள்ளன. இது ஈழத்தமிழ்ச் சிறுகதைகளில் உருவான புதிய போக்கு என்பதாகும்.

ஈழத்தமிழ் விடுதலைப் போராட்டத்தைக் குறிக்கும் சிறுகதைகள் சிறுகதைத் தொகுதிகளாகவும், சிற்றிதழ்களின் மூலமாகவும் இருவிதத்தில் வெளிவந்தன. சிறுகதைத் தொகுதிகள் மூலம் ஈழத்தமிழின விடுதலைப் போராட்டம் பற்றிப் படைக்கப்பட்டதைவிட சிற்றிதழ்களிலே அதிக அளவில் சிறுகதைகள் வெளிவந்தன. அதிலும் புலம்பெயர்ந்த தமிழர்களால் அயல்நாடுகளில் தங்களது அடையாளத்தை நிலைநிறுத்துவதற்காக நடத்தப்பெற்ற சிற்றிதழ்களில் இனவிடுதலைப் போராட்டத்தினைக் கருவாகக் கொண்ட கதைகள் அதிகமாக வெளிவந்தன. சிறுகதைத் தொகுதிகளாக வெளியானவற்றில் சில தொகுதிகளே இனவிடுதலைப் போராட்டத்திற்கு முக்கியத்துவம் தந்துள்ளன. ஈழத்தமிழின விடுதலைப் போராட்டம் காரணமாக ஈழத்தில், முன்னர் மக்கள் இறுக்கமாகக் கடைப்பிடித்து வந்த கட்டுப்பாடுகளும் நெறிகளும் தளர்ந்து தமக்குள் சாதி, மத பேதமற்ற நிலையில் நிச்சயமற்ற வாழ்க்கையை வாழ்ந்து கொண்டிருந்தனர். சிங்கள இராணுவ வெள்ளையனுக்கும் இராணுவ விமானத்தின் குண்டு வீச்சுக்கும் இலக்காகும் ஊர்களில் வாழும் மக்கள் தமது வீடுகளை விட்டு வெளியேறி, தங்களைக் காத்துக்கொள்ளுவதற்காகப் பதுங்கு குழிகளுக்குள் ஓடி ஒளியும் வாழ்க்கையே தினமும் நடைமுறையானது. பல தலைமுறைகளாக வாழ்ந்துவரும் வீடுகளை விமானக்குண்டு வீச்சுக்குப் பறிகொடுத்த மக்களின் கண்ணீர், வேதனை விவரிக்கப்பட்டுள்ளது. மேலும் சொந்த வீட்டினை விட்டுப்போக முடியாமலும் உயிரைக் காப்பாற்ற வேண்டியும் அவர்கள் படுகின்ற துயரங்களும், மன உளைச்சல்களும் சிறுகதைகளில் நுணுக்கமாகச் சித்தரிக்கப்பட்டுள்ளன. ஒவ்வொரு குடும்பத்திலும் யாராவது ஒருவர் இராணுவத்தால் கைது செய்யப்பட்டோ, அல்லது இராணுவத்தினரால் கொல்லப்பட்டோ, விடுதலை இயக்கத்தில் சேர்ந்த,

சம்பவங்களே தினசரி வாழ்க்கையாகிவிட்ட சூழலில் நாள்தோறும் கொலைகள் ஈழத்தமிழ் மக்கள் வாழ்க்கையில் தவிர்க்கவியலாத அம்சமாகிவிட்டது. அதனால் அவர்களது மனதும் அத்தகைய வாழ்விற்கு ஏற்றபடி மாறிவிட்டது என்பதைப் படைப்பாளர்கள் தங்களது சிறுகதைகளில் புலப்படுத்துகின்றனர்.

தெருவில் சிந்திக்கிடக்கும் இரத்தம், வெடித்த ஷெல்லின் (குண்டு) துண்டுகள், அரைகுறையாக எரிக்கப்பட்ட பிணங்கள், சிங்கள இராணுவத்தின் வான்வெளித் தாக்குதல், தமிழ்ப் பெண்களின் கற்பைச் சிங்கள இராணுவத்தினர் சூறையாடுதல் முதலியன நடைமுறை வாழ்க்கையாகிப் போன ஈழத்தமிழின விடுதலைப் போராட்டத்தின் சூழலைப் படைப்பாளர்கள் காட்சிப்படுத்தியுள்ளனர். மேலும் இவர்களது பதிவானது மக்களுக்கும் படைப்பிற்குமிடையிலான உறவைப் புலப்படுத்துகின்றது.

சிங்கள இராணுவ விமானக்குண்டு வீச்சினால் தரைமட்டமாக்கப்பட்ட வீடுகளின் அவலநிலையைப் போல படைப்பாளர்கள் தம் கதைகளில் சுட்டிக்காட்டியுள்ளனர். பல பரம்பரைகளை உருவாக்கிய தமிழரின் வீடுகள் அழிக்கப்படுவது என்பது ஈழத் தமிழர்களை உளவியல் அடிப்படையில் மிகப் பாதிப்புக்குள்ளாக்கும் நிகழ்ச்சியாக அமைகின்றது. கதைகளில் காட்டப்படும் மாந்தர்கள் சொந்த வீடுகளைவிட்டு வெளியேற மனமின்றி, குண்டுவீச்சின்போது அருகிலுள்ள பதுங்குகுழி (பங்கர்)களையே நாடுகிறார்கள். இன்னும் சிலர் இறந்தாலும் தாங்கள் வாழ்ந்த வீட்டிற்குள்ளேயே இறப்போம் என்ற உறுதியுடன் வீட்டைவிட்டு வெளியேற மனமின்றி இருக்கின்றனர். இராணுவ விமானத்தின் சப்தம் கேட்டவுடனும், ஷெல் குண்டுவீச்சின் சப்தத்தைக் கேட்டவுடனும் பதுங்குகுழிகளுக்குள் சென்று அந்தச் சப்தம் தங்கள் இருப்பிடத்தை நோக்கி வருகிறதா அல்லது எங்கு செல்கிறது என்ற கவனத்துடனும் கவலையுடனும் உற்றுநோக்குகின்றனர். அவர்கள் நடத்துகின்ற நிலையற்ற வாழ்க்கையைப் படைப்பாளர்கள் அற்புதமாகப் படைத்துள்ளனர். அந்தக் கொடூரமான வாழ்வைத் தணிகாசலத்தின் சிறுகதை வரிகள் மூலம் அறியலாம்.

"சிவஞானம்... பொம்மர் வருகுது போல கிடக்குது...

கெதியா பங்கருக்கு வாங்கோ..."

பங்கருக்குள் எரியும் மெழுகுவர்த்தியின் ஒளியிலும் அவர்களது முகங்களிலும் பயத்தின் ரேகைகள் படர்வது தெரிந்தது.

"சிவஞானம் நாங்கள் இப்படி பயந்து பயந்து சாகிறதில்லையடா! இதை அநியாயம் என்று சொல்ல ஒருத்தரும் இல்லாததுதாணடா ஆகப் பெரிய அநியாயம்"

இவ்வாறு மரணத்தை நிமிடந்தோறும் எதிர்பார்ப்பது ஈழத்தமிழர்களின் வாழ்க்கையைத் துன்பமானதாக ஆக்கியது. மேலும் உடல்நலமில்லாமல் படுத்த படுக்கையில் கிடக்கும் வயதானவர்களின் நிலைமிகவும் துன்பம் தரக்கூடியதாகவும், குண்டு வீச்சிலிருந்து தங்கள் உயிரைக் காத்துக்கொள்ள முடியாதவர்களின் அவலநிலையையும் அவர்களைத் தனியே விட்டுவிட்டுச் செல்ல முடியாத உறவினர்களின் உறுத்தல் மனநிலையையும் தணிகாசலத்தின் சிறுகதையில் மையக் கருத்தாக வெளிப்பட்டுள்ளது. "மூடிய பதுங்கு குழிக்குள் தனது மூட்டு நோயின் காரணமாகச் செல்ல மறுக்கும் சிவஞானத்தின் வயதான மாமியார் கொட்டிலுக்கருகே அவளுக்கென வெட்டப்பட்ட திறந்த பதுங்கு குழிக்குள்" என்று விவரிக்கப்பட்டுள்ளது. இத்தகைய சூழலில் வீடுகளின் மீது விமானங்கள் குண்டு வீசி சிதைத்த நிலையைக் கூறுவது மிகுந்த அவலத்தை ஏற்படுத்துவதாக உள்ளது.

சான்றாக,

"ஐயோ பரமானந்தண்ணை உங்கடை வீட்டுக்கே போட்டவங்கள்"

சிவஞானமும் மனைவியும் கத்துகின்றனர்.

பரமானந்தம் அந்த இடத்தில் நின்றே ரோச்லையிற்றை அழுத்துகின்றார். வளமையாக முன் வீட்டுச் சுவருடன் நின்றுவிடும் ஒளிப்பொட்டு உடைந்து கிடக்கும் பின்புற மதில்வரை சென்றுபடுகிறது. ஒரு மலை போல உறுதியுடன் நிமிர்ந்து நின்ற அவரது வீடு இருந்த இடம் தெரியாமல் கற்குவியலாகக் காட்சி தருகிறது. பக்கத்து வீடுகளிலும் அழுகையும் ஆரவாரங்களும் கேட்கின்றன. ரோச்லையிற்றை கொட்டில் பக்கம் திருப்புகின்றனர். சிவஞானத்தின் ஓலைக் குடிசையையும் பிரிந்து அதன் கீற்றுக்கள் தெருவில் சரிந்து கிடக்கும் மின் கம்பத்தில் தொங்குகின்றது. "சிவஞானம், உன்றை கொட்டிலையும் காணேல்லை. உன்னர மாமிக்கு என்ன நடந்ததோ?" சிங்கள இராணுவம், தமிழர்கள் பரம்பரையாக வாழ்ந்த வீடுகளை விமானக்குண்டு வீச்சினால் சிதைத்து ஈழத்தமிழர்களை வீடற்றவர்களாக நிறுத்தியதுடன் மட்டுமல்லாது அவர்களது உயிரோடும் விளையாடத் தொடங்கின. சிங்கள இராணுவத்தைத்

தாக்கிய, தமிழ்ப் போராளிகளை நேராக நின்று எதிர்க்கமுடியாத சிங்கள இராணுவம், சாதாரண பொதுமக்களை ஈவிரக்கமின்றிச் சுட்டுத்தள்ளும் நிலையும் சிறுகதையில் விவரிக்கப்பட்டுள்ளன. "எரிமலை" இதழில் வந்த சாந்தனின் "சனம்" என்ற சிறுகதையில் இந்நிலை விவரிக்கப்பட்டுள்ளது. சான்றாக இவ்வரிகளைக் கூறலாம்.

"நேற்றிரவு தின்னவேலியிலை நடந்ததுக்குப் பழிவாங்கலாம், இது.... காற்றோடு கதைகள் சந்தடியில் சிறு கும்பல் நின்றது. நின்றவர்கள், காதுகளையும், கால்களையும் தயாராய் வைத்தபடி நின்றார்கள். எப்போது எங்கிருந்து வருவான்களென்று தெரியாத பதகளிப்பு! பூட்டியிருந்த கடைகளில் வளர்ந்தியிருந்த சடலங்கள்... எல்லாம் இளந்தாரிகள்... பள்ளிக்குப் போன பொடியன்களும்... கடவுளே! இடது கன்னமேட்டில் துவாரம் தெளிவாய்த் தெரிய மல்லாந்து கிடந்த முகமென்று... சிங்கள இராணுவத்தினரின் தாக்குதலால் கொலையுண்டு கிடக்கும் தமிழர்களின் அவல வாழ்க்கையைச் சித்தரிப்பதற்குச் சிறுகதை வடிவம் சிறந்த முறையில் பயன்பட்டுள்ளது. சிங்கள இராணுவத்தால் நடத்தப்படுகின்ற கொடூரமான தாக்குதலால் ஏற்படும் உயிர்ப்பலிகளும் பயங்கரமான சொத்து இழப்புகளும் அன்றாட நிகழ்ச்சிகளாக மக்கள் உணரத்தொடங்கினர். இது தவிர்க்க முடியாதது என்ற மனவுறுதியைத் தெரிவிக்கும் வகையில் படைப்புக்கள் வெளிவரத் தொடங்கின. இது கருத்தியல் ரீதியில் ஏற்பட்ட குறிப்பிடத்தக்க மாற்றமாகும்.

தெருவோரங்களில் சிந்தப்படும் இரத்தமும், தெருக்களிலும், வீடுகளிலும் கடைகளிலும் விடுகின்ற பிணங்களும் கூட பெரிய அளவில் மக்கட் மனதைப் பாதிக்கவில்லை. இவையெல்லாம் தவிர்க்க முடியாதவையாக வாழ்வோடு இணைந்துவிட்டதாகக் கருதி அந்த இரத்தச் சுவடுகளையே மிதித்துக்கொண்டு, எந்த உணர்வும் இல்லாமல் தமது வாழ்க்கைத் தேவைகளுக்காக ஓடும் மனப்பக்குவம் எல்லோருக்கும் வந்துவிட்டதாகப் படைப்புக்களில் சுட்டிக்காட்டினார்.

சான்றாக, தணிகாலசலத்தின் சிறுகதையில் இடம்பெறும் இந்நிகழ்ச்சியைக் கூறலாம்.

"அன்று காலையிலும் குண்டு வீச்சு விமானங்கள் வந்து வட்டமிட்டுக் குண்டுகளை வீசிவிட்டுச் சென்றன. பங்கருக்குள் பாதுகாப்புக்காகச் சென்றுவிட்டு வந்த அவர் எங்கே குண்டு வீழ்ந்தது என்பதை விசாரிப்பதற்காகத் கேற்றடிப் பக்கம் சென்றார். அவரது

கவனத்தை ஊதுவத்தியை கட்டாகக் கொளுத்திக் கையிற் பிடித்தபடி தெருவில் வந்த ஒருவனின் தோற்றம் திசை திருப்பியது. அவனுக்குப் பின்னால் மிதிவண்டியின் பின்புறத்தில் தோற்றம் திசை திருப்பியது. அவனும், கட்டியபடி துக்கம் தோய்ந்த முகத்துடன் உருட்டிக்கொண்டு சென்று கொண்டிருந்தான். எதிரே வந்த போராளிகளின் வாகனம் திடீரென நின்றது."

"என்ன உது"

"பொம்மர் அடிச்சது... என்றை தம்பிதான்"

சொல்ல முடியாமல் அவனது நாக்குழறுகிறது. கண்களில் நீர் வடிய அழுதபடி கூறுகிறான் அவன். அப்பொழுதுதான் இரத்தம் ஊறிக் கசிந்து கொண்டிருந்த அந்தச் சாக்கு மூட்டையை அவர் உற்றுப்பார்த்தார். ஆறடி நிலத்தில் அடங்கும் என்று நினைத்திருந்த மனித உடல் அரைச் சாக்கினுள் எப்படி அடங்கியது என்று நினைத்த போது அவர் அதிர்ச்சி அடைந்தார். குண்டுவீச்சினால் கொல்லப்பட்ட தனது தம்பியைச் சாக்குமூட்டையில் வைத்துக் கட்சிச் சைக்கிளில் வைத்து உருட்டிச் செல்லுமளவு வாழ்க்கைச் சூழலில் ஏற்பட்ட மாற்றம் மிகக் கொடுமையானது. மனித உயிரிழப்பு என்பது அஃறிணைகளின் உயிரிழப்பு போல அர்த்தமிழப்பது வாழ்க்கையின் அவலத்தைச் சுட்டிக்காட்டுவதாக உள்ளது. சக மனித இழப்பு குறித்து வருத்தப்படுவதைவிட அதை நடைமுறை வாழ்க்கையின் அம்சமாகக் கருதுவது, இராணுவ அடக்குமுறையில் மனித மதிப்பீடு குறித்து மறுஆய்வு செய்ய தூண்டுகிறது. இதுவே படைப்பு மூலம் படைப்பாளி சமூகத்தில் ஏற்படுத்தும் அதிர்வுகளின் விளைவாகும். அதனோடு விடுதலை என்பது நாட்டிற்கும் நாட்டு மக்களுக்கும் எந்த அளவிற்கு முக்கியம் என்பதை ஒரு படைப்பாளியைவிட வேறு எவராலும் உணர்த்தமுடியாது என்பதையே இது காட்டுகிறது.

தரவு பட்டியல்

1. எரிமலை சஞ்சிதை

(மார்ச் மற்றும் ஏப்ரல் 1991, வெளியீடு: தாய்மண் பதிப்பகம் பிரான்சு, ஆசிரியர் : கின்னி கிட்டு.)

2. காலச்சுவடு இதழ்கள் (காலச்சுவடு பதிப்பகம், சென்னை)

முனைவர் **பெ.ஜெகதாம்பாள்**
உதவிப்பேராசிரியர்
தமிழ்த்துறை
பக்தவத்சலம் நினைவு மகளிர் கல்லூரி
கொரட்டூர், சென்னை-80.

19. கவிஞர் மு.தங்கராசன் கவிதை உத்திகள்

தமிழ் இலக்கியம் என்பது தற்போது தமிழ்நாட்டில் மட்டும் படைக்கப்படுவதோ, படிக்கப்படுவதோ மட்டுமல்ல. பல்வேறு நாடுகளில் கலாச்சார, பண்பாட்டுச் சூழலில் வாழும் தமிழ் எழுத்தாளர்கள் தாங்கள் கண்டதையும், கேட்டதையும் அனுபவித்ததையும் ஆர்வம், அக்கறை, ஈடுபாடு ஆகியவற்றின் அடிப்படையில் எழுதி வருகிறார்கள். இத்தகைய புலம்பெயர் எழுத்தாளர்களின் மொழிப்பற்று, தமிழ் ஆளுமை, இலக்கண இலக்கியத் தேர்ச்சி, சமுதாய உணர்வு போன்றவை போற்றத்தக்கதாக உள்ளது.

புலம்பெயர்ந்து கலாச்சார மாறுதல்களுக்கிடையில் வாழ்ந்து வந்தாலும் மனித வாழ்க்கையின் மகத்துவத்தையும் அவலத்தையும் எவ்வித மேல்பூச்சுமின்றி உள்ளொளி மிளிரப் படைக்கப்படும் இவர்களது எழுத்துக்களில் ஒருவிதமான உலகளாவியத் தன்மை இயல்பாகவே இடம்பெறுகிறது. அண்மை ஆண்டுகளில் தமிழ்மொழிக்கு வரவு என்றே இதனைக் குறிப்பிட வேண்டும்.

புதுக்கவிதைகள் முழுக்க முழுக்க இடம் பிடித்துக் கொண்ட இக்காலகட்டத்திலும் மரபுக் கவிதைகளைப் படைத்துத் தமிழ்ப்பணியாற்றியவர் கவிஞர் மு.தங்கராசன். இவரது கவிதைகளில் தமிழின் இனிமை சற்றும் விலகாமல் தெள்ளு தமிழ் இலக்கணத்தில் கொஞ்சமும் பிசகாமல், எங்கு புரட்டினாலும் எழுத்து, அசை, சீர், தளை, அடி, தொடை என்ற தமிழ்க் கவிதை மரபுகளைப் பின்பற்றி கவியுலகில் மரபுக் கவிஞராக வலம் வரும் இவர் எண்ணற்ற கவிதை நூல்களை வெளியிட்டுள்ளார். கவிஞரின் கவிதைகளில் காணப்படும் உத்திகளை ஆராய முற்படுகிறது இக்கட்டுரை.

கவிஞரின் பிறப்பும் வாழ்க்கையும்

தமிழகத்தில் திருச்சிராப்பள்ளி மாவட்டத்தில் அமைந்துள்ள முசிறி வட்டத்தில் முருங்கப்பட்டி ஒன்றியத்தைச் சார்ந்த தருகைபாதர்பேட்டை எனும் கிராமத்தில் இரெ.முத்துவீராசாமி நாயுடு–

பொன்னம்மாள் இணையரின் மகனாக 22.05.1935ஆம் நாள் தங்கராசன் அவர்கள் பிறந்தார். இவருக்கு இரண்டு வயதிருக்கும்போது அன்னை பொன்னம்மாள் காலரா நோயால் பாதிக்கப்பட்டு இறந்து போனார். அதனால் பொன்னம்மாளின் தங்கையைக் கவிஞர் தந்தைக்கு மறுமணம் செய்து வைத்தனர். மனைவியை இழந்த துன்பம் தாளாதவராய் அன்றைய மலாயாவுக்கு அத்துக்கூலி ஒப்பந்தக் குத்தகைக்கு உடன்பட்டு வந்து சேர்ந்தார் கவிஞரின் தந்தையார். கவிஞரும் சிற்றன்னையும் அன்னைவழிப் பாட்டியும் தந்தையுடன் மலாயாவுக்கு வந்து சேர்ந்தனர்.

மலாயாவில் அடிப்படைக் கல்வி பெற்றுத் தேர்ந்த கவிஞர் அறுபதுகளின் தொடக்கத்தில் அங்கு தமிழாசிரியராகப் பணிபுரியத் தொடங்கினார். 1957ஆம் ஆண்டு ஆகஸ்டுத் திங்கள் இருபத்தேழாம் நாள் செல்லம்மாள் என்பவருடன் இவருக்குத் திருமணம் நடைபெற்றது. முதன்முதலில் கலைமகள் தமிழ்ப் பள்ளியில் தமிழாசிரியராகப் பணியாற்றத் தொடங்கி 1962ஆம் ஆண்டு முதல் தொடர்ந்து பன்னிரெண்டு ஆண்டுகள் செம்பவாங் தமிழர் சங்கத் தமிழ்ப் பள்ளியில் முதல்வராகப் பொறுப்பு வகித்தார்.

கவிஞரின் கலை ஈடுபாடுகள்

கவிஞர் தமிழாசிரியராகப் பணிபுரியத் தொடங்கிய காலந்தொட்டே கலை, கலாச்சாரம், பண்பாடுகளின் முன்னேற்றத்திற்காகவும் சமுதாய வளர்ச்சிக்காகவும் தொண்டாற்றியவர். மலாயாவில் சிங்கப்பூரில் தமிழர் திருநாள், கலை மன்றங்களின் மூலம் நாடகப்பணி, சிங்கையில் தமிழ்முரசு சொற்பயிற்சி மன்றம், செம்பவாங் தமிழர் சங்கம், தமிழ்வேள் நாடகமன்றம் மற்றும் இன்னோரன்ன சமூக அமைப்புகள் ஆகியவற்றில் ஈடுபாடு கொண்டு தமிழ்ப்பணியாற்றியவர். தென்கிழக்காசியாவிலேயே ஒரேயொரு தமிழ் உயர்நிலைப்பள்ளி என்னும் பெருமைக்குரிய உமறுப்புலவர் தமிழ் உயர்நிலைப் பள்ளியில் பணிபுரியும் பேறு பெற்றார்.

கவிஞரின் படைப்புகள்

கவிஞர் மு.தங்கராசன் அவர்கள் உதயம், மகரந்தம், மாதுளங்கனி, பொய்கைப் பூக்கள், பனித்துளிகள், அணிகலன் எனும் கவிதைத் தொகுப்பு நூல்களையும் பூச்செண்டு, சிந்தனைப் பூக்கள், மலர்க்கொத்து, மலர்க்கூடை ஆகிய நான்கு சிறுகதைத் தொகுப்பு

நூல்களையும் வெளியிட்டுள்ளார். இவ்வாறு கவிஞராகவும், சிறுகதை எழுத்தாளராகவும் விளங்கித் தமிழுக்குப் பெருங்கொடையாளராகத் திகழ்பவர் சிங்கப்பூர் மு.தங்கராசன் அவர்கள். இவரைக் கவிக்கொண்டல் க.து.மு. இக்பால் அவர்கள் "கவிதைக் கன்னியின் காதலர்"1 என்ற தலைப்பில் கவிதை புனைந்து மதிப்பிட்டுள்ளார்.

திருமதி. இலக்குமி மீனாட்சி சுந்தரம் அவர்கள் கவிஞரின் 'பொய்கைப் பூக்கள்' என்னும் கவிதைத் தொகுப்பு நூலுக்குத் தந்த அணிந்துரையில் கவிஞரின் தமிழ்ப்பணி பற்றிப் பின்வருமாறு சுட்டியுள்ளார்.

"கன்னித் தமிழைக் கண்ணாய்க் கருதும் கவிஞர் பெருமக்களுள் பாவலர் மு.தங்கராசனும் ஒருவர். இவர் மூத்த தமிழாசிரியர்; வாழ்க்கையில் பழுத்த அனுபவம் மிக்கவர்; சிறுகதை எழுத்தாளர். கலையார்வம் மிகக் கொண்டவர்; ஆண்டுக்கு ஒரு தமிழ் நூல் வெளியிடுவது இவர்தம் இலக்கு, இவ்வரிசையில் பத்தாவது நூலாக மலர்வது பொய்கைப் பூக்கள் என்னும் பாத்தொகுப்பு"2 என்று குறிப்பிடுகிறார்.

கவிஞனுடைய உயர்ந்த எண்ணத்தை வெளியிட உதவும் கலைநலம் வாய்ந்த பாடலே கவிதை எனப்படுகிறது. அதற்குரிய கவிதை இலக்கணங்கள் மாறாமல் எழுதப்பட்ட கவிதைகள் மரபுக்கவிதைகள் என்று போற்றப்படுகின்றன. செய்யுள் உறுப்புகள் மட்டும் அமையப் பெற்றிருந்தால் அவை கவிதையாகிவிடாது. கவிதைக்குப் பாடுபொருளே உயிர்நாடியாகும். பொருளற்ற கவிதை உயிரற்ற உடல் போன்றது.

படைப்பாளி தன் கருத்தை வெளிப்படுத்தப் பயன்படுத்தும் முறையை 'உத்தி' என்கிறோம்.

"ஒரு கலைஞன், தன் துறையின் செவ்விய வெளியீட்டிற்குப் பயன் கொள்ளும் ஆற்றலும் ஆக்க முறையும் உத்தி எனப்படுகிறது. இலக்கிய கலைக்கும் இது ஒக்கும். இலக்கிய ஆக்கத்தைப் புனைவதற்குக் கவிஞன் கொண்ட பலநோக்க முறைகளும், மறைந்தும், வெளிப்பட்டும், சிறுகூறிலும், முழுமையிலும், சொல்லாகவும், கருத்தாகவும், பலவாறாகப் பொருத்தி அமைவது உத்தியாகும்."3

"உணர்ச்சி, கற்பனை, வடிவம் ஆகிய மூன்றும் ஒவ்வொரு கலைக்கும் இன்றியமையாத உறுப்புகள்"4 ஆகும். இவ்வகையில் கவிஞர் மு.தங்கராசன் தனது கவிதைகளில் பல உத்திகளைக்

கையாண்டுள்ளார். அவற்றைக் கவிஞரின் பாடல்வழி தக்க சான்றுகளுடன் காணலாம்.

உவமை

உவமையற்ற கவிதை கவிதையாகாது. அக்கவிதை புனையாத புகையுண்ட ஓவியம் போன்றது. இரண்டு பொருள்களை ஒப்புமைப்படுத்தி, ஒரு பொருளால் மற்றொன்றை விளங்க வைப்பது உவமை. கவிஞனின் கற்பனைத் திறனைக் காட்டவும், கவிதை நலத்தை உயர்த்தவும் உவமை பயன்படுகிறது. கவிஞர் மு.தங்கராசன் தனது கவிதைகளில் உவமையை மிகுதியாகவே பயன்படுத்தியுள்ளார். நாட்டை எவ்வாறு காக்க வேண்டும் என்று கூற விரும்பிய கவிஞர்,

"நிறங்காக்கும் பூமடையின் நீர்மை போன்று
திறங்காக்கும் தின்தோளர் தீரம் போன்று
அறங்காக்கும் சான்றோரின் ஆண்மை போன்று
சிரங்காக்கும் சீர்மையினாயி நாடு காப்போம்"[5]

என்ற கவிதையில் உவமித்துக் கூறுகின்றார்.

ஆடம்பரக் கவர்ச்சிக்குக் கற்றாழைச் செடியையும், உற்றாரும் உறவினரும்உற்று நோக்குதலை நெருஞ்சி முள்ளுக்கும் உவமித்துக் காட்டுவதை,

"கற்றாழைச் செடியதனின் காட்சி போலக்
கண்கவரும் ஆடம்பரம் கவர்ச்சிமேலாம்
உற்றாரும் செற்றாரும் உறுத்து நோக்கும்
உறுங்குத்தல் நெருஞ்சிமுள் உதயம் ஆகும்"[6]

என்ற பாடலில் அறிய முடிகிறது. மேலும் தீய பண்புகளை உடைய மனிதர்களுக்கு நாகத்தையும், பொறுமையுள்ளம் கொண்டோருக்குக் கிளியையும் குழந்தையையும் உவமையாகக் கூறியுள்ளார். கடமையைத் தவறாது செய்பவர்களுக்குக் கடிகாரத்தை உவமையாகக் காட்டுகிறார். இவ்வாறு கவிஞரின் கவிதை வரிகளை உற்றுநோக்கினால் அவருடைய உவமை படைப்பாற்றல் தெற்றெனத் தெரிகிறது.

உருவகம்

"கவிதை என்பதே சுருங்கிய முறையில் விளக்கம் தருவது. எனவே உவமையும் சுருங்கலாயிற்று. அங்ஙனம் சுருங்கிய உவமையே பிறகு உருவகம் ஆயிற்று"[7]

உவமையோடு பொருள் ஒன்றிவிடுவது உருவகமாகும்.

இரண்டு பொருட்களை வேறு வேறாகக் காணாமல் ஒன்றிலேயே மற்றொன்றைக் கண்டால் அஃது உருவகம் ஆகும். இத்தகைய உருவகப் போக்கு கவிஞர் மு.தங்கராாசன் கவிதைகளிலும் காணப்படுகிறது.

"இலங்குபுவி விட்டகன்ற இதயம் நோகும்
எட்டிக்காய் செய்தியினை ஏற்றுவந்த"

என்று கசப்பான செய்தி எட்டிக் காயாக உருவகிக்கப்படுகிறது.

நிலவைப் பொன்னிலவு, எழில்நிலவு, பெண்ணிலவு, கண்நிலவு என உருவகித்துப் பாடுகிறார். இனியமொழி பாகுமொழி எனவும் பண்பைத் தென்றலாகவும் உருவகப்படுத்திக் கூறுகிறார். பொய்கைப் பூக்கள் என்னும் கவிதைத் தொகுப்பில் உவமையும் உருவகமும் உடன் பிறந்தவர்களைப் போல சாயலில் சற்றே ஒற்றுமையுடையவனாக அமைந்து கவிதைக்கு இனிமை சேர்க்கின்றன. உவமையில் பொருட்கள் தனித்தனியே நின்று உவம உருபுகளின் பாலத்தால் ஒன்றுபடுகின்றன. உருவகமோ இருபொருளும் பின்னிப்பிணைந்தாற்போல் அமைந்தவையாகும்.

கவிதைக்கு உருவம் என்பது இன்றியமையாத ஒன்றாகும். மு.தங்கராாசன் கவிதைகளில் எதுகை, மோனை, முரண், அடுக்குத்தொடர், பாவகை போன்ற வடிவக்கூறுகள் செறிந்து காணப்படுகின்றன.

எதுகை

செய்யுளில் இரண்டாவது எழுத்து ஒன்றிவரத் தொடுப்பது எதுகையாகும். "தமிழ்ச் சொற்களுக்கே உரிய அழகு எதுகை என்பது. அதை ரைம் (Ryme) என்று ஆங்கிலத்தில் சொல்கிறார்கள். இதுதான் தமிழுக்கே சிறப்பாக அமைந்தது."[9] இத்தகைய எதுகைத் தொடையைக் கவிஞர் தமது கவிதைகளில் மிகவும் சிறப்புறக் கையாண்டுள்ளார்.

"கண்ணினைக் காப்பே போன்று
கனிந்திவன் கட்டிக்காத்து
பொன்னனை குடும்பம் தன்னைப்
பொன்றிடாப் புகழின் ஆர்ந்து"[10]

என்ற கவிதையில் 'ன்' எழுத்தை எதுகையாக்கி இனிய ஓசையுடன் கவிதை யாத்துள்ளார்.

மோனை

ஒரு குறிப்பிட்ட எழுத்தானது சீரின் முதலில் ஒன்றுக்கு மேற்பட்ட இடங்களில் வந்தால் அதனை மோனை என்பர். முதல் எழுத்து ஒன்றிவரத் தொடுப்பது மோனை எனப்படும். மோனை கவிதைக்கு அலங்காரமாகத் திகழ்கிறது. சிறந்த கவிதையாக இருந்தாலும் மேலும் அழகூட்டச் செய்வது மோனையாகும்.

"விண்ணகல் கருமேகம் போல்
விளைந்திடும் தெளிவின் உள்ளம்"[11]

என்ற கவிதையில் 'வி' என்ற எழுத்திற்கு 'வி' என்ற எழுத்தே மோனையாக வந்துள்ளது.

"விளையாட்டு வீரரெனத் திகழும் மாந்தர்
வெற்றியினைப் பொறுத்தருளா வேள்விநெஞ்சம்"[12]

என்ற கவிதை அடியில் 'வி' என்ற எழுத்திற்கு 'வெ' என்ற எழுத்து மோனையாக வந்துள்ளது. இவ்வாறு எதுகையும் மோனையும் இவரது கவிதைகளுக்கு இசை நயத்தை அளிக்கின்றன.

முரண்

"மொழியிலும் பொருளிலும் முரணுதல் முரணே" என்கிறார் தொல்காப்பியர். செய்யுள் உறுப்பாகிய தொடை வகைகளுள் ஒன்றான முரண் என்பது சொல்லோ பொருளோ மாறுபடத் தொடுப்பதாகும்.

கவிஞர் தமது கவிதைகளில் தீது–நன்று, காய் கனி, ஒளி– இருள், இன்பம்–துன்பம், பழமை–புதுமை, வேண்டுதல்–வேண்டாமை, இளமை–முதுமை, பிறப்பு–இறப்பு, இல்லாதார்–இருப்பவர், இக்கரை– அக்கரை, அழுக்கு–தூய்மை, நேற்று–இன்று, ஏற்றம்–தாழ்வு போன்ற முரண் அமைப்புக்களை உத்திகளாக அமைத்துப் பொருளைப் புலப்படுத்தியுள்ளார்.

"தெருவிளக்கு வழிநெடுகத் தேர்ந்து நின்று
திகழொளியால் இருளதனை தெருட்டி ஓட்டும்"[13]

என்ற கவிதை ஒளி, இருள் எனும் முரணைக் கொண்டு விளங்குகின்றது.

கூறியது கூறல்

மு.தங்கராசன் தனது கவிதைகளில் ஒரு சொல் திரும்பத் திரும்ப வருதல் எனும் உத்தியைப் பயன்படுத்தியுள்ளார். நெறி என்ற சொல் திரும்பத் திரும்ப வந்து கவிதைக்கு இனிமை சேர்ப்பதை,

"நெறியினைப் போற்றிக் காத்து
நீடுற வாழ்வார் தம்மின்
நெறியினைப் பற்றிப் போற்றி
நீள்புவி போற்றும் நீர்மை
நெறியினை என்றும் போற்றி
நேர்மையில் தவறா தோங்கும்
நெறியினை நிலையாய்க் கொண்டு
நீடமை படிப்பு நேர்வோம்"[14]

என்ற கவிதை புலப்படுத்துகிறது. இதுபோன்றே நிம்மதி என்ற சொல்லைத் திருப்தி, நெகிழ்ச்சி, உறுதி போன்ற பொருட்களிலும், இணை என்ற சொல்லை இணைந்த, ஒற்றுமை, நிகர் போன்ற பொருட்களிலும், குடி என்ற சொல்லை, குடித்தல், அருந்துதல், குடிமக்கள் போன்ற பொருட்களைக் குறிக்கத் திரும்பத் திரும்பப் பயன்படுத்தியுள்ளார்.

இவ்வாறு ஒரு சொல்லை, வெவ்வேறு பொருள் தரும்படியாக அமைத்திருப்பது கவிதையின் சுவை, ஓசைநயம் போன்றவற்றை மிகுவித்துக் காட்டுவனவாக உள்ளன.

அடுக்குத் தொடர்

ஒரு சொல் இரட்டித்து வந்து, சொல்ல வந்த கருத்தின் ஆழத்தை உணர்த்துவது ஒரு உத்தியாகக் கவிஞர்களால் பின்பற்றப்பட்டுள்ளது. மு.தங்கராசன் அவர்கள் தோன்றித் தோன்றி நாளும்–நாளும் சூழும்–சூழும், பேசும்–பேசும், நாடும்–நாடும் போன்ற தொடர்களைக் கையாண்டுள்ளார்.

"தொடும் இமயச் சிந்தனைகள் தோன்றித்தோன்றி"[15]

என்ற கவிதையில் இரட்டித்துக் கூறும் இவ்வகை உத்தியைப் பயன்படுத்தியுள்ளார். இது கவிதையின் உணர்ச்சியை அழுத்தம்பெற வைப்பதோடு, ஒலி நயத்தையும் கொடுத்து அணி சேர்க்கின்றது.

பழமொழிகளைக் கையாளுதல்

கவிஞர் மு.தங்கராசன் தான் கூறவந்த கருத்தை வலுசேர்க்க முன்னோர்களின் கருத்துக்கள், பழமொழிகள், திருக்குறள் போன்றவற்றைக் கையாளுதலை ஒரு உத்தியாகக் கையாண்டுள்ளார்.

மக்கள் தங்கள் மனநிலையை அளவுகோலாகக் கொண்டே பிறரை அளக்கின்றார்கள் எனும் கருத்தமைந்த பழமொழியை,

"தான் திருடன் அயலானை நம்ப மாட்டான்

கருத்தரங்கக் கட்டுரைகள்

> தனிமனித மனநிலையை உணர்த்தும் நல்ல
> தான்போற்றும் பழமொழிகள் பல வற்றுள்ளே
> நயம்மிகுந்த பொன்மொழியாய் நவின்று
> வைப்பேன்"

என்ற கவிதையில் பயன்படுத்துகிறார்.

மனிதர்கள் தங்கள் மனப்பாங்கின் அளவுக்கே பண்புகளைப் பெற்று விளங்குவர் என்பதைக் கவிஞர் தங்கராசன்

> "வெள்ளத்தனைய மலர்நீட்டம் மாந்தர்தம்
> உள்ளத் தனைய துயர்வு"17

என்ற குறள் கருத்தினைப் பயன்படுத்தி,

> "நெடும்புனல் நீரின் பூக்கள்
> நீரதன் அளவின் நீட்டம்
> படும் உளச் சீர்மை யாவும்
> பாங்குணர் மனதின் தேட்டம்"18

என்ற கவிதையை இயற்றியுள்ளார். இவ்வாறு பழமொழி மற்றும் திருக்குறள் கருத்துக்களைப் பயன்படுத்திக் கவிதை இயற்றியுள்ளார்.

பாவகை

கவிஞர் தங்கராசன் தனது மரபுக்கவிதைகளை அறுசீர் விருத்தப்பாவிலும், எண்சீர் விருத்தப்பாவிலும் இயற்றியுள்ளார்.

> ஆட்சியில் அமர்ந்தி ருப்போர்
> அனைவரும் கட்சிக் கொள்கை
> மாட்சியில் திளைத்து நிற்கும்
> மாண்புகள் ஒருமை நோக்கு
> கட்சியில் பலவின் வேறாய்க்
> கருத்துக்கள் சொல்லப்பட்டால்
> நீட்சியில் இருக்கும் தேற்றம்
> நிலைகுலைந் தேகக் காண்போம்"19

எனும் கவிதை அறுசீர் விருத்தப் பாவாக அமைந்துள்ளது. மேலும்,

> "தொலைநோக்கு அறிந்துணர்ந்து தூய்மையோடு
> துன்பமிலா அரசியல் தொடரத் தூண்டும்
> மலைநோக்கு கொள்கையிலே மதியும் நுட்பம்
> மலைந்தாங்கும் மந்திரியே மாட்சிபெற்றார்
> அலைநோக்கு மனந்தந்த அரசியல்தான் என்றும்
> அழிந்தவர லாற்றுதனை அகிலம் சுட்டும்
> விளைநோக்கு இல்லாத விவேகி ஈங்கு

விளைந்திட்டால் அழகில்லை; அழகே இல்லை!"[20]

என்ற கவிதை எண்சீர் விருத்தப்பா வகையைச் சேர்ந்ததாகும். இவ்வாறு கவிஞர் பல்வேறு உத்திகளைத் தன்னுடைய கவிதைகளில் பயன்படுத்தியுள்ளார். இதனால் கவிஞரின் ஆற்றலும் தனித்தன்மையும் புதுமை புனைய விரும்பும் ஆர்வமும் புலனாகிறது.

இவ்வாறு தமிழகத்தில் பிறந்து சிங்கப்பூரில் குடியேறிய கவிஞர் மு.தங்கராசன் கவிதைகள் தமிழ் மக்களுக்குப் பெரும் கொடை என்பதை அறியலாம். சிங்கப்பூரில் தமிழ்ப்பணி செய்வோரில் மிக முக்கியமானவர். இயற்கையோடு இயைந்த பெயர்களைத் தலைப்பாகப் பெற்று விளங்கும் இவரது கவிதை நூல்கள் பன்முகச் சிந்தனைகளையும் கொள்கைகளையும் உள்ளடக்கியதாகவும் உள்ளன. வாழ்க்கை பற்றிய உண்மைகளை இவர் சிந்திக்கும் பாங்கு, உணர்வுகளைப் பற்றிய இவரது கண்ணோட்டம் ஆகியவை குறிப்பிடத்தக்கவையாகும்.

●

அடிக்குறிப்புகள்:

1 க.து.மு. இக்பால், மகரந்தம், பக். X, XI
2 திருமதி இலக்குமி மீனாட்சி சுந்தரம், பொய்கைப் பூக்கள், ப.5
3 சா.வே. சுப்பிரமணியன், இளங்கோவின் இலக்கிய உத்திகள். ப.6
4 மு.வ. இலக்கியத்திறன், ப.79
5 மு.தங்கராசன், பனித்துளிகள், ப.40
6 மு.தங்கராசன், பொய்கைப் பூக்கள், ப.90
7 அ.ச.ஞானசம்பந்தன், இலக்கியக்கலை, ப.252
8 மு.தங்கராசன் பொய்கைப் பூக்கள், ப.88
9 கி.வா. ஜகந்நாதன், கவிபாடலாம், ப.5
10 மு.தங்கராசன், பனித்துளிகள், ப.40
11 மேலது, ப.85
12 மேலது, ப.72
13 மு.தங்கராசன், மகரந்தம், ப.32
14 மேலது, ப.54
15 மேலது, ப.7
16 மு.கா.ஆ.பொய்கைப் பூக்கள் ப.38
17 திருக்குறள், ப.573
18 மு.கா.ஆ பணித்துளிகள் ப.123
19 து.தங்கராசன், பொய்கைப்பூக்கள், ப.137
20மு.கா.ஆ உதயம், ப.73

முனைவர் **தே.ரேவதி**
உதவிப் பேராசிரியர் (தமிழ்த்துறை)
எம்.ஜி.ஆர். ஜானகி கலை மற்றும்
அறிவியல் கல்லூரி, சென்னை

20. பொ.கருணாகரமூர்த்தி படைப்புகளில் ஈழத்தமிழர்

உலக வரைபடத்தில் இந்தியாவின் ஒரு சொட்டு கண்ணீர்த்துளியைப் போல் ஒட்டிக்கொண்டிருக்கும் சின்னஞ்சிறு நாடு இலங்கை. இந்த நாட்டின் பூகோள வடிவைப் போலவே அங்கு வாழும் தமிழர்களின் வாழ்வும் கண்ணீர் நிறைந்ததே. இலங்கையில் சிங்களரின் பேரினவாத பேராசையினால் ஈழத்தமிழ் மக்களுக்கு எதிரான வன்முறைகள் மூண்டன. இவ்வன்முறைக்குத் தாக்குப்பிடிக்க முடியாத ஈழ மக்களில் பலர் அண்டை நாடுகளிலும் அந்நிய தேசங்களிலும் அகதிகளாகத் தஞ்சம் புகுந்தனர். நீதி கிடைக்கும் என்று தாய் மண்ணிலேயே தங்கியவர்களில் பலர் மண்ணுக்குள் புதையுண்டும் முள்வேலிக்குள் அடைபட்டும் போயினர். இன்று உலகம் முழுவதும் ஈழத்தமிழர்கள் பரவியுள்ளனர். அவர்கள் தம் நுண்ணறிவால் பல துறைகளில் முத்திரைப் பதித்து வருகின்றனர். குறிப்பாக இலக்கியத் துறையில் பலர் தங்கள் பங்களிப்பைச் செய்து வருகின்றனர். புலம்பெயர் தமிழர்கள் வரிசையில் ஈழத்திலிருந்து ஜெர்மனிக்குப் புலம்பெயர்ந்த திரு.பொ.கருணாகரமூர்த்தி அவர்களின் 'பதுங்குகுழி' என்னும் சிறுகதை நூலினை இக்கட்டுரை ஆராய்கிறது.

பதுங்குகுழி

திரு.பொ. கருணாகரமூர்த்தி சிறுகதைகளையும் குறுநாவல்களையும் இயற்றியுள்ளார். இவற்றில் பதுங்குகுழி என்னும் நூல், 11 சிறுகதைகளின் தொகுப்பாகும். இந்நூல் ஆசிரியர் இலங்கையில் அவ்வப்போது நிகழ்ந்த சம்பவங்களையும் புலம்பெயர் தேயத்தில் தான் கண்டதையும் அனுபவித்ததையும் கதைகளாக்கியுள்ளார். இக்கதைகளினூடே கலை, இலக்கியம், இசை, பண்பாடு, அறிவியல், அரசியல் குறித்த தம் நுண்ணறிவை ஆங்காங்கே பதிவு செய்துள்ளார். வேற்று மொழி தேயத்தில் இருந்தாலும் தூயத்தமிழ் நடையைக் கையாண்டுள்ளார். இவருடைய கதைகள், குறிப்பாகப் புலம்பெயர்ந்த

ஈழத்தமிழரின் தவிப்பையும் ஈழத்தில் சிக்கிய மக்களின் அவலத்தையும் நடுநிலையில் நின்று படம் பிடித்துக் காட்டுகின்றன.

அகதிகளின் அவலம்

'எல்லைகள் அற்ற உலகம்' என்னும் தலைப்பிலான சிறுகதையில் ஈழத்தமிழர்கள் புலம்பெயர்ந்து பிறநாடுகளில் அகதிகளாகத் தஞ்சம் அடைவதையும், வயிற்றுப் பிழைப்பிற்காக அவர்கள் படுகின்ற பாட்டையும் விவரிக்கிறது. இலங்கையில் ஈழத்தமிழர்களுக்கு எதிரான வன்முறைகள் அரங்கேறிய நாட்களில் பெரும்பாலான மக்கள் உயிர் தப்பினால் போதுமென்று உண்டு உறைந்த வீட்டையும் உற்றார் உறவினர்களையும் நண்பர்களையும் நாட்டையும் விட்டு மொழி புரியாத ஜெர்மனிக்குப் புலம்பெயர்கின்றனர். அங்கே அந்நாட்டு அரசு சில விடுதிகளைத் தேர்ந்தெடுத்து அதில் பல நாடுகளில் இருந்து தஞ்சம் அடைந்த அகதிகள் அனைவரையும் தங்க வைக்கின்றனர். சில விடுதிகளில் உணவைச் சமைக்கவும் அதற்குத் தேவையான பொருட்களும் வழங்கப்படுகின்றன. சில விடுதிகளில் அதற்கான ஏற்பாடுகள் ஏதும் செய்து தரப்படவில்லை. உணவுக்கு ஏங்கிய மக்கள் பல வேலைகளைச் செய்து பிழைக்கின்றனர். அந்நாட்டு அரசாங்கம் அந்நியர்களை நாட்டை விட்டு வெளியேற்ற புதிய சட்டம் ஒன்றைக் கொண்டு வருகிறது. ஜெர்மனியின் குடிமக்களைத் தவிர, மற்றவர்கள் பணிபுரிய தடைவிதிக்கின்றது. விதிவிலக்காக ஜெர்மனி மக்கள் செய்ய மறுக்கும் வேலைகளான கோப்பையைக் கழுவுதல், அதிகாலையில் ஒரு மணிக்கு வீடுகளுக்குச் செய்திப் பத்திரிகை விநியோகம் செய்தல் போன்ற சில வேலைகளைச் செய்ய அகதிகளை அனுமதித்தது.

பத்திரிகை விநியோகம் செய்தல் மிகவும் கடினமான பணியாக இருந்தது. நூறு வருடங்களுக்கு முன்னர் கட்டப்பட்ட மின்தூக்கி வசதிகள் இல்லாத பழைய வீடுகளைக் கொண்ட குடியிருப்புகளில் பத்திரிகை விநியோகிக்கும் பணி செய்வது துன்பம். சில வேளைகளில் பத்திரிகை வண்டியைத் தள்ளிக் கொண்டு போய் வீட்டின் வாசலில் நிறுத்திவிட்டு ஒவ்வொன்றும் ஒவ்வொரு கிலோ தேறக்கூடிய இரண்டு மூன்று சாவிக்கொத்துகளையும், நூறு பக்கமுள்ள பேப்பரையும் காவிக்கொண்டு நாலு அல்லது ஐந்து மாடிகள் வரை ஏறிப்போய் ஒரேயொரு பேப்பரை மட்டும் போட்டுவிட்டு இறங்க வேண்டியிருக்கும். சாவிக்கொத்தை வண்டிக்குள் போட்டுவிட்டும் போக முடியாது. யாராவது தத்தாரிகளின் கண்ணில் பட்டுவிட்டால் எடுத்துக்கொண்டு

போய்விடுவார்கள் அல்லது பேப்பர் வண்டியைத் தள்ளிக்கொண்டு போய் எங்கேயாவது ஒரு புதருக்குள் சொருகிவிட்டுப் போய்விடுவார்கள். பத்திரிகை விநியோகப் பணி முடிந்து வந்துபடுத்தால் கால்கள் 'விண்விண்' என்று உளைந்து குத்தும். தூக்கம் வராது. (பதுங்குகுழி – ப.126). இவ்வாறாக வயிற்றுப் பிழைப்பிற்காக ஈழத்தமிழர் அனுபவிக்கும் அவலத்தை ஆசிரியர் சுட்டிக்காட்டியுள்ளார்.

போர் படுத்தும் பாடு

'சிநேகிதனைத் தொலைத்தவன்' என்னும் கதையில் தொலைந்து போன தன் நண்பனைத் தேடிய கதையைப் பகிர்ந்துள்ளார். புலம் பெயர்ந்து 25 ஆண்டுகள் ஆன பின்பும் பழைய நினைவுகள் அவரைத் தின்று கொண்டிருந்தன. தான் வசிக்கும் ஜெர்மனியில் எத்தனைப் பேரோடு பழகினாலும் தாய்ப்புலத்தில் பழகிய நண்பர்களோடு ஏற்பட்ட நெருக்கமும் மனஒட்டுதலும் ஏற்படவில்லை. இளமைக் காலங்களில் தனக்கு உள்ள நண்பனாகத் திகழ்ந்த பாலேந்திரனின் தொடர்பு புலம்பெயர்ந்த சில ஆண்டுகளில் முற்றிலும் அறுந்துவிடுகிறது. அவரைப்பற்றிப் பலரிடம் விசாரித்தும் பலனில்லை.

"ஈழத்தமிழர்கள் புலம்பெயர்ந்திருக்கக் கூடிய அனைத்து நாடுகளிலும் அவர்களுக்குப் பொறுப்பான பீடங்களுடன் தொடர்பு கொண்டு விசாரித்தாயிற்று. எல்லா நாடுகளிலும் வெளிவரக்கூடிய தமிழ்ப் பத்திரிகைகள் அனைத்திலுமே விளம்பரங்கள் தந்து தேடியாயிற்று. இலங்கை வரும் ஒவ்வொரு தடவையும் எங்கே இருந்தாலும் தொடர்புகொள்ளடா பாலேந்திரா என்று பத்திரிகை விளம்பரம் தருவேன்." (பதுங்குகுழி, ப.72) என்று நண்பனைக் காணாது தவித்த தவிப்பையும் ஏக்கத்தையும் விவரித்துள்ளார்.

ஈழம் செல்ல வாய்ப்பு அமைந்தபோது அங்கே தன் நண்பனைத் தேடி அலைகின்றார். ஆனால் அங்கே தான் இடம்பெயர்வதற்கு முன்பிருந்த இயற்கை அடையாளங்கள் எல்லாம் அழிந்து போயிருந்தன. தன் நண்பன் மட்டுமல்லாது தான் அறிந்த முகங்கள் யாரும் அங்கே இல்லை. பாலேந்திரனைத் தேடும் படலத்தில் எதிர்பாராவிதமாகத் தன்னுடன் பயின்ற பாலச்சந்திரனைச் சந்திக்கின்றார்.

பழைய நண்பர்கள் இருவரும் நீண்ட நேரம் தம் பழைய சம்பவங்களை மகிழ்வுடன் பகிர்ந்து கொண்டாலும் பாலச்சந்திரனுக்குத்

தன்னுடன் உரையாடிக் கொண்டிருப்பவர் யார்? என்பதை அறிய முடியாத வண்ணம் அவரது நினைவாற்றல் மழுங்கி போய் இருந்தது 'கொடூரங்கள் நிறைந்த போரின் உற்பாதங்கள், அது தரும் அதிர்ச்சிகள், பயம், மனஅவசம், இது ஓய்து விடாதா என்கிற நிராசை எல்லாம் சேர்ந்து மனிதனின் ஞாபகசக்தியைப் பலமாகப் பாதிக்கும்' (பதுங்குகுழி, ப.76) என்பதைத் தன் நண்பரின் கூற்றாக வைத்து போர்ச்சூழலில் பாதிக்கப்படும் மக்களின் மனநிலையை உணர வைக்கின்றார்.

காவு கொண்ட இலங்கை இராணுவம்

'பதுங்குகுழி' என்னும் சிறுகதை, இலங்கை இராணுவத்திடம் விடுதலைப்புலிகள் படிப்படியாக வீழத்தொடங்கியதில் இருந்து, இறுதியாக அவர்கள் வீழ்த்தப்பட்ட இறுதிகட்ட போர் நிகழ்ந்த காலம் வரை மக்கள் அடைந்த துயரங்களையும், அவர்கள் உடமைகளையும் உறவுகளையும் இழந்து இறுதியில் தங்கள் உயிரையும் இழந்த அவலத்தைக் காட்சிப்படுத்துகிறது.

ஈழத்தமிழரை இலங்கை இராணுவம் காவு கொண்டதில் இந்திய அரசிற்கும் பங்குண்டு என்ற அவர் கருத்தினை,

'போராளிகள் செறிவாக இருக்கக்கூடிய இடங்களையும் அவர்களின் ஊடாட்டங்களையும் இந்தியா சுற்றலைட்டுகளின் மூலம் நுட்பமாகக் கவனித்து இலங்கை ராணுவத்துக்குத் துல்லியமான தகவல்கள் தரவும் இராணுவம் ஏவிய எரிகணைகளும் ஷெல்களும் அவர்களின் பாசறைகளிலும் போராளிகள் மீதும் விழுந்து வெடித்தன. அவர்களின் தளபதிகளுள்ளிட்ட போராளிகள் நூற்றுக்கணக்கில் காவுகொள்ளப்படவும் மனவுறுதிக்குப் பெயர்போன விடுதலைப் புலிகளுக்கே பெருந்திகைப்பு ஏற்படலாயிற்று. பின்வாங்குவதைத் தவிர வேறு மார்க்கங்கள் இருக்கவில்லை என்று அந்நூலில் குறிப்பிட்டுள்ளார்.

விடுதலைப்புலிகள் பின்வாங்கியதால் இராணுவம் முன்னேறிக் கொண்டே வந்து பல பகுதிகளைத் தன் வசமாக்கியது. புலிகள் பின்வாங்கினாலும் இராணுவத்திடம் மக்கள் சிக்கிவிடாமல் இருக்க அவர்களை இடம்பெயரச் செய்துகொண்டே இருந்தனர். இதனை,

"சனங்கள் அனைவரும் வெளியேறிய பின்னால் ஜனாதிபதி அறிவித்தபடி ஆயிரமாயிரம் போராளிகளின் இழப்பில் கைப்பற்றிய கிளிநொச்சியையும், ஆனையிறவையும் இராணுவம் தேனீக்கள்

பறந்துவிட்ட தேன் கூட்டைப் பற்றுவதுபோல் பற்றிச் சுவைத்துக் கொண்டாடியது." (பதுங்குகுழி, ப.143) என்னும் வரிகளில் விளக்கியுள்ளார்.

தொடர்ந்து நெருங்கி வந்த இராணுவத்திடம் சிக்கவில்லை. எனினும் அவர்கள் ஏவிய குண்டுகளுக்கும் ஷெல்லுகளுக்கும் இரையாகினர். இறுதியாக முல்லைத்தீவும் இராணுவத்திடம் வீழ்ந்த சமயத்தில் சர்வதேச நாடுகளின் நெருக்கடிகளினால் மக்களைப் பாதுகாப்பதாகக் கூறி முள்ளி வாய்க்காலைப் பாதுகாக்கப்பட்ட பகுதியாகவும், அங்கு மக்களுக்குத் தேவையான உணவுப் பொருள்களை வழங்குவதாகவும் அறிவித்தது. பலநாள் பசியின் கொடுமைகளைத் தாங்கமுடியாத மக்கள் இராணுவம் வழங்கும் உணவுப்பொருளைப் பெறுவதற்கு வரிசையில் நிற்கும்போதே அவர்களை எரிகுண்டுகளையும் ஷெல்லுகளையும் ஏவி இராணுவத்தினர் கொலை செய்தனர்.

எஞ்சிய மக்கள் தங்கள் உயிரைக் காத்துக் கொள்ள தாங்கள் தோண்டிய பதுங்குகுழியிலேயே தஞ்சம் அடைந்தனர். "இராணுவத்தின் திசையிலிருந்து வந்த புல்டோஸர் ஒன்று திடுப்பென மடங்கித் திரும்பி பதுங்கு குழி அருகிருந்த மண்மேட்டைத் தன் பாரிய அலகால் ஒரே உந்தில் வெறியோடு தள்ளிக் கொண்டு வந்து அவர்களின் பதுங்குக் குழியை மூடி நிரவி விட்டு அதன் மேல் நின்றும் சுழன்றும் ஊழித்தாண்டவம் ஆடியது" (பதுங்குகுழி, ப.159) என்று இராணுவம் காவு கொண்ட வெறிச்செயலைக் கதாசிரியர் விவரித்துள்ளார்.

முடிவுரை:

புலிகள் வீழ்ந்து போர் நின்றாலும் ஈழத் தமிழ் மக்களின் துன்பமும் துயரமும் இன்னும் நீண்டு கொண்டே தான் இருக்கிறது. உலகக் கடலில் இன்றும் ஈழத்தோணிகள் மிதந்து கொண்டும் மூழ்கிக் கொண்டும் தான் இருக்கின்றன என்பதை பொ.கருணாகரமூர்த்தி தம் சிறுகதைத் தொகுப்புநூல் மூலம் வாசகர்களுக்கு நன்கு உணர்த்தியுள்ளார்.

●

முனைவர் **கோ.வெற்றிச்செல்வி**
உதவிப் பேராசிரியர்
இந்திராகாந்தி கலை, அறிவியல்
கல்லூரி, கதிர்காமம் - புதுச்சேரி

21. ஈழத்துத் தமிழ்க் கவிதை : யாப்பும் போரும்

இரண்டாயிரம் ஆண்டுகளுக்கும் மேற்பட்ட தமிழ்க்கவிதை வரலாற்றில் ஈழத்தவர்களின் பங்களிப்புக் கணிசமானதாகும். சங்ககாலம் முதல் பதினெட்டாம் நூற்றாண்டு வரை உள்ள தமிழ் இலக்கிய வரலாற்றில் தமிழறிஞர், ஈழத்தறிஞர் என்ற பாகுபாடின்றி ஒன்றெனப் பிணைந்துள்ளதை வரலாறுகள் பகர்கின்றன. பத்தொன்பதாம் நூற்றாண்டில் இருந்துதான் ஈழத்தமிழறிஞர்களின் தனித்த செயல்பாட்டையும் அடையாளத்தையும் இலக்கிய வரலாறுகள் பதிவு செய்யத் தொடங்குகின்றன.

ஈழத்து அறிஞர்கள் தமிழிலக்கியத்தின் அனைத்துத் தளங்களிலும் இயங்கியதுடன் நில்லாமல் சில தளங்களிலும் முன்னோடியாக இருக்கிறார்கள். ஆறுமுக நாவலர், சி.வை.தாமோதரப் பிள்ளை, சுன்னாகம் முத்துக்குமாரசாமிப் பிள்ளை போன்றோர் சில புதுமைகளைப் பதிப்புப் பணியில் ஏற்படுத்தியுள்ளனர். கதிரைவேற் பிள்ளையின் அகராதிப்பணி முக்கியத்துவம் வாய்ந்ததாகக் கருதப்படுகிறது. அவ்வகையில் இக்கட்டுரை ஈழத்துத் தமிழறிஞர்களின் தமிழ்க் கவிதைப் பணியையும் அவர்கள் கவிதையுலகில் கையாண்ட புதிய யாப்பு முறைகளையும் போர் குறித்த கவிதைகளையும் ஆராய முற்படுகிறது.

ஈழத் தமிழ்க் கவிதை

ஈழத் தமிழ் அறிஞர்கள் மொழி, இனம் – விடுதலை – போர் என்னும் பொருண்மையில் தீவிரமான கவிதைகளை மரபு சார்ந்த வகைமைகளுக்குள்ளும், சில புதிய யாப்பு வகைகளிலும் படைத்துள்ளனர். தமிழில் யாப்புப் பத்தொன்பதாம் நூற்றாண்டுவரை கவிதையின் செயல்பாட்டில் வீரியமாக இயங்கி வந்தது. இருபதாம் நூற்றாண்டின் தொடக்கக் காலத்திலிருந்தே யாப்பின் வீரியம் கவிதையின் பொருண்மை நோக்கில் நிலைகுலைய ஆரம்பித்தது. இக்காலகட்டத்தில் பாரதியார் புதுவித யாப்பின் கட்டமைப்பில் தன்

கவிதையின் இயங்கியலை நிகழ்த்தி வந்தார். பாரதிதாசனும் பல பா வகைகளைச் சோதனைக்கு உட்படுத்தித் தன் கவிதைகளைப் படைத்து வந்தார். இவர்களைப் பின் தொடர்ந்தவர்களும் கவிதையின் பொருண்மையைக் கைவிட்டு 'யாப்பு' என்றும் கட்டமைப்பிற்குள் நின்று கவிதையை நகர்த்தினர் எனலாம்.

ஈழத்தமிழறிஞர் க.சச்சிதானந்தம்
    'சாவிற் தமிழ் படித்துச் சாக வேண்டும்'
என்றார்.

சாம்பர் தமிழ்மணந்து வேகவேண்டும் எனப் பாடுபொருள் யாப்பு இரண்டும் ஒன்றெனக் கலந்து கவிதை படைத்துள்ளார்.

ஈழத்துத் தமிழ்க் கவிதைகளில் போர்

தாய்நாட்டில் தமது சொந்த அனுபவத்தில் அந்த யுத்த மண்ணிலிருந்து பிறக்கும் கவிதைகள் வீரியம் நிறைந்தனவாக உணர்ச்சியும் கருத்துப் புலப்பாடும் கொண்டவையாக இருக்கின்றன. 'வாழ்ந்து பெற்ற அனுபவம்' இல்லாதவர்கள் இச்சூழலைப் பற்றி உண்மையாக எழுதினாலும் அவை இரவல் அனுபவங்களாகவே அமைந்து விடுகின்றன. அவ்வகையில் ஈழத்துக் கவிஞர்கள் அவர்களின் வாழ்வோடு இரண்டறக் கலந்துவிட்ட அனுபவங்களை, போர் ஏற்படுத்திய நெருக்கடிகளைப் புலம் பெயர் வாழ்வின் சிக்கல்களைச் சமூக அனுபவங்களாக வெளிப்படுத்தியுள்ளார்.

ஈழமக்கள் எதிர்கொள்ளும் சிக்கல்கள், பாதிப்பு, இருத்தல் பற்றிய புரிதல், ஒட்டுமொத்த சமூகப் பிரச்சினை போன்றவை பெரும்பாலான கவிதைகளில் தன்னிச்சையாகவே இடம் பெற்றுள்ளன. இயக்கத்தில் தொடர்புடைய அல்லது தொடர்புடையவனாகாச் சந்தேகிக்கப்படுகின்ற மகனோ தகப்பனோ சென்ற பிறகு அவர்களுடைய குடும்பத்தில் இருப்பவர்கள் இராணுவத்தின் அடக்குமுறைகளுக்கு ஆளாவதை,

உனக்குப் பரிச்சயமான
துப்பாக்கியைத் துண்டுப் பிரசுரங்களை
அடர்ந்த காட்டை
இன்றும் எதையெல்லாமோ
மறந்துபோய்...
நான் உறங்கும்போது
ஒரு முரட்டுத்தனமான

> கதவுத் தட்டலுக்குச் செவிகள் விழிக்கும்...
> ராணுவக் கும்பல்
> அல்லது போலிப்படை
> பிறகு
> கூந்தல் அவிழ்ந்து விழுகிற வரையில்
> விசாரணை
> என்னருகே அம்மாவும்
> கூட்டிலிருந்து தவறி விழுந்துவிட்ட
> ஒரு அணில் குஞ்சைப் போல
> நீ போய் விட்டாய்
> நாள் தொடர்கிறது....

ஊர்வசியின் கவிதை இவ்வாறு பதிவுசெய்கிறது.

நள்ளிரவிலும் பின்கதவைத் திறந்து வைத்துக் காத்திருக்கும் பெண்களின் நிலையை ஆழியாளின் கவிதை வெளிப்படுத்துகிறது. சமூகத்தில் பல பரிமாணங்களுடன் புரையோடிப் போயிருக்கும் அனைத்து ஒடுக்குமுறைகளுக்கும் பொருந்துவதாகவும் போரினவாதத்திற்கு எதிரான குரலாகவும் ஆழியாளின் கவிதை ஒலிக்கிறது.

> நம் நிரந்தரமற்ற ஆசையின்
> கடைசி வார்த்தைகளை
> உயிர்ப் புல்லாங்குழலில்
> நிரப்பிக் கொள்வோம்
> நம் உணர்வுகளுக் கென்று
> ஓசைகள் இல்லை
> கண்களுமில்லை
> முடிவின் ஆழத்தில்
> மௌனம் சிலுவைகளில்
> எம் இதயத்தின் துடிப்புகளும் அடங்கிப் போகட்டும்.

அனாரின் "ஓவியம் வரையாத தூரிகை" என்னும் மேற்குறித்த கவிதை போர் நிகழ்வுகளை நம் கண்முன் கொண்டு வந்து உருகச் செய்கிறது.

தாய்க்கும் மகனுக்குமான உறவு – தம் இன மக்கள் மீதும், மண் மீதும் கொண்ட பற்றிலும் இரண்டாம்பட்சமாக இருக்கிறது. தாய்நாட்டிற்காக இயக்கத்தில் மகன் இணைந்துவிட்டான் என்பதை அறிந்த ஒரு தாய் பெருமிதம் கொள்கிறாள்.

> மீசை அரும்பும் இந்த வயதில்
> நாட்டுப்பற்று வந்ததா உனக்கு

அப்படியானால்
கடமைகள் இருக்கும்
வீரனாய் இருந்து வீடு திரும்பு

(ஔவை)

இராணுவத்தினரால் கைது செய்யப்பட்டுச் சிறையில் அடைக்கப்பட்டவர்களின் நிலையோ – மனத்தத்துவத்தைக் கேள்விக்கு உட்படுத்துபவை. அங்குள்ள சிறைக்கூடங்களின் நிலையை, ஊர்வசியின் 'சிறையதிகாரிக்கு ஒரு விண்ணப்பம்' கவிதை உணர்த்துகிறது. 'முழுவதும் அடைக்கப்பட்ட அறையில் சாளரத்தின் ஊடே வானில் பறக்கும் பறவைகளைக் கண்டு அவற்றிடமே தான் செய்தியனுப்ப முடியும். ஆகவே அதிகாரிகளே! ஒரு சாளரம் சிறையில் வேண்டும்' எனும் வேண்டுகோளை வைக்கிறது.

எதுவுமே நிச்சயமற்ற தன்மையில், இந்தக் கணமே உண்மையானது; பிறகு எதுவேண்டுமானாலும் நடக்கலாம். அப்படியிருக்கும் சூழலில் என்னால் காத்திருக்க முடியாது. அன்பே, இந்த அதிகாரியின் ஆழந்த அமைதியில் நாம் இணைவோம். ஒரு பெண் தயக்கங்களைக் களைந்து, தன் காதலனை அழைக்கிறாள். (ஊர்வசி – காத்திருப்பு)

கவிராயரின் யாப்பு முயற்சிகள்

ஈழத்துத் தமிழ்க் கவிதை வரலாற்றில் தான்தோன்றி கவிராயரின் கவிதைகள் குறிப்பிடத்தக்கன. மரபான பா வடிவங்களையும் புதிய பா வடிவங்களையும் கையாண்ட இவர் எளிமையான (பேச்சுமொழி) மொழிவழிக் கவிதைகளைப் படைத்தவர் ஆவார். இவர் குறள்வெண்பா, நேரிசை வெண்பா, கட்டளைக் கலித்துறை, ஆசிரியம், விருத்தம் எனப் பல பா வடிவங்களில் தனது கவிதைகளைப் புனைந்துள்ளார்.

'இது நன்றே! இது தீதென்
றுணர்ந்து தேறும்
எவன்வாழ மட்டும் என்றன்
எழுத்து வாழும்'

(ஊரடங்குப் பாடல்கள், ப.20)

இக்கவிதை எண்சீர் விருத்த யாப்பில் பாடப்பட்டுள்ளது. தமிழ்க் கவிதையுலகில் ஓரடியில் எண்சீர் விருத்தம் எழுதும் முறை புரிதாகும்,

'காலமெல்லாம் உன்நினைவு
கருத்தெல்லாம் உன்மீதே

ஞாலமெல்லாம் உன் உருவம்'
ஞானமெல்லாம் நீ எனக்கு (உ.பா. ப.24)

காய், காய் என்னும் வாய்ப்பாட்டில் இருசீரடி நான்கடியாய் வருவது தமிழ்க் கவிதையின் புதிய வடிவமாகும்.

ஈழத்தமிழறிஞர்களின் குறும்பா வடிவம்

இருபதாம் நூற்றாண்டில் ஹைக்கூ, குறும்பா, சென்ரியு, லிமெரிக்கூ எனப் பல வடிவங்களில் கவிதைத் தோற்றம் கொள்கிறது.

ஈழத்தமிழ், அறிஞரான மஹாகவி தமிழுக்கு அறிமுகப்படுத்திய 'குறும்பா' வடிவம் 'லிமரிக்' என்று ஆங்கிலத்தில் அழைக்கப்பெறும். குறும்பா ஒரே எதுகையுடைய மூன்று அடிகளைக் கொண்டது. முதலாமடி, இரண்டாமடி, ஈற்றடியின் இறுதிச்சீர்கள் இயைபுத் தொடைகள் பொருந்த வருவதாகும். மூன்றாமடியும் நான்காமடியும் மற்றைய அடிகளைவிட குறைந்து காணப்படும் 'ஓசைநயம்'தான் குறும்பாவின் முக்கியத்துவமாகும்.

குறும்பா நகைச்சுவை, கிண்டல் என்னும் பொருண்மைகளில் படைக்கப்படுகிறது.

'முத்தெடுக்க மூழ்குகின்றான் சீலன்
முன்னாலே வந்து நின்றான் காலன் சத்தமின்றி
வந்தவனின்
கைத்தலத்திற் பத்து முத்தைப்
பொத்தி வைத்துப் போனான் முச்சூலன்'

இது மஹாகவியின் கிண்டல், குத்தல் நிறைந்த கவிதையாக நாட்டு நடப்புகளை வெளிப்படுத்துகிறது.

இவ்வாறாகத் தமிழ்க் கவிதை அமைப்புச் சார்ந்தும், வடிவம் சார்ந்தும் பல மாற்றங்களைக் காலந்தோறும் பெற்று வளர்ந்து வருகிறது. இவ்வடிவ மாற்றத்திலும் போர் நிகழ்ச்சிகளை எடுத்துக்கூறும் முயற்சிகளிலும் குறிப்பாகப் பெண் கவிஞர்களின் பங்களிப்புக் கணிசமானது. அவ்வகையில் ஈழத்தமிழறிஞர்களின் பங்குபணி கவிதையுலகில் குறிப்பிடத்தக்க இடத்தைப் பெற்றுள்ளதே இக்கட்டுரை வழி விளங்கிக்கொள்ள முடிகிறது.

●

ஸ்ரீ.சசிகலா
உதவிப்பேராசிரியை, தமிழ்த்துறை,
த.கி.மு. மகளிர் கல்லூரி, வேலூர்-1

22. புலம் பெயர்ந்த தமிழ் இயக்குநர் பாலு மகேந்திரா - ஒரு பார்வை

முன்னுரை

இலங்கைத் தமிழர் போர் காரணமாக, 1960இல் புலம்பெயரத் தொடங்கினர். அவர்கள் இத்தாலி, இங்கிலாந்து, பிரான்ஸ், ஜெர்மனி, சிங்கப்பூர், கனடா, மலேசியா, நெதர்லாந்து போன்ற நாடுகளுக்குப் புலம் பெயர்ந்துள்ளனர். சுமார் 120 நாடுகளில் தமிழர்கள் புலம் பெயர்ந்து வாழ்கின்றனர். அவ்வாறு புலம் பெயர்ந்த இலங்கைத் தமிழர்கள் ஆறு லட்சத்திற்கும் மேலானவர்களாவர். இவர்கள் படைக்கும் புடைப்புகளே 'புலம் பெயர் இலக்கியம்' எனப்படுகின்றன.

புலம்பெயர் தமிழர்கள்

புலம்பெயர்ந்தும் கூட நம் இலக்கியங்களையும் கலையையும் வளர்த்த எண்ணற்ற இலங்கைத் தமிழர்கள் இன்னும் பல சாதனைகளைச் செய்து கொண்டு இருக்கின்றனர். அவர்களில் குறிப்பிடத்தக்கவர், தமிழ் திரைப்பட உலகில் என்றும் அழியாத இடத்தைப் பிடித்த இயக்குனர் பாலுமகேந்திரா அவர்கள் ஆவார். அவரின் சாதனைகள் ஏராளமானவை. அவர்தம் சீரிய உழைப்பையும் சிறந்த ஆக்கத்தையும் பற்றி ஆராய்வதே இவ்வாய்வு கட்டுரையின் நோக்கமாகும்.

பிறப்பும் பணியும்

பாலநாதன் பெஞ்சமின் மகேந்திரன் என்ற பெயரைக் கொண்ட இயக்குனர் பாலுமகேந்திரா 1939-ஆம் ஆண்டு மே மாதம் 20-ஆம் தேதி இலங்கையில் உள்ள மட்டக்களப்பு அருகே 'அமிர்தகழி' என்ற சிற்றூரில் பிறந்தார். அவரின் தந்தையார் பாலநாதர் ஒரு சிறந்த கணித ஆசிரியர். பாலுமகேந்திரா இளநிலைக் கல்வியை இலண்டனில் முடித்தார். பூனா திரைப்படக் கல்லூரியில் ஒளிப்பதிவுக் கலை பயின்ற பாலுமகேந்திரா, 1969இல் அப்படிப்பில் தங்கப் பதக்கம் பெற்றார்.

இலங்கை தாய்நாடாக இருந்தாலும், இந்தியாவில் புலம் பெயர்ந்து சென்னையில் வசித்தார். சமகாலத் தமிழ் வாழ்க்கையைச் சித்தரிக்கும் பல படைப்புகளை உருவாக்கினார். தமிழ், தெலுங்கு, கன்னடம், மலையாளம், இந்தி மொழித் திரைப்படங்களில் பணியாற்றிய அவர், பல படங்களை எடுத்து சாதனை புரிந்ததோடல்லாமல் பல தேசிய விருதுகளையும் பெற்றுச் சிறந்துள்ளார்.

கடினமான காரியத்தைச் சாதனையாக்கியவர்

'வீட்டைக் கட்டிப்பார்!

கல்யாணம் பண்ணிப் பார்!' என்பது தமிழகத்தில் நிலவி வரும் பழமொழி. ஒரு திருமணத்தை நடத்துவது எவ்வளவு கடினமோ அதைப் போலவே வீடு கட்டுவதும் கடினம்.

இவற்றைப்போலவே, 'திரைப்படம் எடுத்துப்பார்' என்ற ஒரு புதுமொழியையும் இணைத்துக் கொள்ளலாம். திரைப்படம் எடுப்பதன் சிரமத்தை, திரைப்படம் எடுத்து அனுபவித்தவர்களுக்கே தெரியும்.

'தேவையான பொருளாதார வசதிகள் இருந்தும் வசதி வாய்ப்புகள் சரியாக அமைந்தும், சரியான திட்டமிடுதலும் செயல்பாடுகளும் இருந்தும் கூடப் பேச்சுவார்த்தையோடு முடிந்துபோன திரைப்படங்கள் எத்தனையோ! ஆரம்பக்கட்ட வேலைகள் தொடங்கிப் படப்பிடிப்புக்கே செல்ல முடியாமல் ஊனமாகிப் போன திரைப்படங்கள் எத்தனையோ..... படப்பிடிப்பு தொடங்கி அது முடிவடையாமல் நின்று போன படங்கள் எத்தனையோ.... திரைப்படம் முழுமையாக முடிந்தும் கூடத் திரையரங்குகளில் வெளியிடப்பட இயலாமல் பெட்டிக்குள்ளேயே முடங்கிப் போன திரைப்படங்கள் எத்தனை எத்தனையோ'[1]

இத்தனை இன்னல்கள் திரைப்படத்துறையில் இருக்கின்றன. அப்படிப்பட்ட திரைப்படத்துறையில் ஆர்வம் கொண்டார் பாலு மகேந்திரா. சாதிக்க வேண்டும் என்ற ஒரு வெறியே அவரை இத்துறையில் ஈடுபட வைத்தது. 'பிரிட்ஜ் ஒப் ரிவெர் க்வாய்' திரைப்படத்தின் ஒரு பகுதி இலங்கையில் படமாக்கப்படும் போது இளைஞன் பாலுமகேந்திரா அதனைக் காண நேர்கின்றது. அந்தத் தாக்கமே அவரைத் திரைப்படத்துறையில் ஈடுபாடுடையவராக்கியது.

பாலுமகேந்திராவின் சாதனை

அவரது பட்டயப்படிப்புத் திரைப்படத்தைக் கண்டு, அவரைச் 'செம்மீன்' படப்புகழ் ராமு காரியத், தன்னுடைய 'நெல்லு' படத்துக்கு

ஒளிப்பதிவு செய்ய அழைத்தார். அப்படத்துக்காக, 1972இல் சிறந்த ஒளிப்பதிவுக்கான கேரள மாநில விருது பெற்றார். அதைத் தொடர்ந்து, பல மலையாளத் திரைப்படங்களுக்கு ஒளிப்பதிவு செய்தார். கே.எஸ்.சேதுமாதவனின், 'சுக்கு', 'ஜீவிக்கான் மறந்து போய ஸ்தீரி', 'சட்டக்காரி', பி.என்.மேனோனின் 'பணி முடக்கு' போன்ற முக்கியமான படங்களில் ஒளிப்பதிவாளராகத் தன்னுடைய முத்திரையைப் பதித்தார். தெலுங்கில் பிரபலமான 'சங்கராபரணம்' படத்தை ஒளிப்பதிவு செய்தார். ஒளிப்பதிவில் தனக்கென்று ஒரு புதிய பாணியினை அமைத்துக் கொண்டார். இயற்கை ஒளியினை அதிகமாகப் பயன்படுத்துவது இவருடைய தனித்துவமாகும். ஒளிப்பதிவாளராக இருந்து பின் இயக்குனராக மாறினார் பாலுமகேந்திரா.

1978இல், பாலுமகேந்திரா, அவரது முதல் படமான 'கோகிலா'வைக் கன்னட மொழியில் இயக்கினார். இவர் ஒளிப்பதிவு செய்த முதல் தமிழ்ப்படம் 'முள்ளும் மலரும்' ஆகும். இப்படம் 1977இல் வெளியாயிற்று. தமிழில் இவரது முதல் படம், 'அழியாத கோலங்கள்' ஆகும். இப்படம் 1978இல் வெளியாயிற்று. பாலு மகேந்திரா, மணிரத்தினம் போன்ற முக்கிய இயக்குனர்களின் முதல் படங்களுக்கு ஒளிப்பதிவு செய்துள்ளார்.

சின்னத்திரையில் பாலுமகேந்திரா

"நடிகர் ஒரு கருத்தினைப் பார்வையாளர் முன்பாக நடிப்பால் நிகழ்த்திக் காட்டுகின்ற கலை நாடகக் கலை. இந்நாடகக்கலை, ஓவியம், இசை, அரங்கமைப்பு, ஒளியமைப்பு, ஒப்பனை, ஆடை அணிகலன் போன்ற இன்னபிற கலைக் கூறுகளின் கூட்டு இணைவில் உருவாகின்ற கலையாகும்."[2]

இத்தகைய நாடகத்தின் பரிணாம வளர்ச்சியே தொலைக்காட்சித் தொடர்களாகும். இன்று தொலைக்காட்சித் தொடர்களைக் காணாத வீடுகளே இல்லை எனலாம். இயக்குனர் பாலுமகேந்திரா அவர்கள் 'கதைநேரம்' என்னும் தொலைக்காட்சித் தொடரினை, சன் தொலைக்காட்சிக்காக இயக்கினார். இத்தொடர்கள் 52 கதைகளைக் கொண்டிருந்தன.

நுண்ணுணர்வும் படைப்பாற்றலும்

பாலு மகேந்திரா பேசும்போது படைப்பாற்றல் நுண்ணுணர்வு பற்றி,

"ஒரு படைப்பாளிக்கு அடிப்படைத் தேவை நுண்ணுணர்வு. அந்த நுண்ணுணர்வு இல்லையென்றால் அவன் படைப்பாளியே

அல்ல. மற்றவர்கள் பார்க்க முடியாத விஷயங்களை உன்னால் பார்க்க முடிகிறதே எதனால்? உன்னிடம் நுண்ணுணர்வு உள்ளது. எந்த நுண்ணுணர்வு உனது படைப்பை உன்னதப்படுத்துகின்றதோ அதே நுண்ணுணர்வு உனது தனிப்பட்ட வாழ்வை நாறடித்து கொண்டிருக்கும். ஏனெனில் நீ அதிகம் எதிர்வினை புரிபவனாய் இருப்பாய். உலகில் உள்ள படைப்பாளிகளுக்கு இருக்கக்கூடிய சாபக்கேடுதான் இது"[3] என்கிறார்.

பாராட்டுக்களும் விருதுகளும்

பாலு மகேந்திராவின் திறமையைப் பாராட்டி சத்யஜித்ராயின் ஒளிப்பதிவாளரும், இந்திய சினிமாவின் தலைசிறந்த ஒளிப்பதிவாளருமாகக் கருதப்படும் சுப்ரதா மித்ரா தனது காட்சிக் காணியைப் பரிசாக வழங்கியுள்ளார். சிறந்த இயக்குனருக்கான தேசிய விருதை பாலுமகேந்திரா மூன்று முறை பெற்றுள்ளார். வீடு, சந்தியா ராகம், வண்ண வண்ணப் பூக்கள் ஆகிய திரைப்படங்கள் அவை. விருதுபெற்ற சிறந்த திரைக்கதைக்கு கோகிலா, அழியாத கோலங்கள் ஆகியவை சிறந்த திரைப்படத்திற்கான விருதையும் பெற்றன. ஜூலி கணபதி சிறந்த படத்தொகுப்புக்கான 'சாந்தாராம் விருது' பெற்றது. இம்மூன்று துறைகளிலும் விருது பெற்ற ஒரே திரைப்பட நிபுணர் இவரே ஆவார்.

தேசிய திரைப்பட விருதுகள்

பல திரைப்படங்களை இயக்கியுள்ள பாலுமகேந்திரா பல படங்களுக்கு திரைக்கதையும் எழுதியுள்ளார். சிறந்த ஒளிப்பதிவாளராகவும் விளங்கி சாதனை படைத்துள்ளார். 1978இல் 'கோகிலா' என்ற கன்னடமொழி படத்திற்கும், 1983இல் 'மூன்றாம் பிறை' என்ற தமிழ்த்திரைப்படத்திற்கும், 1988இல் 'வீடு', 1990இல் 'சந்தியா ராகம்' 1992இல் 'வண்ண வண்ணப் பூக்கள்' என்ற தமிழ்ப்படங்களை ஒளிப்பதிவு மற்றும் இயக்கம் செய்ததற்கான தேசிய விருதுகளைப் பெற்றார்.

மேலும், அவர் 1974-ஆம் ஆண்டு 'நெல்லு' என்ற படத்திற்கும் 1975-ஆம் ஆண்டு 'பிரயாணம்' படத்திற்கும் சிறந்த ஒளிப்பதிவுக்கான கேரள அரசின் விருதினைப் பெற்றார்.

1977இல் 'கோகிலா' என்ற திரைப்படத்திற்கு, சிறந்த திரைக் கதைக்கான கர்நாடக அரசின் விருதினைப் பெற்றார்.

1983ஆம் ஆண்டு 'மூன்றாம் பிறை' என்ற திரைப்படத்திற்கும், 1983ஆம் ஆண்டு 'ஓலங்கள்' என்ற மலையாளப் படத்திற்கும், 1988இல் 'வீடு' என்ற தமிழ்ப்படத்திற்கும் சிறந்த இயக்குனருக்கான 'பிலிம்பேர்' விருதினைப் பெற்றார்.

1978-இல் 'மணவூரிபண்டவலு' என்ற தெலுங்குப் படத்திற்கும் 1982-ல் 'நீர்க்காசனா' என்ற தெலுங்குப் படத்திற்கும் சிறந்த ஒளிப்பதிவுக்கான நந்தி விருதினைப் பெற்றார்.

பல இயக்குனர்களை உருவாக்கியவர்

பாலுமகேந்திராவிடம் உதவி இயக்குனராகப் பணியாற்றிய பலர் தமிழ் திரையுலகில் புகழ்பெற்ற இயக்குனர்களாக உள்ளனர். சேது, நந்தா, பிதாமகன் போன்ற படங்களை இயக்கிய பாலா, பாலு மகேந்திராவிடம் உதவி இயக்குனராகப் பணிபுரிந்தவர். ராம், வெற்றிமான், சீமான் போன்றவர்கள் பாலுமகேந்திராவிடம் உதவியாளர்களாகப் பணியாற்றி, இன்று சிறந்த இயக்குனர்களாக இருக்கின்றார்கள். சந்தோஷ் சிவன், ரவி.கே.சந்திரன் ஆகியோர் இவரால் உந்தப்பட்ட சில பிரபல ஒளிப்பதிவாளர்களாகும்.

மறைந்த பின்னும் வாழும் மனிதர்

பல விருதுகளையும், பல பாராட்டுகளையும் பெற்ற பாலுமகேந்திரா சிறந்த கதையாசிரியராகவும் சிறந்த ஒளிப்பதிவாளராகவும் சிறந்த இயக்குநராகவும் விளங்கினார். அவரது திரைப்படங்கள் யதார்த்தமாகவும் சமூக பிரச்சனைகளை எடுத்துக்காட்டும் விதமாகவும் விளங்குகின்றன.

இத்தகைய பல சாதனைகளைப் பெற்ற பாலு மகேந்திரா இலங்கையில் பிறந்து, புலம் பெயர்ந்து இந்தியாவிற்கு வந்து பெருமை பல பெற்றுள்ளார். தம் திரைப்படங்களின் மூலமாகப் பல சமுதாய அவலங்களைப் படம்பிடித்துக்காட்டியுள்ளார். சென்னையில் வாழ்ந்து பல சாதனைகளைத் திரைத்துறையில் படைத்த பாலுமகேந்திரா அவர்கள் 2014-ஆம் ஆண்டு பிப்ரவரி மாதம் மாரடைப்பால் காலமானார். அவர் மறைந்தாலும் அவர் படைத்த திரைப்படங்கள் அவரின் பெயரை என்றும் பறைசாற்றும். மறைந்தும் மறையாது வாழும் மனிதராக விளங்குபவர் பாலுமகேந்திரா ஆவார்.

அடிக்குறிப்புகள்:
1. கவியரசு.த, மேலைக்கடலில் ஈழக்காற்று, ப-18
2. இணைதளம், செய்திகள் (திரட்டல்)

சு.சத்யா
முனைவர் பட்ட ஆய்வாளர்,
தமிழ்த்துறை, காந்திகிராம கிராமியப்
பல்கலைக்கழகம், காந்திகிராமம்-624302
திண்டுக்கல்

23. இங்கிலாந்திற்குப் புலம் பெயர்ந்த தமிழர்களின் தமிழ்ப்பணி

முன்னுரை:

உலகெங்கும் தமிழினத்துடன் ஒரு பழமையான தொடர்பு உள்ள வரலாறு காணப்படுவது என்பது பெருமையாக உள்ளது. பல நூற்றாண்டுகட்கு முன்பே தமிழர்கள் கடல் கடந்து சென்றுள்ளமையை "முந்நீர் வழக்கம் மகடூஉவோ டில்லை" என்ற தொல்காப்பிய சூத்திரத்தாலும், "கடாரம் வென்ற சோழன்" என்ற தொடராலும் அறிகிறோம். முப்புறமும் கடல் சூழ்ந்த நிலத்தில் நெடுங்காலமாக வாழ்வதன் விளைவாகத் தமிழ் மக்கள் கலம் செலுத்திக் கடல் கடந்து செல்வதில், திரவியம் தேடுவதில் இயல்பான ஆர்வமும் ஊக்கமும் காட்டி வந்தனர். இதனால் வாணிபம், அரசியல், சமயம், கல்வி முதலிய பல்வேறு காரணத் தொடர்பினால் தமிழர்–ஆங்கிலேயர் உறவு தொடர்ந்து வலுவடைந்தது. ஆங்கிலேயர்கள் தமிழ்நாட்டிற்கு வந்து வாணிபம் செய்யத் தொடங்கியவுடன் ஓரளவு தமிழ்மொழி பயில வேண்டிய கட்டாயம் ஏற்பட்டது. தவிர ஆங்கிலம் தெரிந்த தமிழர்களின் பணியும் தேவையாக இருந்தது. இச்சூழ்நிலையின் தாக்கத்தால் பிரிட்டன் தமிழ்நாடு உறவு தோன்றி மலரத் தொடங்கியது. ஸ்காட்லாந்து, வட அயர்லாந்து, வேல்ஸ், இங்கிலாந்து ஆகிய நான்கும் அடங்கிய நாட்டை யு.கே. (யுனைடட் கிங்டம்) அல்லது கிரேட் பிரிட்டன் என்று அழைக்கின்றார்கள். இந்நாட்டின் பரப்பளவு 94.214 சதுர மைல்கள் இந்நாட்டின் தலைநகரம் இலண்டன் மாநகர். இந்நாட்டில் பெரும்பான்மையோர் பேசும் மொழி ஆங்கிலம் ஆகும். பிரித்தானிய நாட்டில் மொத்தம் 156 மொழிகள் பேசப்பெறுவதாக இந்நாட்டு அரசின் அறிக்கைப்பட்டியலிருக்கிறது. இவற்றுள் நம் தமிழும் ஒன்று.

பிரிட்டன் - தமிழ்நாடு உறவு:

பிரித்தானிய அரசின் ஆட்சிக்குட்பட்ட நாடுகளில் வழங்கிய பழம்பெரு மொழிகளையெல்லாம் கற்பிக்க கீழைநாட்டு ஆப்பிரிக்கக் கல்வி நிறுவனம் இலண்டன் மாநகரில் தோற்றுவிக்கப்பட்டது. இந்த நிறுவனம் ஆங்கிலேயர்கள் மூலம் தமிழ் கற்பித்ததோடு, தமிழர்களை அழைத்துப் பணியமர்வு செய்தும் தமிழ் கற்பித்தது. மொழித்துறையில் இப்படித் தொடர்பு ஏற்பட்டதோடு பிற அறிவுத்துறைகளிலும் பிரிட்டனுக்கும், தமிழகத்துக்கும் தொடர்பு வளர்ந்தது. ஏனென்றால் அரசியல் பணிகளுக்காகவும், சமயத்தொண்டுக்காகவும் ஆங்கிலம் தெரிந்த தமிழர்களும், தமிழ் தெரிந்த ஆங்கிலேயர்களும் தேவைப்பட்டதால் பிரிட்டனிலும் தமிழகத்திலும் முறையே தமிழ்க்கல்வி ஆங்கிலக் கல்வி கற்பிக்கக் கல்வி நிலையங்கள் தோற்றுவிக்கப்பட்டன.

மேலும் பிரிட்டானிய கிறிஸ்தவ சமய அடியார்கள் கிறித்துவ சமயத்தைத் தமிழர்களிடையே பரப்பும் நோக்கத்துடன் தமிழ் கற்றுக்கொண்டு தமிழிலே மக்களோடு தொடர்பு கொண்டார்கள். தமிழ்மொழி ஆராய்ச்சியிலும் தமிழ் இலக்கியக் கல்வியிலும் மொழிபெயர்ப்பிலும் ஈடுபட்டுப் பிரித்தானிய கிறித்துவ சமய அடியார்களில் சிலர் பெரும்பணி ஆற்றியிருக்கின்றார்கள். இப்படிப்பட்ட சூழலில்தான் தமிழ் தெரிந்த பிரித்தானியர்களின் தொகையும், ஆங்கிலம் தெரிந்த தமிழர்களின் தொகையும் வளரத்தொடங்கின. மேலும் தமிழர்களும் பிரிட்டனுக்குச் சென்று குடியேறத் தொடங்கினார்கள். கல்விக்காகப் பிரிட்டனுக்குச் சென்று, அங்கேயே பணி வாய்ப்பு பெற்று, அங்கேயே தங்கிவிட்ட தமிழர்களும் உண்டு. கல்வி கற்பிப்பதற்காகப் பணியமர்வு வாய்ப்பு பெற்று குடியுரிமை பெற்ற தமிழர்களும் உண்டு.

தமிழ் மக்கள் தொகை

சமீபத்தில் 'தி ஹிந்து' (The Hindu) நாளிதழ் வெளியிட்ட புள்ளிவிவரப்படி, பிரிட்டனில் வாழும் இந்தியர்களின் எண்ணிக்கை 8 லட்சம். இவர்களில் 40 விழுக்காடு தமிழர்கள் இருக்கின்றார்கள் என்பதால் பிரிட்டனில் மொத்தம் தோராயமாக புள்ளிவிவரத்தைவிட (35,000) மேலும் அதிகமாகத் தமிழர்கள் பிரிட்டனில் இருக்கிறார்கள். தமிழர்கள் மிகுதியாக இருக்கும் பகுதி இலண்டன், விம்பிள்டன், கிராய்டன், சவுத்தாள், கிளாஸ்கோ, மேஞ்ச்செஸ்டர், பர்மிங்காம் ஆகிய பகுதிகளாகும்.

தமிழ்ப்பண்பாட்டின் தாக்கம்:

1. தமிழ்நாட்டிலிருந்த கிறித்துவ சமய அமைப்புகள் தமிழ் மயமாக்கப்பட்டன. தமிழிலேயே விவிலிய நூல் எழுதப்பட்டது. தமிழிலே கிறித்துவ மதம் போதிக்கப்பட்டது.

2. தமிழ்ச்சமயம், குறிப்பாக இலண்டனுக்குச் சென்றது. பிரிட்டனின் பல்சமய அமைப்பில் தமிழ்ச்சமயமும் ஒன்றாக இருக்கின்றது. தமிழ்க்கலைச் சின்னங்களைத் தெய்வ உருவச்சிலைகளைப் பிரிட்டனில் காணலாம்.

3. தமிழர் உணவும் பிரிட்டனுக்குச் சென்றது. ஆனால் தமிழர் வட்டாரத்தில்தான் தமிழ் உணவு கிடைக்கும். சிங்கப்பூர் சிராங்கன் ரோடு, கோலாலம்பூர் செட்டித்தெரு போல் இங்கும் உள்ளன. தமிழர் பண்பாடு, நாகரீகம், தமிழர் தம் இசைக் கருவிகள், தமிழக ஆட்சி இவை தொடர்பான பல பொருள்களை விக்டோரியா அண்ட் ஆல்பெர்ட் பொருட்காட்சிச் சாலை முதலிய பொருட்காட்சிச் சாலைகளில் காணலாம்.

4. தமிழ்மொழி பிரிட்டனுக்குச் சென்றது. தமிழ் நூல்களும், தமிழ்க் கையெழுத்துப் படிகளும் பிரிட்டனில் இருக்கின்றன. தமிழ் ஆராய்ச்சிக்கு வாய்ப்பளிக்கப்பட்டிருக்கும் சூழ்நிலை உருவாகியிருக்கின்றது. இந்நிலையில் பிரிட்டனில் தமிழ் ஆராய்ச்சியும், தமிழ்ப்படிப்பும் வேரூன்றி நிற்கின்றது. பிரிட்டன் நூலகத்தில் பல அரிய நூல்களும் கையெழுத்துப் படிகளும் உள்ளன. ஏறத்தாழ 20,000 தமிழ் நூல்களும், 300க்கும் மேற்பட்ட கையெழுத்துப் படிகளும் உள்ளன. பிரிட்டன் நூலகத்திற்கு அடுத்தபடியாக 'இந்திய ஆபிஸ் நூலகத்தில்' 16,000 நூல்களும் 34 கையெழுத்துப் படிகளும் உள்ளன. பல அரிய நூல்கள் இவ்விரண்டு நூலகங்களிலும் போற்றிப் பாதுகாக்கப்பட்டு வருகின்றன என்பது குறிப்பிடத்தக்கது.

பிரிட்டனில் தமிழர்கள் செய்த பணி:

தொடக்கத்திலிருந்தே தமிழில் பட்டப்படிப்பு, ஆராய்ச்சிப்படிப்பு போன்றவற்றைப் படிக்க பிரிட்டனில்தான் வசதி இருந்தது என்பது இங்கு குறிப்பிடத்தக்கது. சென்ற நூற்றாண்டிலே ஆக்ஸ்போர்டு பல்கலைக்கழகத்தில் தமிழுக்கும், தெலுங்குக்கும் இடமளிக்கப்பட்டிருந்தது.

அறிஞர் ஜி.யு.போப் அவர்கள் தான் ஆக்ஸ்போர்டு பல்கலைக்கழகத்தில், 1884 முதல் 1896 வரை தமிழ் –தெலுங்கு விரிவுரையாளராகப் பணியாற்றினார். தன்னைத் 'தமிழ்மகன்' என்று சொல்லிக் கொள்வதில் பெருமை கொண்டவர் என்பதை அனைவரும் நன்கு அறிவோம். இவர் மறைவுக்குப் பின் ஆக்ஸ்போர்டில் தமிழ்க்கல்வி வளர்ச்சி குன்றிவிட்டதெனலாம்.

ஜி.யு.போப்பிற்குப் பிறகு இலக்கியத்துறையில் ஈடுபாடும் அக்கறையும் கொண்டவர் திரு.தாம்ப்சன் என்பவராவார். (School of Oriental and African Studies) கீழ்த்திசை மற்றும் ஆப்பிரிக்கக் கல்வி நிறுவனம் என்ற நிறுவனத்தில் பணிபுரிந்த இவர், டாக்டர் உ.வே.சாமிநாதய்யரிடம் தமிழ் பயின்றவர். தமிழ்க் கல்விக்கும், தமிழாராய்ச்சிக்கும் சிறப்பாக ஓர் இடமளித்திருப்பது இலண்டன் பல்கலைக்கழகத்தில் உள்ள கீழைநாட்டு ஆப்பிரிக்கா கலைக்கழகம் தான் என்றாலும், ஆக்ஸ்போர்டு, பர்மிங்காம், மான்செஸ்டர், எடின்பரோ முதலிய இடங்களில் உள்ள பல்கலைக்கழகங்களிலும் தமிழில் ஆய்வு செய்ய வாய்ப்பிருப்பது இங்கு குறிப்பிடத்தக்கது. இலண்டன் பல்கலைக் கழகத்தில் தொடக்கநிலை முதல் தமிழ் பயின்று உயர் ஆய்வு செய்து பட்டம் பெறவும் வழியுண்டு. தமிழில் ஆர்வம் கொண்ட பிறதுறை மாணவர்கட்கும் இங்கே தமிழ்க் கற்பிக்கப்படுகிறது. எடின்பரோ பல்கலைக்கழகத்தில் மொழியியல் முதுகலைப்பட்ட படிப்பிற்குத் தமிழின் கட்டமைப்பு ஒரு விருப்பப் பாடமாக வைக்கப்பட்டுள்ளது.

அடுத்து பிரிட்டனில் தமிழ்ப்பணிபுரிந்த டாக்டர் ஆஷர், தமிழ்மொழி பற்றிய ஆராய்ச்சியில் தலைசிறந்தவர்; ஆங்கில மாணவர்களுக்காகத் தமிழ் பயிற்றுவிக்கும் பொருட்டு ஒரு தனி நூலை வெளியிட்டவர்; தமிழ் இலக்கியம். தமிழ் இலக்கணம், தமிழ்ப்புதினங்கள் போன்ற பல வகைமைகளில் ஈடுபாடு கொண்டவர். அவர் தமிழுக்காகத் தன்னை அர்ப்பணித்துக் கொண்டவர் என்று சொன்னால் கூட அது மிகையாகாது. 'செந்தமிழும் நாப்பழக்கம்' என்பதற்கேற்ப தமிழிலேயே உரையாட விரும்புபவர் இவர். இன்று எடின்பரோ பல்கலைக்கழகத்தில் மொழியியல் பேராசிரியராக இருந்து வரும் இவர், தமிழ் மாணவர்களை உருவாக்குவதும் தமிழ் இலக்கிய இலக்கணம் பற்றி ஆராய்வதிலும் தன்னுடைய நாள்களை கழித்து வருகிறார். எடின்பரோவிற்கு வரும் தமிழ் மாணவர்கட்கு

உறுதுணையாக இருக்கிறார். இவருடைய கைவண்ணத்தில் மலர்ந்த தமிழ் மாணவர்கள் பலராவர்.

இவரைப்போன்றே கீழை ஆப்பிரிக்கக் கலைக்கழகத்தில் பணியாற்றிவரும் டாக்டர் மார் என்பவரும் குறிப்பிடத்தக்கவர். அவர் அண்ணாமலைப் பல்கலைக்கழகத்தில் தமிழ்ப் பேராசிரியராகயிருந்த டாக்டர் அ.சிதம்பரநாதன் செட்டியாரின் கீழ் ஆராய்ச்சிகளை நடத்தியவர். இப்பல்கலைக்கழகத்தில் இரண்டு ஆண்டுகள் தமிழ் கற்பித்த பெருமை இவருக்குண்டு. டாக்டர் மார் அவர்கள் தமிழ் இலக்கிய இலக்கணத்தில் மட்டுமின்றித் தமிழ்ப் பண்பாட்டிலும் நாட்டம் கொண்டவர். இவரைப் போன்றே ஆக்ஸ்போர்டு பல்கலைக்கழகத்தில் பேராசிரியராக இருந்த டாக்டர். பர்ரோ அவர்களும் குறிப்பிடத்தக்கவர்கள். இவர் திராவிட மொழியியல் உலகுக்குச் செய்த தொண்டு ஏட்டில் அடங்காது. டாக்டர் விட்லி, டாக்டர் லாஸ், டாக்டர் கூர்மன், திருமதி கௌளர் போன்றவர்களெல்லாம் தமிழ்மொழியில் நாட்டம் கொண்டவர்கள். அண்ணாமலைப் பல்கலைக்கழகத்திற்கு அடிக்கடி வந்து ஆலோசனை பெற்றவர்கள். வாய்ப்பு கிடைக்கும்போதெல்லாம் தமிழுக்கு என்ன செய்ய வேண்டுமோ அதனைச் செய்பவர்கள். தமிழ் ஆராய்ச்சி எந்தக் கோணத்தில் போக வேண்டுமோ அந்தக் கோணத்தில் போக வேண்டும் என விரும்புபவர்கள். மேல் நாட்டுத் தமிழ் அறிஞர்களால்தான் தமிழ்மொழி உலக அரங்கில் நல்ல நிலையில் உள்ளது என்று கூறினால் அது மிகையாகாது.

ஆங்கிலேயேர்களின் தமிழ்மொழிச் சேவையைத் தவிர, பிரிட்டனில் உள்ள தமிழ்க் குலத்தாரும் தமிழ்க்கல்விக்காக அரியசேவை செய்கின்றனர். இவர்களில் குறிப்பிடத்தக்கவர்கள் டாக்டர் ஆர்.நித்தியானந்தன் (தலைமையாசிரியர், மேற்கு இலண்டன் தமிழ்ப்பள்ளி), க.நவசோதி (ஆசிரியர், மேற்கு இலண்டன் பள்ளி), இராம.வீரசிங்கம் (இலண்டன் தமிழ்ச் சங்கத் தமிழ்ப்பள்ளி) என்பவராவார்கள்.

தமிழ்மொழி போதனையில் சமூகத்தின் அக்கறை அல்லது ஈடுபாடு என்ன? என்று சீர்தூக்கிப் பார்த்தால் உண்மை விளங்கும். பிரிட்டனில் அதிலும் இலண்டன் வாழும் தமிழ் மக்கள் ஒருசிறுபான்மை இனமென்பதை இன்று பிரிட்டனில் இயங்கி வருகின்ற தமிழ்ப் பள்ளிகளின் எண்ணிக்கைகளைக் கொண்டு

உணரலாம். தங்கள் பிள்ளைகள் தாய்மொழியையும், கலைகளையும் கற்று அவற்றில் திறமை பெற வேண்டும் என்ற நோக்கத்தில் பிரிட்டன் தமிழர்கள் விடாப்பிடியாக இருந்து வருகிறார்கள். தமிழர்கள் எண்ணிக்கையில் குறைந்த அளவினராய் இருந்தபோது தத்தம் வீட்டிலேயே தம் தாய் மொழியைத் தங்களுக்கு இயன்ற அளவில் கற்றுத் தந்து வந்தனர். பின்னர் தமிழர்கள் எண்ணிக்கை மிகுந்ததும் பிள்ளைகளை ஒரு பொது இடத்திற்கு அழைத்து வந்து சனி அல்லது ஞாயிற்றுக்கிழமைகளில் தக்காரைக் கொண்டு தமிழ் பயிற்றுவிக்கத் தலைப்பட்டனர்.

இவ்வாறு தமிழர்கள் கணிசமான அளவில் வாழும் விம்பிள்டன் பகுதியிலும்,கிழக்கு இலண்டனிலுள்ள ஈஸ்ட் ஹேமிலும் 1974இல் முறையே விம்பிள்டன் தமிழ்ப்பள்ளியும், திருவள்ளுவர் தமிழ்ப்பள்ளியும் தொடங்கப் பெற்றன. அவை இன்றளவும் சிறப்பாகச் செயல்பட்டு வருகின்றன. விம்பிள்டன் பள்ளியிலும், திருவள்ளுவர் தமிழ்ப்பள்ளியிலும் படிப்பவர்கள் ஆரம்ப நிலையை முடித்து, உயர்நிலை தமிழ் கற்றபின் ஜி.இ.சி என்ற பாடவிடைத்தாள் எழுதி அரசாங்க உயர் தமிழில் தேர்வு பெற்று, பல்கலைக்கழகத்தில் தமிழைப் படிக்கலாம். ஏற்கனவே கூறியபடி பிரிட்டனில் தொடக்க நிலையிலிருந்து தமிழைக் கற்றுத் தமிழில் பி.ஏ., எம்.ஏ., பட்டங்களைப் பெறவும் பின் ஆராய்ச்சி நடத்தி டி.ஃபில் பட்டம் பெறவும் வாய்ப்பாளிக்கப்பட்டுள்ளது. இவ்வாறு பிரிட்டனில் தமிழர்கள் தமிழ் வளர்ச்சிப் பணியைச் செய்து வருகின்றனர்.

முடிவுரை

இலண்டன் தமிழ்ச்சங்கம் ஏறத்தாழ ஐம்பது ஆண்டு காலம் இலண்டனில் இயங்கித் தமிழ்ப் பணிகள் புரிந்து வருகின்றது. அச்சங்கத்தால் உருவாக்கப்பட்ட தமிழ்ப் பள்ளியின் அகவை இன்று ஆறு ஆண்டுகள்தாம் என்றாலும் அதன் தமிழ்ப்பணி குறிப்பிடத்தக்கது. தமிழ்மொழி போதனையில் தீவிர அக்கறை செலுத்தி வருகிறது. மொழி, இலக்கியம் ஆகியவற்றிற்கு இலண்டன் தமிழ்ச்சங்கத் தமிழ்ப்பள்ளி முக்கியத்துவம் வழங்கி வருகிறது. கிழக்கு இலண்டனில் இயங்கிவரும் திருவள்ளுவர் தமிழ்ப் பள்ளியினை, தமிழர் முன்னேற்றக்கழகம் பொறுப்பேற்று நடத்தி வருகின்றது. இவ்வாறு பிரிட்டனில் புலம் பெயர்வுத் தமிழர்கள் தமிழை வளர்த்து வருவது குறிப்பிடத்தக்கது.

●

அ.கலையரசி
தமிழ்த்துறை,
முனைவர் பட்ட ஆய்வாளர்
காந்தி கிராம கிராமியப் பல்கலைக்கழகம்
காந்திகிராமம், திண்டுக்கல்

24. அயல்நாடுகளில் தமிழர் புலம்பெயர்வு – சீனா

முன்னுரை

சீனா என்றால் மிகப்பெரிய நாடு; பழம்பெரும் பண்பாடு உள்ள நாடு; முதன்முதலாகப் பொது உடைமைக் கொள்கையைத் தழுவிய ஆசியநாடு என அனைவரும் அறிவர். சீன மருத்துவர்கள் பலர் தமிழ்நாட்டில் இருக்கின்றார்கள். தமிழ்நாட்டு நகரங்களில் சீன உணவகங்களை இன்றும் பார்க்கலாம். ஆகையால், சீனாவைப் பற்றியும், சீனர்களைப் பற்றியும் தமிழர்களுக்கு ஓரளவுக்குத் தெரியும். இக்கட்டுரை சீனநாட்டிற்கும் தமிழ்நாட்டிற்கும் இடையிலான தொடர்புகளையும், புலம்பெயர்வுகளையும் ஆராய்கின்றது.

சீன - தமிழ்நாட்டின் தொடர்பு:

சீன நாட்டுடன் பண்டைக் காலத்தில் இருந்தே தமிழ்நாட்டிற்குத் தொடர்பு இருந்திருக்கின்றது. சீனப் பயணிகள் பழங்காலத்திலேயே தென்னகத்தைப் பற்றித் தங்கள் பயணக் குறிப்புகளில் குறித்துள்ளார். தமிழகத்தைச் சேர்ந்த பரதவர்கள் சீனா, மங்கோலியா, இந்தோனேசியா, அரேபியா போன்ற பல நாடுகளுக்குப் பண்டைக் காலத்திலேயே பயணித்துள்ளனர். கி.மு. ஏழாம் நூற்றாண்டில் தமிழ்நாட்டிற்கும் சீனாவிற்கும் வாணிபத் தொடர்பு இருந்தது என ஸ்காப் (Schoff) என்பார் கூறுகின்றார்.

சீனப் பட்டுத்துணியை இன்று மட்டுமல்ல பண்டைக் காலத்திலிருந்தே தமிழர் விரும்பி வாங்கினார்கள். சங்க காலத்திலேயே தமிழர்கள் சீனப்பட்டு என்று அழைக்கும் பட்டுத்துணிகளை உடுத்திக் கொண்டார்கள் என்ற செய்தி பதிவுசெய்யப்பட்டுள்ளது. பட்டுத்துணிகளைத் தமிழ்நாட்டிற்கு அறிமுகப்படுத்திய பெருமை சீனாவுக்குத் தான் உண்டு என்று பலர் கூறுகின்றனர். அதனால் தான் பட்டுத்துணிகளைச் சீனாம் என்று தமிழர்கள் அழைக்கின்றனர். சக்கரை கூட சீனாவிலிருந்து

தமிழ்நாட்டிற்கு வந்ததாகக் கருதப்படுகிறது. அதனால் தான் சக்கரையைச் 'சீனி' என்று தமிழர்கள் அழைக்கின்றார்கள். குறிப்பாக பாண்டிய, சோழநாட்டுத் தமிழகப் பகுதிகளில் இன்று கூட சக்கரையை 'சீனி' என்று கூறுவது தான் மரபு.

வாணிபப் பொருட்கள்:

தமிழர்கள் சீனாவுக்கு வாணிபத் தொடர்பாக எடுத்துச் சென்ற பொருட்கள் மிளகு, ஏலக்காய், சாம்பிராணி, செம்பவழம் முதலியனவாகும். இவ்வாணிபம் கடல் வழியாக நடந்திருக்கும் என நம்பப்படுகின்றது. ஹவ் ஆங்சே எனும் சீன மன்னர் கி.மு.2ம் நூற்றாண்டில் காஞ்சிபுரத்திற்கு வந்தார் எனச் சான்றுகள் இருப்பதாக வரலாற்று ஆய்வாளர்கள் குறிப்பிடுகின்றனர்.

கி.பி. ஏழாம் நூற்றாண்டில் 'யுவான் சுவாங்' எனும் சீனப்பயணி இந்தியாவிற்கு வந்து 17 ஆண்டுகள் தங்கியிருந்தார். மீண்டும் சீனாவிற்குத் திரும்பிய பிறகு இந்தியாவைப் பற்றி ஒரு நூல் எழுதினார். அந்த நூலின் பத்தாவது பிரிவிலே திராவிட நாட்டின் தலைநகரம் காஞ்சிபுரம் எனும் தலைப்பில் தமிழ்நாட்டைப் பற்றி ஒரு கட்டுரையை விரிவாக எழுதியுள்ளார்.

தூதுவரகத் தொடர்பு

பல்லவ, சோழர் காலத்தில் சீனாவிற்கும் தமிழ்நாட்டிற்கும் தூதுவரகத் தொடர்பு இருந்ததாகச் சான்றுகள் கிடைக்கின்றன. காஞ்சிபுரத்திலிருந்து கி.பி. 8ம் நூற்றாண்டிலேயே ஒரு தூதுவரகக்குழு சென்றதாகக் கூறப்படுகின்றது. இம்மாதிரியான தொடர்பு இருந்ததாகப் பண்டைய சீன நூல்களும் கூறுகின்றன. இந்நூல்கள் இராசராசசோழனை லோ-சா-லோ-சா என்று அழைக்கின்றன. 11ம் நூற்றாண்டில் சுங் வம்சத்து சீன அரசாங்கத்திற்கும் தென் இந்திய சோழ அரசர்களுக்கும் தூதுவரகத் தொடர்பு இருந்தது. கி.பி. 1015இல் முதலாம் இராசஇராசன் அனுப்பிய ஒரு தூதுக்குழு சீனாவிற்கு வந்தது. இத்தூதுக்குழுவில் 52 பேர் இருந்தனர். தூதுக்குழுவினர் மூலம் சோழ அரசன் பரிசுக் கடிதம் அளித்ததாகச் சோங்-ஷீ எனும் சுங் வமிச வரலாற்று நூலிலே குறிப்புகள் இருக்கின்றன.

தமிழர்கள்:

சீனாவில் தமிழ்க்கல்விக்கு வாய்ப்பு ஏதும் இல்லை எனினும் சீனாவில் தமிழுக்கு இடம் உண்டு. பொதுவாகச் சீனாவில்

நிரந்தரமாகத் தங்கி வசித்துவரும் இந்தியர்களே இல்லை எனலாம். சாங்காய், டியன்ஜின் முதலிய துறைமுக நகரங்களில் துறைமுகப் பணியாளர்களாகவும், சில்லறை வியாபாரிகளாகவும் ஒரு சில இந்தியர் இருந்ததாகக் கூறப்படுகிறது.

தமிழ்க்கல்வி:

சீனாவில் தமிழ்ப் பள்ளிக்கூடம் இல்லை. பீகிங்கில் உள்ள தமிழர் தம் குழந்தைகள் இந்தியத் தூதரகப் பள்ளியில் சேர்ந்து கல்வி கற்கலாம். அங்குத் தமிழ் கற்பிக்கப்படுவதில்லை. பிற பாடங்களுடன் ஆங்கிலமும் இந்தியும் மட்டுமே கற்பிக்கப்படுகின்றன. சர்வதேசப் பள்ளியில் சேர்ந்து படிக்கலாம். அங்குப் பிற பாடங்களுடன் ஆங்கிலம் மட்டுமே கற்பிக்கப்படுகின்றது. அப்படி இருந்தும் சீனாவில் தமிழ்க்கல்விக்கு வாய்ப்பு இல்லை, என்று கூற முடியாது. பீகிங் வானொலியில் தமிழ் ஒலி பரப்புத் தொடங்கப்பட்டதால் அங்குப் பணிபுரியத் தேர்ந்தெடுக்கப்பட்டோர்க்கெனப் பீகிங் ஒலிபரப்புக் கல்லூரியில் 1960 ஆண்டில் தமிழ்க்கல்வி தொடங்கப்பட்டது.

படிப்புக்காலம் 4 ஆண்டுகள். இருபது பேர் தமிழ்மொழியையும் இலக்கியத்தையும் கற்றனர். திரு.நாதன், திருமதி சாரதா சர்மா ஆகியோர் தமிழைக் கற்பித்தனர். 1976-ல் சீனாவில் தோன்றிய பண்பாட்டுப் புரட்சியின் காரணமாக இக்கல்லூரியில் 1968க்குப் பின்னர் தமிழ்க்கல்விக்கு வாய்ப்பில்லாது போயிற்று. 1984ஆம் ஆண்டு இக்கல்லூரியில் தமிழ்க்கல்வி மீண்டும் தொடங்கப்பட்டது.

மூன்று சீன மாணவர்கள் இவ்வகுப்பில் சேர்க்கப்பட்டுள்ளனர். ஆங்கிலம், அரசியல் முதலிய பாடங்களை முதலிரு ஆண்டுகளில் படித்த பின்னர், மைசூரிலும், சென்னையிலும் நான்காண்டுகள் தமிழைக் கற்பார்கள். பின்னர் இம்மூவரும் பீகிங் வானொலியின் தமிழ்ப்பிரிவில் சேர்வர். ஏனெனில் இப்பணிக்காகவே தற்போது அவர்கள் தேர்ந்தெடுக்கப்பட்டுள்ளனர்.

பீகிங் வானொலி நிலையம்:

1963 முதல் பீகிங் வானொலி நிலையத்தில் தமிழ்ப்பிரிவு உண்டு. சீனாவில் குடியேறியுள்ள இலங்கைத் தமிழர்களுக்காக நாள்தோறும் ஒரு மணிநேரம் தமிழ் நிகழ்ச்சிகள் ஒலிபரப்பப்படுகின்றன. இந்நிகழ்ச்சிகளில் செய்திகள், அனைத்துலக விவகாரங்கள், விவாதம், சீனப் பொருளாதாரம், இசை பற்றியன இடம் பெற்று வருகின்றன.

ஏறக்குறைய பதினெட்டு ஆண்டுகளாகத் தமிழ் ஒலிபரப்புக்கு

இடம் கொடுத்து வரும் பீகிங் வானொலி இப்போது தமிழிலக்கிய ஆய்வுக்குழு ஒன்றை அமைத்துள்ளது என்பது குறிப்பிடத்தக்கது. சீனப் பல்கலைக்கழகத்தில் தமிழைச் சிறப்புப் பாடமாகப் பயின்றவர்களே இவ்ஆய்வுக்குழுவின் உறுப்பினர்கள்.

பல ஆண்டுகளாகத் தமிழ் அறிவிப்பளாராகப் பணியாற்றிய சன்–குவா–சீயாங் என்பவர் தமிழிலக்கிய ஆய்வுக்குழுவின் பொறுப்பாளராகத் திகழ்ந்தார். இவர் 1981 மதுரையில் நடைபெற்ற ஐந்தாம் உலகத் தமிழ்நாட்டில் கலந்து கொண்டவர்.

தமிழ் இலக்கியங்களை ஆராய்ந்து சீன மக்களுக்கு எடுத்துக் கூறப்படுகிறது. தமிழிலக்கிய ஆய்வுக் குழுவைச் சேர்ந்தவர்களால் தமிழ் இலக்கிய வரலாறு, திருக்குறள், சிலப்பதிகாரம், கம்பராமாயணம், பாரதியார் கவிதைகள் ஆகியவை குறித்துப் பல ஆய்வுக் கட்டுரைகள் எழுதப்பட்டுள்ளன. கல்கி, மு.வ., அகிலன், ஜெயகாந்தன், நா.பார்த்தசாரதி, தி.ஜானகிராமன், செ.கணேசலிங்கம் ஆகிய இந்திய இலங்கைத் தமிழ் எழுத்தாளர்களின் படைப்போவியங்களைச் சீனமொழியில் மொழியாக்கம் செய்யவும் இக்குழு முயற்சி மேற்கொண்டுள்ளது.

தமிழறிந்த சீனர்கள்:

சாங்–சீலின்–1945ஆம் ஆண்டு குவாத்துங் மாநிலத்தில் பிறந்த இவருக்குச் சீனம், தமிழ், ஆங்கிலம் தெரியும். தென்கிழக்காசிய ஆராய்ச்சி நிறுவனத்தில் தமிழ் இலக்கியத்தை ஆராய்ச்சி செய்து வருகின்றார். 1964 முதல் 68 வரை பீகிங் வானொலிக் கழகத்து அயல்மொழித்துறையில் 4 ஆண்டுகள் தமிழ்பயின்றார்.

இவருக்கு தமிழ் இக்கால இலக்கியத்தில் மிகுந்த ஈடுபாடு உண்டு. அகிலன் படைத்த ‘பெண்’, ‘பொன் மலர்’ முதலிய 32 சிறுகதைகளைச் சீனமொழியில் மொழிபெயர்த்துள்ளார். மேலும் இவர் தான் முதன்முதலாக சங்க இலக்கியத்தில் ஈடுபட்டுள்ள சீனர். இவர் தமிழிலக்கியத்தில் செய்யவிருக்கும் பணி குறள்–கன்பூஷியஸ் ஒப்பீடு, தமிழ் சீன அகராதி, தமிழ்ப் பண்பாட்டு ஆய்வுக்கட்டுரைகள், கல்கியின் அலையோசை, அகிலனின் பாவைவிளக்கு மொழிபெயர்ப்பு, சங்க இலக்கிய ஆராய்ச்சிக் கட்டுரைகள் ஆகிய அனைத்துமாகும்.

வாங்–பாலூ–ஷி தமிழ்க் கல்வித்துறையில் தமிழ் மொழியைப் பயின்றவர். மு.வ. எழுதிய கரித்துண்டு என்னும் நாவலைச் சீன மொழியில் மொழிபெயர்த்தார்.

சீனாவில் போதி தர்மர்:

போதிதர்மன் கி.பி. ஆறாம் நூற்றாண்டில் வாழ்ந்த பல்லவ மன்னனின் மூன்றாம் இளவரசர். இவர் சீன தேசம் சென்று அங்கு வாழும் மக்களுக்கு வசித்துவம், களரி போன்ற போர்க் கலைகளையும், மருத்துவக் குறிப்புகளையும் கற்றுக்கொடுத்தார். அவர் கற்றுக்கொடுத்த தற்காப்புக் கலையே இன்றைய சீனாவில் குங்ஃபூவாக வளர்ச்சி பெற்றுள்ளது. சீனாவெங்கும் போதிதர்மருக்குச் சிலைகளும், கோயில்களும் காணப்படுகின்றன.

போதிதர்மனைப் பற்றிய வரலாற்றுப் பதிவுகள்: பௌத்தக் கதைகளிலும் தமிழ்மரபிலும் ஒரு நம்பிக்கையாக போதிதர்மன் நிலைகொண்டிருக்கிறார் என்று மயிலை சீனி.வேங்கடசாமி, கா.இந்திரசாலா ஆகியோர் குறிப்பிட்டுள்ளனர். போதி தர்மர் பௌத்த துறவி மட்டுமின்றி தத்துவ ஆசிரியராகவும் விளங்குகின்றார். பௌத்தர்களாயிருந்த தமிழர்கள் தமிழ் என்னும் வட்டாரத்திற்கு வெளியிலும் பௌத்த பயணம் மேற்கொண்டிருந்தனர். அப்பயணிகளுள் ஒருவர் போதிதர்மர். போதிதர்மர் மட்டுமல்ல; அக்காலத்தில் வச்சிரபோதி என்பவரும் சீனா சென்றதாக டாக்டர்.ஹிகோசசா கூறுகிறார்.

சீனாவிற்குப் போதிதர்மர் சென்றார் என்பதைப் போலவே சித்தர்களுள் ஒருவராயிருந்த பழநியில் சமாதி கொண்டிருப்பதாகக் கூறப்படும் போகர் சீனாவிலிருந்து வந்தவர் என்ற நம்பிக்கையும் இங்கு காணப்படுகிறது.

தமிழ் - சீனக்கவிதைகள் ஒப்பீடு:

சீன, ஜப்பானிய கவிதைகளைத் தமிழ்க் கவிதைகளோடு ஒப்பிட்டுக் கட்டுரைகள் வெளியிடப்பட்டுள்ளன. பி.எஸ்.ஹபீப் மொகமது–வின் ‘தமிழ் சீன ஜப்பானிய கவிதைகள் ஒப்பீடு’ மும்மொழிக் கவிதைகளையும் சில பொதுத் தன்மைகளின் அடிப்படையில் பொருத்திக் காட்டுகிறது.

கி.மு.2450ல் ஸ்ரீவம்சம் அரசாளத் தொடங்கியது. இம்வம்சத்தின் முதலரசன் இயஓ, இந்த வம்சத்தைத் தொடர்ந்து க்வின், யுவன், மிங், குயிங் என்னும் வம்சங்கள் ஆண்டன. இவர்களுடைய காலகட்டங்களில் நாட்டுப்புறப் பாடல்கள் மற்றும் கதைகள் தொகுக்கப்பட்டன; பாடல்கள் இயற்றப்பட்டன, உரைநடையில் வரலாற்று ஆவணங்கள் எழுதப்பட்டன. மேலும், நாடகங்களும், நாவல்களும் படைக்கப்பட்டன.

முடிவுரை

சீன மக்களுக்கு இந்தி, வங்காளம் ஆகிய மொழிகளைப் பற்றித்தான் தெரியும். ஆனால் சாங்-சிலீன் சங்க இலக்கியம், தற்கால இலக்கியம் முதலியவற்றை மொழிபெயர்த்து மொழி ஆராய்ச்சியில் மிகுதியாகக் கவனம் செலுத்துவதால், சீனர்களுக்கும் தமிழ்நாட்டைப் பற்றியும், தமிழ்மொழி பற்றியும் அறிந்து கொள்ள முடிகிறது. கம்பராமாயணம், சிலப்பதிகாரம், திருக்குறள், பாரதியார் கவிதைகள், மு.வ. அகிலன், ஜெயகாந்தன் முதலிய தமிழர்களின் தமிழ் நூல்கள் சீனமொழியில் மொழி பெயர்ப்பு செய்ததன் மூலமாக தமிழ்த்தென்றல் சீனாவில் வீசத் தொடங்கியிருக்கிறது.

வ.ஸ்ரீதர்
தமிழியல் மற்றும் பண்பாட்டுப்
புலம் தமிழ்நாடு திறந்தநிலைப்
பல்கலைக்கழகம்
சென்னை - 600 015.

26. சிங்கைக் கவிஞர் மு.தங்கராசனின் வாழ்வும் படைப்பும்

நேற்றையநிகழ்ச்சி இன்றைய வரலாறு. ஆனால் எல்லா நிகழ்ச்சிகளும் வரலாறு ஆவதில்லை. தகுதி பெற்றவர்களின் வாழ்க்கையில் நடந்த நிகழ்ச்சிகளின் தொகுப்பே வாழ்க்கையின் வரலாறாக அமைகிறது. வரலாற்றுத் தலைவரின் வாழ்வு நாட்டு வரலாற்றோடு இயைபுடையது. அண்ணல் காந்தியடிகள், பண்டித நேரு, தந்தை பெரியார், பேரறிஞர் அண்ணா போன்றவர்களின் வாழ்க்கையில் நடந்த நிகழ்ச்சிகள் நாட்டு வரலாற்றோடு இணைந்தவை. மக்கள் வாழ்க்கையோடு இணைந்தவை. ஆனால் இலக்கியப் படைப்பாளியின் வரலாறு இலக்கியம் தோன்றிய சமுதாயத்தின் வரலாறு ஆகும். இலக்கியப் புலவன் சமுதாயப் புலவன் ஆவான். அவன் சமுதாயப் புலவனாகும்போது வாழ்க்கை நிகழ்ச்சிகள் சமுதாய நிகழ்ச்சிகளோடு ஒன்றியவையாக இருக்கும். ஒன்றியனவாக இருக்க வேண்டும். பரந்து இருக்கும் சமூகத்தில் வாழும்போது அவன் கண்ட காட்சிகள், கேள்வியுற்ற செய்திகள், அவன் நேரடியாகப் பெற்ற அனுபவங்கள் ஆகியவை அவனது படைப்புகளுக்குத் துணைநிற்கும். பட்டறிவு மிக்க ஆசிரியன்தான் சமுதாயத்திற்குப் பயன்படக்கூடிய இலக்கியங்களைப் படைக்க முடியும்.

இலக்கியப் படைப்பாளனுக்குப் பட்டறிவு மிகுதியாக ஏற்பட வேண்டும். இல்லையெனில் அவன் படைப்புகள் வாழ்வின் பல்வேறு கூறுகளை விளக்குவதாக அமையா. எனவே, பட்டறிவு என்பது காரண காரியத் தொடர்புடையது. இலக்கியப் படைப்பாளியின் கலைக் கோயிலை அணுகுமுன் அவன் வாழ்வு எத்தகையது என்று ஆய்ந்து கொள்ளுதல் இலக்கிய ஆய்வுக்குப் பெருந்துணையாக அமையும்.

புலம்பெயர் தமிழர்களின் தமிழ்க் கொடை

தமிழிலக்கியம் இரண்டாயிரம் ஆண்டுகளுக்கு முன் தோன்றி வளர்ச்சி பெற்றது. தமிழகத்தில் மட்டும் அல்லாமல், இந்தியா முழுவதும் தமிழிலக்கியம் குறிப்பிடத்தக்க செல்வாக்கைப் பெற்றுள்ளது. கடல் கடந்த அயல்நாடுகளிலும் பெரும் அளவில் வளர்ச்சி அடைந்துள்ளது. இலங்கை, சிங்கப்பூர், மலேசியா, மொரிசியசு, பிரான்சு, தென்னாப்பிரிக்கா, வேறு சில தென் கிழக்கு ஆசிய நாடுகள் ஆகியவற்றில் தமிழ் வளர்ந்து வருகின்றது. தமிழ்மொழி, இலக்கிய வளர்ச்சியில் மேற்குறிப்பிட்டுள்ள நாடுகளில் வாழும் தமிழர்களின் பங்களிப்புச் சிறப்பானது. இக்காலத் தமிழ் இலக்கிய வரலாற்றை எழுதும்போது அயல்நாட்டுத் தமிழ்ப் படைப்புகளை ஒதுக்கிவிட முடியாது. ஒதுக்கிவிடவும் கூடாது. அயல்நாட்டுத் தமிழ்ப் படைப்புகள் குறித்த ஆய்வுகளும் கடந்த சில ஆண்டுகளாகப் பெருகி வந்துள்ளமை அறியத்தக்கது. இந்நிலையில் சிங்கை என்னும் சிங்கப்பூரில் வாழும் கவிஞர் மு.தங்கராசன் ஆற்றிய தமிழ் இலக்கியப் பணிகள் கருதத்தக்கவை: பரந்துபட்ட தமிழுலகின் பார்வைக்குப் பட வேண்டியவை. யாவரும் படித்துணரத்தக்கவை. சிங்கைக் கவிஞர் மு.தங்கராசனின் வாழ்வும் படைப்புகளும் குறித்த செய்திகளை இக்கட்டுரையில் காணலாம்.

பிறப்பிடம்

தங்கராசன் தமிழ் மண்ணைத் தாயகமாகக் கொண்டவர். தமிழகத்தில் திருச்சிராப்பள்ளி மாவட்டத்தில் அமைந்தொளிரும் முசிறி வட்டத்தில் முருங்கப்பட்டி ஒன்றியத்தைச் சார்ந்த தருகைப்பாதர் பேட்டை என்னும் சிற்றூரில் 22.05.1935 ஆம் ஆண்டு பிறந்தார்.

பெற்றோர்

கவிஞரின் தந்தையார் தகைமிகு இரெ.முத்துவீராசாமி, தாயார் பொன்னம்மாள். ஈராண்டுக் குழவியாய்க் கவிஞர் இருந்தபோதே அவரது தாயார் காலரா நோயால்தாக்குண்டுஇறந்தார். அதன்பின் கவிஞரின் தாயின் தாயானவர். அதாவது அவரது பாட்டியார் தம் இளைய மகளைக் கவிஞரின் தந்தைக்கு மணம் செய்வித்துக் கவிஞரைச் சிற்றன்னைக் கொடுமையின்று காப்பாற்றி உதவினார். கவிஞரின் தந்தை மனைவியை இழந்த துன்பம் தாளாதவராய் அன்றைய மலாயாவுக்கு, அத்துக்கூலி ஒப்பந்தக் குத்தகைக்கு உடன்பட்டுச் சென்றவர், தமக்கு அமைந்திருந்த அறிவுத் திறனாலும்

அமைந்து வந்த ஆதரவுச் சூழ்நிலையாலும் மேலும் திறம் பல பெற்றுத் திகழ்ந்து தமிழாசிரியரானார்.

கல்வியும், திருமணமும்

கவிஞரும் அவரது சிற்றன்னையும், அன்னைவழி பாட்டியும் மலாயா வந்து சேர்ந்தனர். அங்கே இரண்டாவது உலகப்பெரும் போர் கொடுமை கொண்டிருந்ததைக் கண்டனர். உலகப்போர் முடிந்து அமைதி நிலவத் தொடங்கிய சூழலில் கவிஞர் அடிப்படைக் கல்வி பெற்றுத் தேர்ந்தார்.

அறுபதுகளின் தொடக்கத்தில் அன்றைய மலாயாவில் ஆசிரியர் பயிற்சி பெற்றுத் தமிழாசிரியராகப் பணிபுரியத் தொடங்கினார். இவரது திருமணம் ஆயிரத்து தொள்ளாயிரத்து ஐம்பத்தேழாம் ஆண்டு ஆகஸ்டுத் திங்கள் இருபத்தேழாம் நாள் நடைபெற்றது. துணைவியார் செல்லம்மாள் ஆவார்.

அறுபதுகளின் இறுதியில் சிங்கப்பூர் சென்று தமிழாசிரியர் பணியில் அமர்ந்தார். முதன் முதலில் கலைமகள் தமிழ்ப் பள்ளியில் தமிழாசிரியராகப் பணிபுரிந்து ஆயிரத்துத் தொள்ளாயிரத்து அறுபத்து இரண்டாம் ஆண்டுமுதல், தொடர்ந்து பன்னிரண்டு ஆண்டுகள் செம்பாவாங் தமிழர் சங்கத் தமிழ்ப் பள்ளியின் முதல்வராகப் பொறுப்பு வகித்தார்.

வளர்ந்த சூழல்

புதுமைப்பித்தன் நெல்லைப் பகுதிக் கதைமாந்தரையும், தி.ஜானகிராமன் தஞ்சைப் பகுதிக் கதை மாந்தரையும் தேர்ந்தெடுத்து எழுதியிருப்பதைப் போலத் தங்கராசன் சிங்கைத் தமிழரைக் கதை மாந்தர்களாகக் கொண்டு நிறைய எழுதியுள்ளார். அதற்கான அனுபவமும், திறனும் தம்மிடம் இருப்பதை அவர் உணர்ந்தார். சிங்கப்பூரில் வசிக்கும் தமிழர் வாழ்வு, தொழில், பண்பாடு, சிக்கல்கள் முதலியவைகளை மையமாகக் கொண்டு பல கதைகளும் நெடுங்கதைகளும் வந்தால் உலகின் ஒரு பகுதித் தமிழரை உணர்த்த வாய்ப்பு உள்ளது. இந்தப் பணியைச் சிங்கைக்கு வெளியே உள்ள ஓர் எழுத்தாளர் செய்தல் அரிது.

இந்த உண்மையைக் கருத்தில் கொண்டு தங்கராசன் தமது கதைகளின் பின்னணியாகச் சிங்கப்பூரை அமைத்துக் கொண்டார். தங்கராசன் சிங்கையைக் காண்கிறார். அதனுள் வாழ்கிறார். எழுதவும் ஆற்றல் பெற்றிருக்கிறார். கம்போஸ் கிளாப்பா, ஜோகூர்

பாகு, சீலாட்தோட்டம் புக்சிட் தீமா ரோடு எல்லாம் தெரிந்த தங்கராசன் அங்கு நடமாடும் மாந்தர்களை அணுக்கமாகவும், நுணுக்கமாகவும் பார்க்கிறார். இத்தகு பின்னணியில் சிங்கப்பூர் வாழ்க்கையை முழு அளவில் மிக இயல்பாகப் புனைந்து கொடுக்க வேண்டும் என்பதே தங்கராசனின் படைப்புகள் எழுந்த சூழலாகும்.

கல்வித்தகுதி:

பொன்னரக–பொன்னி–செல்வமணாளம்–சிற்பிதாசன்–தராசு ஆகிய புனைப் பெயர்களைக் கொண்டவர் தங்கராசன், சிறுவயதில் பெற்ற அடிப்படைக் கல்வியும், பள்ளிக் கல்வியும் அறுபதுகளின் தொடக்கத்தில் அன்றைய மலாயாவில் பெற்ற 'ஆசிரியர் பயிற்சியும்' கவிஞரின் கல்வித் தகுதிகளாகும்.

பணிநிலை

தமிழாசிரியர் பணியே இவரது தலையாய தொழிலாகும். இவர் பதினெட்டாம் வயதிலேயே தமிழாசிரியராகப் பணிபுரியத் தொடங்கினார். 1959ஆம் ஆண்டு சிங்கப்பூருக்கு வந்து தமிழாசிரியர் பணியில் ஈடுபட்டவர். சிங்கப்பூரில் கலைமகள் தமிழ்ப்பள்ளி, செம்பாவாங் தமிழர் சங்கத் தமிழ்ப்பள்ளி, உமறுப்புலவர் தமிழ் உயர்நிலைப் பள்ளி ஆகியவற்றில் பணிபுரிந்து வந்தார். பல ஆங்கில உயர்நிலைப் பள்ளிகளில் தமிழாசிரியராகப் பணிபுரிந்து வந்தவர். இப்போது சிங்கப்பூர் கல்வியமைச்சு உயர்நிலைப் பாட நூலாக்கக் குழுவில் சிறப்பு எழுத்தாளராகப் பணியாற்றி வருகின்றார்.

கவிஞரின் பிறகலை ஈடுபாடுகள்

கவிஞர், தமிழாசிரியராய்ப் பணிபுரியத் தொடங்கிய காலந்தொட்டே மொழி, கலை, பண்பாடு ஆகியவற்றின் முன்னேற்றத்திற்காகவும், சமுதாய வளர்ச்சிக்காகவும், தொண்டாற்றுவதில் மிகுந்த விருப்பம் கொண்டார். மலாயாவிலும் சிங்கப்பூரிலும் தமிழர் திருநாள்: கலை மன்றங்களின் மூலம் நாடகப்பணி: சிங்கையில் 'தமிழ் முரசு' சொற்பயிற்சி மன்றம்: செம்பாவாய் தமிழர் சங்கம்: தமிழ்வேள் நாடக மன்றம் மற்றும் இன்னோரன்ன சமூக அமைப்புகளில் ஈடுபாடு கொண்டு தமிழ்ப் பணியாற்றி வருகிறார்.

தென் கிழக்காசியாவில் ஒரே ஒரு தமிழ் உயர்நிலைப்பள்ளி என்னும் பெருமைக்குரிய 'உமறுப்புலவர் தமிழ் உயர்நிலைப் பள்ளி'யில் பணிபுரியும் பேறு பெற்றார்.

இலக்கிய உலக நுழைவின் பின்னணி

தங்கராசன் தமது முதற்படைப்பாக: 1985ஆம் ஆண்டில் 'பூச்செண்டு' என்னும் சிறுகதைத் தொகுதியை வெளியிட்டார். அதில் 'மஞ்சள் கயிறு' என்னும் தலைப்பிலான கதை 29.03.1959 'தமிழ் முரசு' நாளிதழில் கோலாலம்பூர் பற்றிய வட்டாரத் தமிழர் திருநாள் விழாவினையொட்டி நடைபெற்ற சிறுகதைப் போட்டியில் முதற் பரிசுப் பெற்றது.

'வாரிசு' என்னும் கதை 'தமிழ்நேசன்' என்னும் நாளிதழில் 10.10.1976, 17.10.1976 ஆம் நாள்களில் வெளிவந்து 'தமிழ்நேசன்' சிறுகதைப் போட்டியில் மூன்றாவது பரிசுப் பெற்ற கதையாகும்.

'பூச்செண்டு' சிறுகதைத் தொகுதி குறித்துத் தமிழ் எழுத்தாளர் த.செயகாந்தன், இத்தொகுதியில் உள்ள எல்லாக் கதைகளையும் ஒரே மூச்சில் படிக்க முடிந்தது என்பதே எனது முதல் பாராட்டு: கதைகளும் பாத்திரங்களும் எடுத்துக் கொண்டுள்ள பிரச்சனைகளும் வாழ்வில், மண்ணில் நன்கு கால்பதித்துள்ளன எனப் புகழ்ந்துள்ளார்.

மலேசியா, சிங்கப்பூர் மக்களிடையே இருந்துவரும் பழக்கவழக்கங்களையும் அங்குள்ள மக்களின் வாழ்க்கைச் சிக்கல்களையும் இந்தக் கதைகளில் வடித்திருக்கிறார். இக்கதைகளைப் படிப்போர் சிங்கப்பூர் வாழ்க்கை முறைகளை அறிந்துகொள்ள, 'பூச்செண்டு' கதைத் தொகுதி உதவுகிறது என்று மூவேந்தர் முத்து பாராட்டியுள்ளார்.

ஆசிரியரின் தமிழ்ப்புலமை, இலக்கியத் தேர்ச்சி, குறிப்பாகக் கம்பர், பாரதியார், பாரதிதாசன் கவிதைகளிலுள்ள ஈடுபாடு சிறு கதைகளின் நடுவே ஆங்காங்கே பளிச்சிடுகின்றன. இதைப்போன்று இன்னும் பல படைப்புகள் வெளிவரவேண்டும், என்று தீபம் நா.பார்த்தசாரதி போற்றியுள்ளார். தாய்மண்ணிலிருந்து கிடைத்த பாராட்டு மொழிகள் தங்கராசனின் எழுத்துலக நுழைவிற்கு ஆக்கமும் உரமும் சேர்த்தன. எனவே அவர் தொடர்ந்து எழுதி வரலானார்.

கவிஞரின் பிற படைப்புகள்

பூச்செண்டு, சிந்தனைப்பூக்கள், மலர்க்கொத்து, மலர்க்கூடை, கற்பனை மலர்கள் ஆகிய ஐந்தும் சிறுகதைத் தொகுப்புகளாகும்.

கவிதை

உதயம், மகரந்தம், மாதுளங்கனி, பொய்கைப் பூக்கள், பனித்துளிகள் என்னும் ஐந்து நூல்களும் கவிதைத் தொகுப்புகள்

ஆகும். இவை தவிர அணிகலன் என்ற கவிதைத் தொகுப்பும், சிங்கை–மலேசியா, நாளிதழ்கள்–வார, மாத இதழ்கள் ஆகியவற்றுக்கும் வானொலி நிலையங்களுக்கும், இலக்கியக் கட்டுரைகள், மேடை நாடகங்கள், வானொலி நாடகங்கள், இசைப் பாடல்கள் ஆகியனவும் எழுதியுள்ளார். அத்துடன் மேடை நாடகங்கள் பலவற்றைத் தயாரித்து இயக்கி அரங்கேற்றியுள்ளார். மேடை, வானொலி–தொலைக்காட்சி நாடகங்களில் நடித்தும் இருக்கின்றார்.

கவிஞரைப் பற்றிய மதிப்பீடுகள்

சிங்கப்பூர் மு.தங்கராசனின் படைப்புகள் குறித்து, சிங்கப்பூர் அறிஞர் பெருமக்கள் செந்தமிழ்ச் செல்வர் வை.திருநாவுக்கரசு, முதுபெருங் கவிஞர் முகிலனார், கவிக்கொண்டல் க.து.மு.இக்பால், கவிச்சுடர் அமலதாசன், முனைவர் சுப.திண்ணப்பன், முனைவர் சி.ஆர்.மார்த்தாண்டன் ஆகியோரும் தமிழ்நாட்டுப் படைப்பாளப் பெருமக்களான, சுரதா, நா.பார்த்தசாரதி, த.செயகாந்தன், கு.மா.பாலசுப்பிரமணியன், மூவேந்தர் முத்து ஆகியோரும் கருத்துத் தெரிவித்துள்ளனர்.

கவிஞர் க.து.மு.இக்பால் என்பவர் தங்கராசனை, 'கவிதைக் கன்னியின் காதலர்' என்று கற்பனை செய்து கவிதையாத்துள்ளார்.

மேலும்,

"புதுமைமிகு சிந்தனையும் தெளிந்த சொல்லும்
பொலிகின்ற அரும்புலவர் தங்கராசன்
மதுவழியும் மகரந்தக் கவிப டித்தால்
மங்கைபோல் நம்நெஞ்சம் மணக்கக் கூடும்"

என்று இவரது கவிதைத் திறனைக் குறிப்பிடுகிறார்.

கவிஞரின் பண்புப் பற்றிச் சிங்கை முகிலன் என்பவர்,

"பழகுதற்கு இனியவர் பண்பிலே சிறந்தவர்
பாத்தமிழ் படைக்க வல்லார்
விழுதுகள் பலவாகி விரிந்திட்ட மொழிமீது
விலகாத பற்றுக்கொண்டார்
பழுநிலா நெறியினர் பணிவன்பார் தாய்த்தமிழ்
பல்கிட உழைக்கும் செம்மல்
செழுத்தமிழ்ச் சீலர் மு.தங்கராசனார்
சிறந்தபாத் தொகுப்பும் தேனே!"

என்று பாடுகிறார்.

முடிவுரை:

"கன்னித் தமிழைக் கண்ணாய் கருதும் கவிஞர் பெருமக்களுள்பாவலர் மு.தங்கராசனும் ஒருவர். இவர் மூத்த தமிழாசிரியர், வாழ்க்கையில் பழுத்த அனுபவம் மிக்கவர்: சிறுகதை எழுத்தாளர்: கலையார்வம் மிக்கவர்: கவிதை ஆசிரியர்.

மேற்கூறிய சான்றுகளிலிருந்து கவிஞர் மு.தங்கராசனின் வாழ்க்கை முறைப்பற்றியும் அவர் படைத்த சிறுகதை, கவிதை, நாடகம், கட்டுரை போன்றவற்றின் மூலம் சிங்கப்பூர் மக்களின் பண்பாட்டைப் பற்றியும் அறியப்படுகிறது.

பயன்கொண்ட நூல்கள்:

1. திறனாய்வுக் கலை, திசு.நடராசன்.
2. பாரதிதாசன் ஒரு புரட்சிக்கவிஞர், மா.செல்வராசன்
3. பூச்செண்டு, மு.தங்கராசன்
4. சிந்தனைப் பூக்கள், மு.தங்கராசன்,
5. மலர்க்கொத்து, மு.தங்கராசன்
6. அகிலன் சிறுகதைகள், ஒரு திறனாய்வு, சு.வெங்கட்ராமன்
7. மலர்க்கூடை, மு.தங்கராசன்,
8. கற்பனை மலர்கள், மு.தங்கராசன்
9. புதிய தமிழ்க்கவிதை, சாலை இளந்திரையன்
10. குறுந்தொகைச் செல்வம், மு.வரதராசன்.

முனைவர் **தே.மேகலா**
உதவிப் பேராசிரியர்-தமிழ்த்துறை
காயிதேமில்லத் அரசு மகளிர் கல்லூரி,
சென்னை

26. ஃபஹிமா ஜஹான் கவிதைகளில் மனித உறவுகள்

ஒரு மனிதன் தன்னைத்தானே எப்படி மதிக்கிறான், பிறருடன் எப்படிப் பழகுகிறான், நடந்து கொள்கிறான் என்பதை வைத்துத்தான் அவனை ஊரும் உலகமும் எடைபோடுகிறது. கொண்டாடுகிறது. நாம் பிறருடன் பேசும்போது பழகும்போது ஓர் உறவு நிச்சயிக்கப்படுகிறது. அந்த உறவின் நுனியிலிருந்துதான் மேலே பல புதிய உறவுகள் – கொடிகள் படருகின்றன. உறவு இனிமையான உணர்வுகளை எழுப்பும்போது அதன் இனிய இசையில் நம்மை மறக்கிறோம். அது நம்மை மகிழ்விக்கிறது. உறவுகளின் மாறுபாட்டில் அவல ஓசையும் இடியும் மின்னலும் பயமும் சந்தேகமும் எழுகின்றன.

உறவை மூன்று வகையாகப் பிரிக்கலாம். ஒன்று நமக்கும் நமக்குமுள்ள உறவு. இரண்டும் நமக்கும் நம் குடும்பத்திற்கும் உள்ள உறவு. மூன்றாவது நமக்கும் இப்பிரபஞ்சத்திற்கும் உள்ள உறவு. இத்தகைய உறவு பின்னல்களைக் கொண்டு கவிஞர் ஃபஹிமா ஜாஹான் கவிதைகள் பற்றி ஆய்வதே இவ்வாய்வுக் கட்டுரையின் நோக்கமாகும்.

கவிஞர் ஃபஹிமா ஜஹான் ஈழத்தின் புதிய தலைமுறைக் கவிஞர்களில் முக்கியமானவர். கணித ஆசிரியரான இவர் 1990-களின் நடுப்பகுதியில் இருந்து எழுத்துத்துறையில் ஈடுபட்டு வருகிறார்.

1. நமக்கும் நமக்குமுள்ள உறவு

'விண்ணப்பம்' என்னும் கவிதையில் தன்னுடைய மனஉணர்வுகளைக் குற்றமற்றத் தன்மையைச் சுட்டும்போது,

உன் மனதிலெனக்கு
நன்மைகள் கொண்டோ தீமைகள் கொண்டோ
தீர்ப்பெழுதி விடாதே...

உன் மனத்திரையினூடு சட்டமிட்டுப் பார்க்கும்
எல்லைகள் உள்ளவரை
எனது குரலின் நியாயத்தை நீயுணர முடியாது...

'கடைசிச் செஸ்' – என்னும் கவிதையில்

நீ உரிமை கொண்டாடிய
எல்லாவற்றிலிருந்தும்
எனை விடுவித்துக் கொண்டேன்
துயரத்தில் பதைபதைத்த சொற்களையும்
துரோகத்தால் நசுக்குண்ட சத்தியங்களையும்
உனது சுவர்களுக்குள்ளேயே விட்டுவிட்டு
வெளியேறிப் போகிறேன்
இப்பொழுதும்
ஆதித்திமிர் தடுத்திட உன்னிடம் எஞ்சியுள்ளது
ஒரு சொல்
விதி தன் கண்ணீரை வழியவிட்ட சொல்
நாம் நமக்குக் கிடைத்திடக்
காத்திருந்த கடைசிச் சொல்.

ஆணின் ஆதித்திமிருக்கு எதிராகத் தனக்குத்தானே உறவு பாலத்தை வெறுக்கும் தன்மையை அறியமுடிகிறது.

'நீ அவளைக் காதலித்தாயா?' என்னும் கவிதையில் நமக்குள் வெளியாகும் மெய்யன்பைக் கொண்டு வாழ்வதே வாழ்க்கைச் சிறப்பிற்குக் காரணமாவதை முன் வைக்கிறார்.

யாரை உதறி எறிந்து
யார் வெளியேறுவது
வடபுலம் நான் தென்திசை நீ என்ற
நமதெல்லைகளைக் களைந்து
ஆண்டாண்டுகளாகச் சிக்கி வாழும்
பிம்பங்களிலிருந்து மெய்யன்பை
வெளிக்கொணர்வோம்...

2. நமக்கும் குடும்பத்திற்கும் உள்ள உறவு:

நமக்கும் நம் குடும்பத்திற்கும் இந்தச் சமுதாயத்திற்குமுள்ள உறவு. நம்மைச் சுற்றி நம் குடும்பம் இருக்கிறது. பெற்றோர் மனைவி, கணவன், குழந்தைகள், உற்றார், உறவினர் என உறவுகள் அமைகின்றன. அந்த உறவும் அலட்சியத்தால், முறிவால், பிரிவால் மாறுபடுகின்றன. சீர்கேட்டைகிறது. கவிஞர் இத்தகைய உறவில் பெண்களின் துயத்தையே வடித்துக் காட்டியிருக்கிறார்.

'காட்டுமிராண்டியிடம் சிக்குண்டவள்' – என்னும் கவிதையில்

தீ வைத்த மலரெனப் பொசுங்கிவிழும்
அவளது புன்னகையை மிதித்தவாறு
நித்தமும் வலம் வந்தாய்
அவள் ஒளியினைத் தரிசித்த
எல்லா வாசல்களையும்
வாளேந்தியவாறு அறைந்து சாத்தினாய்
மலையென அழுத்தும் இம்சைகளை
அந்த வீடெங்கும் அவிழ்த்து விட்டிருந்தாய்
அவளை நடைப்பிணமாக்கி
உனது அரங்குகளிலிருந்து ஓரம்கட்டி
இருளொன்றின் பள்ளத்தாக்கில் அலையவிட்டாய்

சிறு பெண்ணின் இல்லறத்துயரங்களை அல்லல்களைக் கண்டு புலம்புவதைக் காணமுடிகிறது.

புகுந்தவீட்டில் ஒரு பெண் மருமகளாய், தாயாய், மனைவியாய் அவதாரமெடுத்துப் பணிபுரியும் வேலைகளைக் கவிஞர் பட்டியலிடுகிறார். 'அம்மா' என்னும் கவிதையில்

"இருக்கும் இரு கரங்களும்
போதாதெனப் புலம்பும் அம்மாவின்
முதுகின்பின்னால்
எப்பொழுதும் துரத்திக் கொண்டிருக்கும்
இரக்கமற்ற சொற்களும் இங்கிதமில்லாக்
கட்டளைகளும்...
நடைப்பிணம் போல எழுந்து வரும்
அவளது பாதங்களில் பின்னும்
யுகங்களாகச் சிதைக்கப்பட்டு வரும்
நிம்மதியொன்று..."

என்று பெண்ணடிமையைச் சுட்டுகிறார்.

சிறுமிக்கு உடல்நிலை சரியில்லை. தாய், காய்ச்சலுக்குக் கசப்பு மருந்தளித்துக் கசப்புநீரை வெல்லம் நாவில் இட்டு அவளைச் சுமந்தலையும் காட்சியைத் தாய்சேய் உறவாக யதார்த்த வார்த்தைகளைக் கொண்டு நிரப்பியுள்ளார்.

"தோளிலே படுக்கவைத்துச்
சேலைத் தலைப்பைப் போர்வையாக்கித்
தோட்டமெங்கும் சுமந்தலைவாள்
கதைகள் நூறு சொல்லி

அழவைத்தவர்களைப் பேசி
அழுகையை ஓயவைப்பாள்
நானுமொரு பறவையென
மாமரக் கிளைகளில் தத்திப்பாயும்
புள்ளினங்களில் இலயித்திருக்கையில்
மீண்டுமெனப் படுக்கையில் கிடத்திக்
காவலிருப்பாள்..."

முதுமையின் தருவாயில் உடன்பெற்ற பிள்ளையும் உடன் இல்லாமல் வேதனைகளைப் பகிர்ந்திடக்கூட ஆள் இல்லாமல் மனித உறவுகள் மறக்கடிக்கப்பட்ட கட்டத்தைக் கவிஞர் 'மரணத்தை யாசித்தவள்' என்ற கவிதையில்,

"தீண்டத்தகாத பொருளாக்கி
இருளின் மூலையொன்றில்
உனைக் கிடத்தியிருந்தது முதுமை
உன் வாழ்வு முழுவதும் சேகரித்த
வேதனைகளைப் பகிர்ந்திட
எந்தச் செவியுமே
அவ்வீட்டில் இல்லாதிருந்தது..."

என்று வாழ்வின் இறுதிகட்டத்திலும் உறவுகளைச் சிந்திக்கச் செய்கிறார்.

3. நமக்கும் இப்பிரபஞ்சத்திற்கும் உள்ள உறவு

வாழ்வின் நோக்கத்தையும் இலட்சியத்தையும் இப்பிரபஞ்ச இயக்கத்தையும் சமுதாய நோக்கோடு காணும் ஒரு உறவை மூன்றாவது நிலையாகக் கொள்ளலாம். பிரபஞ்சத்தோடு கவிஞனின் உணர்வு தொடாமல் இருக்க முடியாது. தான் என்னும் எண்ணத்தை இவ்வுலக இயக்கத்தோடு பொருத்திக் காரணம் காட்டித் தேடுதல்களைத் தொடுபவர்கள்.

'இறைவனுக்கு நன்றி' என்னும் கவிதையில் இயற்கையாகப் பெய்யும் மழைக்காகக் காத்திருக்கும் ஒரு வானம்பாடியை கண்டு இறைவனுக்கு நன்றி கூறுகிறார் கவிஞர்.

'நஞ்சுண்ட நாட்களைச்
சுமந்தவாறு
அரபிக்கடல் மீது
ஓயாமல் தத்தளித்தது
ஒரு பேரலை...
நொந்து போன சிறகுகளை

மெல்ல மெல்ல அசைத்தவாறு
உந்திப் பறந்திடும்
உற்சாக வேளைக்காக
காத்துக் கிடக்கிறது
எங்கள் அன்பு 'வானம்பாடி'
இறைவனே உனக்கு நன்றி

இப்பிரபஞ்ச இயக்கத்திற்கு இறைவன்மீது நம்பிக்கைக் கொண்ட கவிஞர் தம்பியின் உடல்நலம்பெற வேண்டும் போது, 'நலம் பெற வேண்டும்' என்னும் கவிதையில்

"டோஹாவின்
கடலே... காற்றே... மண்ணே
நட்சத்திரங்களே... சூரிய சந்திரரே
அற்புதங்களைப் பொதித்து வைத்திருக்கும்
மாபெரிய வானமே...
எங்கள் தம்பி நலம் பெற்று வந்துவிட
இறைவனிடம் முறையிடுங்கள்..."

என இயற்கையைக் கொண்டு அதையே இறைவனாக்கி நலம் பெற வேண்டுகிறார்.

சூரிய இயக்கத்தில் பூமியின் செயல்பாடுகளைக் கவிஞர் 'வெயில்' என்னும் கவிதையில் வருணித்துப்பாடுகிறார்.

'வெட்டியகற்றப்பட்ட மரம்
விட்டுச் சென்ற வெளியில்
அதிரடியாக
இறங்கிக் கொண்டிருக்கிறது வெயில்...'
'கண்ணீர் வற்றாத இத்தீவையும்
குறுகுறுக்கும் மனதுடன்
கடக்கிறது வெயில்
ஈரத்தை உறிஞ்சிக் கொண்டு
இரத்தக் கறைகளை அப்படியே விட்டுவிட்டு
வெயில் மறைந்ததும்
அந்தப் பெருவனம்
கூந்தலை அவிழ்த்துப் போட்டவாறு
தெருவெங்கும் அலையத் தொடங்குகிறது
பதுங்கியிருந்த மிருகங்களையெல்லாம்
தன்னோடு அழைத்துக் கொண்டு...'

இயற்கை இயக்கங்களையும் தன் கவிதைவரிகளுக்குள் அழகு சேர்த்து வடித்திருக்கிறார்.

கருத்தரங்கக் கட்டுரைகள்

தொகுப்புரை

1. கவிஞர் ஃபஹீமாஜஹான் கவிதைகள் பெண் சமுதாயத்தை முன்னிருத்தி எழுதப்பட்ட கவிதைகளே அதிகம்.
2. தனக்குள் ஏற்படும் நியாயங்களை மனித உறவுகளோடு இணைத்து எழுதியிருப்பதை அறிய முடிகிறது.
3. இயற்கை அழகைத் தன் கருத்திற்கேற்ப வடித்தெடுக்கின்ற கவிஞர்களின் இயல்புத்தன்மை இவருக்கும் உள்ளதைக் காண முடிகிறது.
4. இறை நம்பிக்கை உள்ளவர் என்பதைக் கவிதைகளின் வழியே காணமுடிகிறது.
5. மனித உறவுகளின் ஏற்ற இறக்கங்களை யதார்த்தமாகக் கூறிச் செல்கிறார் என்பதையும் அறிய முடிகிறது.

●

கவனத்தில் கொள்ள வேண்டிய சில புலம்பெயர் தமிழரின் படைப்புகள்:

கவிதைத்தொகுப்புகள்

சொல்லாத சேதிகள் (1981) – பேராசிரியர் சித்ரலேகா மௌனகுரு (தொ.ஆ)

மறையாத மறுபாதி (1992)

உயிர்வெளி (1999)

எழுதாத உன்கவிதை (2001)

வெளிப்படுதல் (2001)

இசைபிழியப்பட்ட வீணை (2007)

பெயல்மணக்கும்பொழுது (2007) – அ.மங்கை (தொ.ஆ)

மை (2009)

ஒலிக்காத இளவேனில் (2009)

கவிதைகள் பேசப்படும் (2010)

பெயரிடாத நட்சத்திரங்கள் (2011)

கட்டுடைக்கும் பெண் (2011)

சிறுகதைத்தொகுப்புக்கள்

துருவச் சுவடுகள்

பனியும் பனையும் (1994) – மித்ர வெளியீடு, சென்னை

தூரமும் துயரமும் (2001) – உதயம் வெளியீடு, கனடா

பாலை நண்டு

மண்ணைத் தேடும் மனங்கள் (1986)

புலம் பெயர்ந்தோர் கதைகள்

புது உலகம் எமை நோக்கி

நாவல்கள்

★ ராஜேஸ்வரி பாலசுப்பிரமணியம் – தில்லையாற்றங்கரை உலகமெல்லாம் வியாபாரிகள்

★ வ.ஐ.ச.ஜெயபாலன் – செக்குமாடு

★ பார்த்திபன் – ஆண்கள் விற்பனைக்கு வித்தியாசப்படும் வித்தியாசங்கள்

★ விமல்குழந்தைவேல் – வெள்ளாவி மண்ணும் மல்லிகையும்

★ கருணாகரமூர்த்தி – ஒரு அகதி உருவாகும் நேரம் வாழ்வு வசப்படும் மாற்றம் (குறுநாவல்)

★ சோபாசக்தி – கொரில்லா

★ தியாகலிங்கம் – நாளை அழிவின் அழைப்பிதழ்

★ சக்கரவர்த்தி – பறவைகள்

★ செழியன் – ஒரு மனிதனின் நாட்குறிப்பிலிருந்து

★ வ.ர.கிரிதரன் – மண்ணின் குரல் (நான்கு நாவல்களின் தொகுப்பு)

தனிப்பட்டவர்களின் சிறுகதைத் தொகுப்புகள்

செ.கணேசலிங்கம் – நல்லவன் (1956), ஒரே இனம் (1961), சங்கமம் (1961)

சக்கரவர்த்தி – யுத்த சன்னியாசம்

க.நவம் – உள்ளும் புறமும்

டொமினிக்ஜீவா – தண்ணீரும் கண்ணீரும் (1961) பாதுகை (1962)

கே.டானியல் – டானியல் கதைகள் (1963)

அ.முத்துலிங்கம் – அக்கா (1964)

செ.யோகநாதன் – யோகநாதன் கதைகள் (1964), கண்ணீர் விட்டா வளர்த்தோம் (1981)

தலைய சிங்கம் – புதுயுகம் பிறக்கிறது (1962)

ப.ரி.நித்தியகீர்த்தி – மீட்டாத வீணை (1974)

லெ.முருகபூபதி – நினைவுக் கோலங்கள் சுமையின் பங்காளிகள் (1976)

புன்னியாமின் – தேவைகள் (1979), கரு (1990), நெருடல்கள் (1990), அந்த நிலை (1990)

மாத்தளை சோமு – நமக்கென்று ஒரு பூமி (1984)

ச.முருகானந்தம் – இது எங்கள் தேசம் (2004) இனி வானம் வசப்படும் (2004)

தாமரைச்செல்வி – வன்னியாச்சி

எஸ்.பொ. – எஸ்.பொ.வின் கதைகள் (2005)

தமிழ்நதி	–	நந்தகுமாரனுக்கு மாதங்கி எழுதுவது
சுமதி ரூபன்	–	யாதுமாகி நின்றாள்
ஆ.சி.கந்தராஜா	–	உயரப் பறக்கும் காகங்கள்
அகில்	–	கூடுகள் சிதைந்தபோது
அ.கந்தசாமி	–	கானல் நீர்க் கனவுகள்
ஆனந்த பிரசாத்	–	ஒரு சுய தரிசனம்
தாட்சாயினி	–	இளவேனில் மீண்டும் வரும் (2007)
லதா	–	நான் கொலை செய்யும் பெண்கள் (2007)
மாதுமை சிவசுப்பிரமணியன்	–	தூரத்துக் கோடை இடி (2007)
சந்திரவதனா செல்வகுமாரன்	–	மன ஓசை (2007)

●

RVS Group of Institutions

Chairman
Dr. K. V. Kuppusamy

Dindigul
1. R.V.S. College of Engineering and Technology
2. R.V.S. Polytechnic College
3. R.V.S. Institute of Management Studies and Research
4. R.V.S. Institute of Computer Applications
5. R.V.S. College of Education
6. R.V.S. School of Engineering and Technology
7. R.V.S. School of Architecture
8. R.V.S. School of Computer Applications
9. R.V.S. School of Business Management
10. R.V.S. Old Age Home inmemory of Lalchand Madonbai Lodha-Sempotti
11. R.V.S. Fruit Processing Pvt. Ltd.
12. R.V.S. Petro Fuels
13. R.V.S. Cements
14. R.V.S. Institute of Higher Education-Engineering College
15. R.V.S. Institute of Higher Education-Polytechnic College
16. R.V.S. Industrial Training Institute

Sulur
17. R.V.S. Matriculation and Higher Secondary School
18. R.V.S. College of Arts and Science
19. R.V.S. Institute of Management Studies and Research
20. R.V.S. College of Computer Applications
21. R.V.S. College of Nursing (B.Sc., & M.Sc.,)
22. R.V.S. College of Pharmaceutical Sciences (B.Pharm &M.Pharm)
23. R.V.S. College of Physiotherapy (B.Pt &M.Pt)
24. R.V.S. Industrial Training Institute
25. AVRFA College Ayurveda
26. R.V.S. College of Nursing - offering Diploma
27. R.V.S. Institute of Catering Technology

Chennai
28. Bhaktavatsalam Vidhyashramam (CBSE) Senior Secondary School
29. Bhaktavatsalam Higher Secondary School (State Board)
30. Bhaktavatsalam Memorial College for Women
31. R.V.S. Padhmavathy College of Engineering and Technology
32. R.V.S. Padhmavathy School of Architecture

Kannampalayam
33. R.V.S. Teachers Training Institute
34. R.V.S. College of Edcuation (B.Ed.,&M.Ed)
35. R.V.S. Collge of Engineering &Technology
36. R.V.S. Polytechnic College
37. R.V.S. Institute of Higher Education - Engineering College
38. R.V.S. Institute of Higher Education - Polytehnic College
39. R.V.S.Institute of Management Studies
40. R.V.S. College of Computer Applications
41. R.V.S. Faculty of Management
42. R.V.S. Faculty of Engineering
43. R.V.S. School of Architecture
44. R.V.S. Dental College and Hospital
45. R.V.S. Homoeopathy Medical College &Hospital
46. R.V.S. Siddha Medical College &Hospital
47. R.V.S. Collge of Nursing
48. R.V.S. College of Ayurveda
49. R.V.S. Working Women's Hostel
50. B.M.T. Working Women's Hostel

51. R.V.S. Fuel Station
52. R.V.S. Sulur Bhagavathy Amman Temple
53. R.V.S. Maruthammal Kalyanamandapam
54. R.V.S. Solar Power (P) Ltd.

Karaikal
55. R.V.S. College of Arts and Science
56. M.B.A.,& M.C.A.,(Manomaniam Sundaranar University)
57. R.V.S. College of Education
58. R.V.S. Teachers Training Institute
59. Vignesh Teachers Training Institute
60. Amarnath College of Education
61. M.Ed (Prist University)
62. R.V.S. College of Engineering &Technology
63. R.V.S. Institute of Management Studies
64. R.V.S. College of Computer Applications
65. R.V.S. Institute of Higher Education-Engineering College
66. R.V.S. Institute of Higher Education-Polytechnic College
67. R.V.S. Kumaran School of Architecture
68. R.V.S. College of Marine Engineering Technology
69. Balaji Padmavathy Shipping and Logistics (P) Ltd.

Social Service Institutions
70. R.V.S. Multispeciality Hospital, Sulur, Coimbatore
71. R.V.S. Kumaran Kollam Temple, Kannampalayam, Sulur, Coimbatore
72. R.V.S. Sulur Thiruppathi Temple, Konnampalayam, Sulur, Coimbatore
73. R.V.S. Kumaran Kalyana Mandapam, Sulur, Coimbatore
74. R.V.S. Girls Hostel, Sulur, Coimbatore
75. R.V.S. Kumaran Kalyana Mandapam, Kannampalayam, Coimbatore
76. R.V.S. Kumaran Mini Kalyana Arangam, Kannampalayam, Coimbatore
77. R.V.S. Working Women's Hostel, Dindigal
78. R.V.S. Sakkulathu Baghavathy Amma Thirukkovil, Kannampalayam
79. R.V.S. K.P.V.Thirumana Mandapam, Sulur

Agricultural Activities
80. R.V.S. Farms, Sengathural, Sulur, Coimbatore
81. Farms (Integrated waste land development Project) Thenkasi
82. Ganesh Farms (Integrated Waste land development Project) Thenkasi
83. R.V.S. Farms Sempatti,S.Paraipatti, Dindigul
84. R.V.S. Krishi Vigyan Kendra, Urmelalagiyan, Thenkasi
85. Maragatham Farms (Integrated waste land development Project) Tanjore
86. R.V.S. Agro Tech. Industries (P) Ltd.,Thathankulam (Thirunelveli District)
87. R.V.S. Farms,Dindigul

Other Ventures of RVS Group
88. R.V.S. Infotech (P) Ltd. Sulur, Coimbatore
89. R.V.S. Yarns (P) Ltd, Sulur, Coimbatore
90. Hotel Padma (P) Ltd, Dindigul
91. R.V.S. Infrastructure (P) Ltd,
92. R.V.S. Construction Co.

R.V.S. Examination Centeres
93. Annamalai University Distance Edcuation Examination Centre, Sulur
94. Bharathiyar University Distance Education Examination Centre, Sulur
95. Bharathidhasan University Distance Education Examination Centre, Sulur
96. Manipal University Distance Education Examination Centre, Sulur
97. Prist University Distance Education Examination Centre, Karaikal
98. R.V.S. College of Engineering &Technology, Trichy
99. R.V.S. College of Engineering &Technology, Chennai